திருக்குறள்

கலைஞர் உரை

கலைஞர் மு. கருணாநிதி

ரிதம்

ரிதம் வெளியீடு

திருக்குறள் - கலைஞர் உரை
கலைஞர் மு. கருணாநிதி ©

Thirukural - Kalaignar Urai
Kalaignar Mu. Karunanidhi ©

1st Edition: Nov 2024
2nd Edition: April 2025
Pages: 304   Price: Rs. 100
ISBN: 978-81-19628-13-1

Published by:
Rhythm Veliyeedu
New No.58, Old No.26/1, 1st Floor,
Alandur Road, Saidapet,
Chennai - 600 015, Tamil Nadu, INDIA
Ph : (044) 2381 0888, 84285 12481
E-mail : senthil@rhythmbooks.in
Web : www.rhythmbooksonline.com

Book Layout & Cover Design
Visual Vinodh - 9500149822

முகவுரை

கலைஞர் மு. கருணாநிதி

இமயமலைக்குப் பொன்னாடை போர்த்துகிற முயற்சியில் ஈடுபடுவதும், திருக்குறளுக்கு உரை எழுதுவதும் ஒன்றுதான் என்பதை நானறியாதவனல்லன். முன்னூற்றுஐம்பத்துநான்கு குறட்பாக்களைக் கொண்டு குறளோவியம் எழுதி முடித்தபிறகு ஆயிரத்து முன்னூற்று முப்பது குறட்பாக்களுக்கும் உரை எழுத வேண்டும் என்ற ஆர்வத்துடிப்பு என்னை ஆட்கொண்டது. அதனை நிறைவேற்றி மகிழ 'முரசொலி' நாளேட்டில் ஒவ்வொரு நாளும் நான் எழுதிய திருக்குறள் உரைகளின் தொகுப்பே இந்த நூல்.

வள்ளுவர் வாழ்ந்த காலத்து நம்பிக்கைகள், பண்பாடுகள், அவை குறித்து அவரது பார்வை ஆகியவற்றுக்கு மாறுபடாமலும், வலிந்து என்கருத்து எதையும் திணிக்காமலும், குறளில் அவர் கையாண்டுள்ள சொல்லுக்கு இதுவரை உரையாசிரியர்கள் கொண்டுள்ள பொருளையன்னியில் தமிழில் மற்றொரு பொருளும் இருக்கிறது என்ற உண்மை நிலையைக் கடைப்பிடித்து, நான் எண்ணுவது போல் அவர் எண்ணினாரா என்று நோக்காமல் அவர் எண்ணி எழுதியது என்ன என்பதை அறிவதில் மட்டுமே அக்கறை கொண்டு என் அறிவுக்கும் ஆற்றலுக்கும் எட்டியவரையில் இந்தப் பொன்னாடையை நெய்துள்ளேன்.

"கடவுள் வாழ்த்து" எனும் அதிகாரத் தலைப்பை "வழிபாடு" எனக குறித்துள்ளேன். வள்ளுவரைக் கடவுள் மறுப்பாளர் அல்லது கடவுள் நம்பிக்கையாளர் எனும் வாதத்திற்குள் சிக்கவைக்க நான் விரும்பவில்லை. "வழிபாடு" எனும் அதிகாரத்தில் அமைந்துள்ள குறட்பாக்களுக்கு நான் எழுதியுள்ள உரைகளைக் கொண்டு இதனை உணரலாம்.

மற்றும் நான் தரவேண்டிய விளக்கங்கள் பலவற்றை இந்நூலினை வெளியிடும் பதிப்பகத்தார் சார்பாகப் பதிப்புரை தீட்டியுள்ள முனைவர் திரு. நன்னன் அவர்கள் சுட்டிக் காட்டியுள்ளார். பதிப்புரையை ஏறத்தாழ ஒரு மதிப்புரையாகவே எழுதியுள்ள தமிழறிஞர் நன்னன் அவர்கட்கு என் நன்றி.

அணிந்துரையை அழகு தமிழ்க் கவியுரையாகவே வடித்துள்ள இனமான ஏந்தல் பேராசிரியப் பெருந்தகை அன்பழகனார் அவர்களுக்கு என் நன்றி உரியதாகுக. இந்நூலை என் தமிழுக்குக் காணிக்கை ஆக்கித் தமிழ்மக்களுக்குப் படைக்கின்றேன்.

அன்புள்ள

அணிந்துரை

பேராசிரியர் க. அன்பழகன்

உள்ளுவ தெல்லாம் உயர்வுள்ளல் எனத்தெளிந்து
உள்ளத்தில் ஊறிடும் எண்ணமெலாம் ஆய்ந்தே
தள்ளத்தகுவது மதவழிக் கற்பனையென ஓர்ந்து
கொள்ளத்தகுவது ஒப்புரவு நெறியென்றார் வள்ளுவர்!

சிறப்பொவ்வா செய்தொழில் வேற்றுமையான் எனினும்
பிறப்பொக்கும் எல்லா வுயிர்க்கும் எனச்சாற்றி,
பிறவிவழியாம் வருணத்துக் கொருநீதி புகன்றிடும்
அறக்கேடாம் மநுவாதிசூது மறுத்திட்டார் வள்ளுவர்!

சிறப்புடன் செல்வமீனும் அறத்தினூங்கு ஆக்கமில்லை
மறத்தலின் கேடில்லை; மாசற்றமனச் சான்றூறும்
திறத்தினாவது இன்பம்; அழுக்காறு அவாவெகுளி
புறத்ததா, இன்னாச்சொல் தவிர்தலே அறமெனவும்;
தீதற்ற பொருளாக்கம் முயற்சியின் பயனெனவும்,
கோதற்ற காதலின்பம் உற்றதுணையின் உறவெனவும்
சூதற்ற அகத்துறவு ஐம்புலனடக்க விளைவெனவும்
ஏதமிலாப் பெருவாழ்வின் நெறிகண்டார் வள்ளுவர்!

இறை, தெய்வம் கடவுளெனப் போற்றிடுவார்,
நிறைகுணப் பேறெய்தும் ‘தொழல்’ எதுவெனவும்,
மறுபிறவி, ஆன்மா, துறக்கமென நம்பிடுவார்
உறுபிறவிப் புகழெய்தும் ‘நெறி’ எதுவெனவும்,
உற்றபிறப்பே ‘கருமவினை’ தலைவிதியென நம்புவார்
உற்றிடுமியற்கைச் சூழலின் விளைவே ‘ஊழ்’ எனவும்
உணர்வுடையார் உளமருள் நீங்கியே தெருளுமாறு
உலகவர் வாழ்வுக்கு உறுதுணையாவது முப்பால்!
வான்றோய் முகில்பொழி தூநீர் அனையதாய்

வாயுறையாம் வள்ளுவன்தரு முப்பால் வாய்ப்பினும்
தொல்லறநூல் உரைகண்ட பதின்மர் தாமும்
தத்தமது சமயமத வண்ணம் குழைந்திடவும்

ஆத்திகஞ்சார் வடமொழி விரவிடவுஞ் செய்ததால்
குறள்நெறித் தனித்தகவு புலப்படுத்தா ரல்லர்.

இருபதாம் நூற்றாண்டின் மறுமலர்ச்சி விளைவால்
உரைகண்ட இணையிலாப் புலவரோ பலப்பலர்!
அவர்தம் பெயர்களோ விரிக்கினும் எஞ்சும்!
ஆய்வுசெய் நோக்கில் வரைந்தவர் சிலரெனினும்
புதிய சிந்தையைத் தூண்டுவ உண்டெனினும்
படிந்தபழமைச் சார்பைத் துடைத்திட ஒல்லாததும்
துடைத்திடத் தலைப்படின் ஏற்புடைத்தா காததுமாய்
வள்ளுவர் திருவுரு வரைவார்கற்பனை யானதுபோல்
வள்ளுவச் சிந்தனையும் கொண்டவர் 'காட்சி' யானது,

எவ்வெவர் உரைதனைப் பயில்வோ ராயினும்
அவ்வுரை மெய்ப்பொருள் தேரும் ஆர்வத்தில்
பொய்யா மொழிதனைப் பகுத்தறிந் திடலால்
மெய்மை காணுந்திறனு முயர்ந்தது நாளும்!

திருக்குறள் வகுத்திட்ட வாழ்க்கை நெறியொன்றே
திருவிடத்தின் பண்பாட்டு ஊற்றுக்கண் ஆகலின்
திருமறை உரைபொருள் எவரும் எளிதுணர
திருக்குறள் கருத்துரை வரையலானார் கலைஞர்.

குறட்பா மொழிந்திடும் பொருளொன்றே எனினும்
குறள்பொருள் தெளிவார் உணர்திறன் வேறாகலின்
குறட்பா சொற்றொடர் புணர்வகை யாலன்றிக்
குறள்நெறி உளத்தூன்ற உரைதந்தார் கலைஞர்.

தெளிந்த சிந்தையன், தேர்ந்த புலமையன்,
நுண்மாண் நுழைபுலம் வாய்த்த மதியினன்,
ஆழ்ந்த கருத்தினன், அசைவிலா உறுதியன்,
வெல்லுஞ் சொல்வலான், சோர்வு மிலான்,
கொண்ட கொள்கையே கோட்பாடாய் ஏற்றவன்,
எண்ணிய எண்ணியாங்கு எய்தும் திண்ணியன்,
பகுத்தறிவுத் திறலோன், பண்பினை மறவோன்
பொங்குநடையினில் 'சங்கத்தமிழ்ச்' சாறளித்தோன்
பளிங்குப் பாவையெனக் 'குறளோவியம்' படைத்தோன்
தெளிதமிழின் நடைபலவும் வல்லவனாம் கலைஞர்

“வீழ்வது நாமாக இருப்பினும்,
வாழ்வது தமிழாகட்டும்” எனத்துணிந்து
‘தமிழே தனது உயிர்மூச் செனவும்
தமிழர் வாழ்வே தன்வாழ்வென வுங்கொண்டு
இனநலம் மொழிநலம் காக்கும் தொண்டே
தன்பிறவிக் கடனென்று ஏற்ற செம்மல்!

தன்மானத் தந்தை பெரியாரின்
உணர்வு காக்கும் மைந்தன்!
இனமான ஏந்தல் அண்ணாவின்
இதயம் நாடிய இளவல்!
இனமாந்தர்தம் இழிவு துடைத்திட
முனைவோருக்கோ தோழன்!
இலட்சியப் பணியினில் கலைஞர்
என்பெருமைக்குற்ற நண்பர்!

தொண்டால், தியாகத்தால், திறமையால், பெற்ற
தகுதியால், தமிழினத்தின் தலைவரான கலைஞர்
தமிழர் வாழ்வை மயக்கிடு ‘மாயை’ அகன்றிட
உய்வு நெறியாம் குறளறம் விளங்கிடத்
தன்மதிநுட்பத் திறன்காட்டும் உரைதந்தார் இன்று
அதனதிநுட்பம் காட்டலும் எளிதன்றே எமக்கு!

தேனிறால் திருக்குறள் எனிலோ
அதன் பிழிவே இவ்வுரை என்பேன்;
தித்திக்கும் தேன்சுவையே யன்றி
மருத்துவப் பயனும் இவ்வுரைச் சிறப்பாம்!
பயில்தற்கும் தெளிதற்கும் எளிதாகும் இவ்வேடு,
துயில்நீங்கி எழும் தமிழர்க்கோர் கைவிளக்கு!
இளைய தலைமுறையினர் தமக்கோ வாழ்வினில்
இருளகற்றி வழிகாட்டும் திருவிளக்கு!

க. அன்பழகன்

பதிப்புரை

பேராசிரியர் மா.நன்னன், புலவர்

கலைஞர் உரையின் பெற்றியினை, 1. தேவை, 2. வழிபாடு, 3. பெண் வழிச்சேறல், 4. ஊழ், 5. பல்வகைச் சிறப்புகள் என்னும் அய்ந்து பகுப்புகளில் சுட்டிக் காட்டுவது இப்பதிப்புரையின் கடமை எனக் கருதப்படுகிறது. இவற்றுள் வழிபாடு என்பது கடவுள் வாழ்த்து எனும் அதிகாரத்துக்குக் கலைஞர் சூட்டிய சரியான பெயராகும். பின்பற்றுதல் என்னும் பொருள்பட வழிபாடு என்பது அதன் பெயராக அமைந்தது. முதற்கண் கலைஞர் உரையின் தேவை குறித்துச் சிறிது கூறப்படுகிறது.

1. தேவை

"உண்டி கொடுத்தோர் உயிர் கொடுத்தோரே" என்றும், 'ஈகை அறம்' என்றும் கூறப்படுவனவற்றுக்குக் காரணம் யாது? உலகில் இல்லாமை இருப்பதுதானே! அது மட்டுமே ஈகைக்குக் காரணமா? அன்று; இருப்பது இல்லாதிருந்தால் அஃதாவது உடைமை இன்மையாயிருப்பின் ஈகை ஏற்பட்டிராதன்றோ? ஆகவே, உலகில் வறுமையும் இருக்கிறது; அதற்கு எதிரான உடைமையும் இருக்கிறது. அதனாற்றான் ஈகையறம் பிறந்தது.

இந் நிலையிலிருந்து நாம் மற்றொன்றையும் தெரிந்து கொள்ள முடிகிறது. அது யாது எனில், தம் தேவைக்கு மேல் சிலரிடம் செல்வம் இருக்கிறது; அதனாற்றான் வேறு சிலரின் தேவைக்கு அது கிடைக்கவில்லை என்பதாகும். மேலும் சற்று விளக்கமாக இதைக் கூறுவதானால் உலகம் வறுமையால் வாடுவதற்குக் காரணம் பொருள் இல்லாமை அன்று; அப்பொருள் அனைவர்க்கும் கிடைக்கும் ஏற்பாடில்லாமையே என்பதாகும்.

அவ்வாறே, உலக வாழ்வு செம்மையாக நடைபெற இன்றியமையாததாகிய ஒழுகலாறு அஃதாவது ஒழுக்கம், அதனையொட்டிய நெறிமுறைகள் ஆகியன தேவை. இன்று உலகின் ஒழுகலாறு அஃதாவது உலக நடைமுறை கடைமுறையாகிக் குடைசாய் முறையாகவும் ஆகிக்கொண்டிருப்பதை நாம் பலரும் அறிந்து, கண் கலங்குவோரும் கை பிசைவோரும் படபடப்போரும் துடிதுடிப்போருமாக உள்ளோம். உலகில் அறம் இல்லாமையாலோ,

ஒழுக்கம் பிறக்காமையாலோ, அஃது அழிந்துவிட்டதாலோ இந்நிலை ஏற்படவில்லை. ஒழுக்க நெறிமுறை அல்லது அறநெறி பலருக்கும் அறியக்கூடியதாக ஆக்கப்படாமையும் இதற்குக் காரணமாக உள்ளது.

அறம் உரைக்க முயன்ற பற்பலரும் அவ்வறத்தை நேராக உரைத்தால் மக்கள் பின்பற்ற மாட்டார்கள் என்று கருதியதாலோ, அறத்தின் வாயிலாகத் தாம் விரும்பும் வேறு சில கொள்கைகளைப் பரப்ப வேண்டும் என்னும் வேட்கையாலோ மக்கள் வாழ்வுக்கு அருமருந்தாகிய அறத்தை மதம், கடவுள், புராணக்கதை போன்ற பலவற்றுடன் குழைத்துக் கொடுத்தனர். அது, மருந்தைவிட அதற்குத் துணையாக அதனுடன் கலந்து தரப்பட்ட எண்ணெய் முதலியவற்றின் வலிமிகுதியால் மருந்தின் பயன் கிட்டாததோடு கலப்படமாகிய எண்ணெய் முதலியவற்றின் கேடுகளே மீதூர்ந்து அடர்த்து மன்பதையைச் சீர்குலைத்துவிட்டதைக் காண்கிறோம். ஆகவே, பிறர் பலரும் அறம் உரைப்பதற்கு மேற்கொண்ட முறைகள் பயன்விளைக்காமையோடு கேடு பலவும் சூழ்ந்தன என்பதையும் காண்கிறோம்.

பொருளை எல்லார்க்கும் கிட்டும்படி செய்வது போன்று அறத்தை அனைவரும் உணரும்படி செய்வதே தேவை. மாந்தர் பிறர் பொருளைச் சுரண்டாமல் காப்பது போன்று சிலரோ பலரோ பொது அறத்தைக் குலைக்காது காத்தல் அடுத்த கடமை. முதற் கடமையை வள்ளுவர் போல் முழுமையாகவும், சார்பற்றும், நேரடியாகவும், பொதுவாகவும், எளிமையாகவும் செய்தோர் தேடிக் கண்டுபிடிக்க வேண்டியவர்களாகவே இன்றுவரை உள்ளனர்.

வள்ளுவர் ஈடற்ற முறை ஒன்றைப் பின்பற்றி அறம் உரைத்தாராயினும், மக்கள் அறிவுநிலை வேறுபாட்டால் அதை உணரும் திறம் அற்றவர்கள் ஆயினர் என்பதை விட ஆக்கப்பட்டனர் என்றுரைப்பதே சரி. அதனாற்றான் குறளுக்கு முதலில் தோன்றிய பத்து உரைகளோடு இன்று வரை எத்தனையோ உரைகள் வந்துள்ளன. அவற்றுள் இக்காலத் தேவையைச் சரியாக ஈடு செய்யவல்லதாய் எழுந்ததே கலைஞர் உரை என்னும் தெரியுரையாகும்.

2. வழிபாடு

கடவுள் பற்றிய எண்ணம் மக்கள் தோன்றிய காலத்திலோ, அதன் அண்மைக் காலத்திலோ ஏற்பட்டிருக்க முடியாது. மக்கள்

அறிவு வளர்ச்சி ஏற்பட்டுச் சிந்திக்கத் தொடங்கியபோதுதான் அந்த எண்ணம் அவர்களுக்குத் தோன்றியிருக்க முடியும். தான் கண்ட உலகத்தையும், அதில் காணப்பட்ட பல்வகைப் பொருள்களையும் உண்டாக்கிய ஒருவன் இருக்க வேண்டும் என்றும், அவைகளையெல்லாம் கட்டிக்காத்து ஒழுங்காக நிருவாகம் செய்வதற்கு ஒருவன் இருப்பது நல்லது என்றும் அப் பழங்கால மாந்தன் எண்ணத் தொடங்கியிருப்பான். அதன் விளைவுதான் கடவுளைப் பற்றிய பல்வேறு வகைப்பட்ட கருத்துகளாக உருவெடுத்துப் பல்கிச் செழித்து வளரத் தலைப்பட்டிருக்க வேண்டும். அறிவின் தெளிவால், பகுத்தறிவின் உதவியால் பிறகு கடவுள் பற்றிய எண்ணம் மெலியத் தலைப்பட்டது. மேலும் அதன் இருப்பு மெய்ப்பித்து உறுதிப்படுத்தப்படாமையால் கடவுள் பற்றிய மாறுபாடான கருத்து வலுப்பெற்றுப் பெருகி வருகிறது. கடவுள் வாழ்த்து என்னும் பெயரால் திருக்குறளில் ஓர் அதிகாரம் இடம் பெற்றுள்ளதாயினும் அதில் கடவுள் என்னும் பெயரே இடம் பெறாததோடு இன்று கடவுள் பற்றிக் கூறப்படும் பல கருத்துகளுக்கு இடமளிப்பதாகவும் அந்த அதிகாரம் அமையவில்லை. இதுபற்றிக் கலைஞர் உரை தன் பங்கினைச் செய்யத் தவறவில்லை என்பதை முதல் பத்துக் குறட்பாக்களுக்கு அவர் நடுவு நிலையிலிருந்து எழுதியுள்ள உரைகளின் வாயிலாக அறியலாம்.

3. பெண்வழிச் சேறல்

கொடி முந்திரிப் பழத்தை (அது தனக்குக் கிட்டாதென்பதால்) மறக்க விரும்பிய நரி அதற்காக அதை வெறுக்க முயன்று, சீச்சீ இந்தப் பழம் புளிக்கும் என்று கூறிய காரணத்தைப் போலவே பெண்ணின்பத்தை மறக்க விரும்பியவர்கள் அதை மறக்க முடியாமையால் வெறுக்கத் தொடங்கி அதற்காகவே பெண்ணை இழித்தும் பழித்தும் கற்பித்துப் பேசத் தொடங்கினர். இச் செயல் நாலடியார் போன்ற இலக்கியங்களில் பரவலாக இடம் பெற்றுள்ளது. அக்கருத்துக்காட்பட்ட பரிமேலழகர் போன்ற உரையாசிரியர்களும் திருவள்ளுவரின் கருத்துக்கு மாசு விளையாமல் உரையெழுத இயலாதோராயினர். அதன் விளைவே பெண்வழிச் சேறல் என்னும் அதிகாரக் குறள் பத்துக்கும் அவர்களால் தரப்பட்ட விளக்கமாக நிலைத்து விட்டது. திருவள்ளுவரின் கோட்பாட்டில் கோணல் ஏற்படுத்தும் இப்போக்கினை மாற்ற விரும்பிய கலைஞரின் பங்கு குறிப்பிடத்தக்கதாகும்.

இந்த அதிகாரத்தில் உள்ள பத்துக் குறள்களுக்கும் கலைஞர் வகுக்கும் உரையை முறையே காணலாம்.

1. கடமையுடன் கூடிய செயல் புரியக் கிளம்பியவர்கள் இல்லற சுகத்தைப் பெரிதெனக் கருதினால் சிறப்பான புகழைப் பெறமாட்டார்கள்.

2. ஏற்றுக்கொண்ட கொள்கையினைப் பேணிக்காத்திடாமல் பெண்ணை நாடி அவள் பின்னால் திரிபவனுடைய நிலை வெட்கித் தலை குனிய வேண்டியதாக ஆகிவிடும்.

3. நற்குணமில்லாத மனைவியைத் திருத்த முனையாமல் பணிந்துபோகிற கணவன் நல்லோர் முன்னிலையில் நாணமுற்று நிற்கும் நிலைக்கு ஆளாக நேரிடும்.

4. மணம் புரிந்து புது வாழ்வின் பயனை அடையாமல் குடும்பம் நடத்த அஞ்சுகின்றவனின் செயலாற்றல் சிறப்பாக அமைவதில்லை.

5. எப்போதுமே நல்லோர்க்கு நன்மை செய்வதில் தவறு ஏற்பட்டுவிடக் கூடாதே என்று அஞ்சுகிறவன் தவறு நேராமல் கண்காணிக்கும் மனைவிக்கு அஞ்சி நடப்பான்.

6. அறிவும் பண்பும் இல்லாத மனைவி அழகாக இருக்கிறாள் என்பதற்காக மட்டும் அவளுக்கு அடங்கி நடப்பவர்கள் தங்களைத் தேவாம்சம் படைத்தவர்கள் என்று கற்பனையாகக் காட்டிக் கொண்டாலும் அவர்களுக்கு உண்மையில் எந்தப் பெருமையும் கிடையாது.

7. ஒரு பெண்ணின் காலைச் சுற்றிக்கொண்டு கிடக்கும் ஒருவனின் ஆண்மையைக் காட்டிலும் மான உணர்வுள்ள ஒருத்தியின் பெண்மையே பெருமைக்குரியதாகும்.

8. ஒரு பெண்ணின் அழகுக்காகவே அவளிடம் மயங்கி அறிவிழந்து நடப்பவர்கள் நண்பர்களைப்பற்றியும் கவலைப்பட மாட்டார்கள்; நற்பணிகளையும் ஆற்றமாட்டார்கள்.

9. ஆணவங்கொண்ட பெண்கள் இடுகின்ற ஆணைகட்கு அடங்கி இயங்குகின்ற பெண் பித்தர்களிடம் அறநெறிச் செயல்களையோ, சிறந்த அறிவாற்றலையோ எதிர்பார்க்க முடியாது.

10. சிந்திக்கும் ஆற்றலும், நெஞ்சுறுதியும் கொண்டவர்கள் காமாந்தக்காரர்களாகப் பெண்களையே சுற்றிக் கொண்டு கிடக்கமாட்டார்கள்.

காந்தத்துக்கு ஈர்க்கும் தன்மையும் இரும்புக்கு அதனால் ஈர்க்கப்படுந் தன்மையும் இருப்பது போல் பொதுவாகப் பெண்ணுக்கு ஆணை ஈர்க்கும் கவர்ச்சியும், ஆணுக்குப் பெண்ணின் கவர்ச்சியால் ஈர்க்கப்பட்டுப் பெண் வழி செல்லும் காம உணர்வும் உள்ளன.

இந்த அடிப்படையிற்றான் கலைஞர் வள்ளுவரின் பெண்வழிச் சேறல் எனும் அதிகாரத்தைக் காண்கிறார். அவ்வாறு கண்ட கலைஞர் தம் உரையின் வாயிலாகப் பழைய உரையாசிரியர்களால் பெண்மைக்கு ஏற்பட்டிருந்த பழியை நீக்கியுள்ளார்.

4. ஊழ்

கடவுள், ஆன்மா ஆகிய இரண்டும் மக்களை இன்றுவரை தெளிவடைய ஒட்டாது குழப்பிக் கொண்டுள்ளன. இவை இரண்டும் போல் குழப்பந்தரும் கருத்து வேறு எதுவுமிருப்பதாகத் தெரியவில்லை. சற்றுக் கூடுதலாக ஆழ்ந்து எண்ணிப் பார்த்தால் அவைகளுக்கு அடுத்த நிலையில் ஊழ் என்பதைக் குறிப்பிட முடியும். சிலரைப் பொருத்தவரை முன்னவை யிரண்டையும் விட இம்மூன்றாவதற்கே அதிகக் குழப்பம் அடைகின்றனர் என்றும் கூறலாம். ஊழ், விதி, தலை எழுத்து, கர்மா என்றெல்லாம் சொல்லப்படும் ஒரு கற்பனைத் தத்துவம் பற்றிய குறட்பகுதிக்கு உரையாசிரியர்கள் குழப்பந்தரும் உரைகளையே எழுதிச் சென்றனர். பகுத்தறிவாளராகிய கலைஞர் ஊழ் என்னும் அதிகாரத்திற்குத் தெளிவானதொரு விளக்கத்தைத் தந்திருப்பதோடு இக் கருத்துப் பற்றிய மாந்தரின் குழப்பம், அதனால் ஏற்படும் அச்சம், கவலை, கையறுநிலை ஆகிய அனைத்துக்கும் தீர்வும் காட்டியுள்ளார்.

ஊழ் என்பதற்குக் கலைஞர் இயற்கை நிலை என்று பொருள் தருகிறார். இயற்கை நிலை என்பதற்கு இயற்கையின் அமைதி, அஃதாவது இயற்கை அமைந்திருக்கும் விதம் என்பது விளக்கமாகும்.

இயற்கை வலிமையானது. வலிமையாக இருப்பதனால் தான் இயற்கை நிலைத்தும் உள்ளது. அதனை உணர்ந்து அதற்கேற்ப நடந்து கொள்ள வேண்டுமென்பதே ஊழ் என்னும் அதிகாரத்தில் இடம் பெற்றுள்ள வள்ளுவரின் கருத்து என்பதைக் கலைஞர் தம் உரையில் எடுத்துக் காட்டுகிறார்.

இயற்கையின் ஆற்றல் மிகுதிக்குக் "கூரிய அறிவு வழங்கக் கூடிய நூல்களை ஒருவர் கற்றிருந்த போதிலும் அவரது இயற்கை அறிவே மேலோங்கி நிற்கும்" என்னும் உரை சான்று தருகிறது.

மேலும் "இயற்கை நிலையை மாற்றி மற்றொரு செயற்கை நிலையை அமைத்திட முனைந்தாலும், இயற்கை நிலையே முதன்மையாக வந்து நிற்பதால் அதைவிட வலிமையானவையாக வேறு எவை உள்ளன" என்பதும் காணத் தகும்.

ஊக்கம் ஆக்கம் தரும் என்பதும், சோம்பல் அழிவு தரும் என்பதும் இயற்கையின் உண்மையே. நல்லவை தீயவாதலும், தீயவை நல்லவாதலும் இயற்கையே.

"ஒருவர் தமக்கு உரிமை யல்லாதவற்றை முயன்று பாதுகாத்தாலும் தங்காமல் போய் விடவும் கூடும்." இவை போன்றன யாவும் இயற்கையின் நிலை என்பதை உணர்ந்து நடந்தால் பலன் உண்டு. சான்றாக அனுபவிக்கக் கூடிய பொருள் கிட்டவில்லை என்றால் அதன் இயற்கை நிலையை உணர்ந்தவர்கள் அதைத் துறந்து விட்டால் அத்துன்ப உணர்வுகளிலிருந்து தப்ப முடியுமன்றோ? நன்மையும் தீமையும் வாழ்க்கையில் மாறி மாறி வரும். நன்மை கண்டு மகிழ்கிறவர்கள் தீமை விளையும்போது மட்டும் மனம் கலங்குவது ஏன்? எனக் கேட்டுக் கலைஞர் "அடுத்தூர்வது அஃதொப்பதில்" என்று கூறத்தக்க விடுதலை நெறிமுறை ஒன்றையும் எடுத்துக் காட்டுகிறார். இயற்கை நிலை வலிது என்பதை உணர்வதும் உணர்ந்து அந்த அறிவை வாழ்க்கையில் பயன்படுத்திக் கொள்வதும் கலைஞரின் நெறிமுறையாக இங்கு அமைந்துள்ளது. நெருப்பு சுடும் என்பதை அறிந்து அதற்கேற்ப நடந்து கொள்வதுதானே அறிவுடைமை?

5. பல்வகைச் சிறப்புகள்

கலைஞர் உரையில் பற்பல சிறப்புக் கூறுகள் காணப்படுகின்றன. அவற்றுள் சில இங்கு சுட்டிக் காட்டப்படுகின்றன. கலைஞர் ஒரு பாவலருமாவர் ஆதலின் அவர்தம் உரைநடையிலும் பாநலம் காணப்படுவது இயல்பேயாகும். சான்றுகளாக:

அ. பா நலம்

1101. கண்டுகேட்டு உண்டுயிர்த்து உற்றறியும் ஐம்புலனும்
ஒண்டொடி கண்ணே உள.

வளையல் அணிந்த இந்த வடிவழகியிடம் கண்டு மகிழவும், கேட்டு மகிழவும், தொட்டு மகிழவும், முகர்ந்துண்டு மகிழவுமான ஐம்புல இன்பங்களும் நிறைந்துள்ளன.

**1098. அசையியற்கு உண்டாண்டோர் ஏஎர்யான் நோக்கப்
பசையினள் பைய நகும்.**

நான் பார்க்கும்போது என்மீது பரிவு கொண்டவளாக மெல்லச் சிரிப்பாள்; அப்போது, துவளுகின்ற அந்தத் துடியிடையாள் ஒரு புதிய பொலிவுடன் தோன்றுகிறாள் ஆகியவற்றைக் காணலாம்.

ஆ. அணி நலம்

பிறிது மொழிதல் என்னும் அணியை வள்ளுவர் கையாண்டு கருத்துரைத்துள்ளார். கலைஞரும் அவ்வணியைப் பின்வரும் குறளுரையில் கையாண்டு புதுமை விளைத்திருப்பதைக் காண்க.

**17. நெடுங்கடலும் தன்நீர்மை குன்றும் தடிந்தெழிலி
தான்நல்கா தாகி விடின்.**

ஆவியான கடல்நீர் மேகமாகி அந்தக் கடலில் மழையாகப் பெய்தால்தான் கடல்கூட வற்றாமல் இருக்கும். மனித சமுதாயத்திலிருந்து புகழுடன் உயர்ந்தவர்களும் அந்தச் சமுதாயத்திற்கே பயன்பட்டால்தான் அந்தச் சமுதாயம் வாழும்.

இ. அடைநலம்

அடைமொழிகளைச் சேர்ப்பதன் வாயிலாகவே உவமை விளக்கமளிக்கும் சிறப்பியல்பை அடுத்து வரும் பகுதியிற் காணலாம்.

**1085. கூற்றமோ கண்ணோ பிணையோ மடவரல்
நோக்கம்இம் மூன்றும் உடைத்து.**

உயிர் பறிக்கும் கூற்றமோ? உறவாடும் விழியோ? மருட்சி கொள்ளும் பெண்மானோ? இளம் பெண்ணின் பார்வை இந்த மூன்று கேள்விகளையும் எழுப்புகிறதே.

ஈ. உரைக் குறள்

பாட்டும் குறள்; அதற்குக் கலைஞர் வகுத்த உரையும் குறளாக அமைந்திருப்பதை அடுத்துக் காண்க.

**1305. நலத்தகை நல்லவர்க்கு ஏஎர் புலத்தகை
பூஅன்ன கண்ணா ரகத்து.**

மலர் விழி மகளிர் நெஞ்சில் விளையும் ஊடலே பண்பார்ந்த நல்ல காதலர்க்கு அழகு சேர்க்கும்.

உ. இடைமிடை சொல்நலம்

இடையில் சில சொற்களைச் சேர்ப்பதன் வாயிலாகக் குறளின் பொருளில் நேரும் முட்டறுக்கும் பெற்றியைப் பின் உள்ள பகுதி காட்டும்.

94. துன்புறூஉந் துவ்வாமை இல்லாகும் யார்மாட்டும்
இன்புறூஉம் இன்சொ லவர்க்கு.

இன்சொல் பேசி எல்லாரிடத்திலும் கனிவுடன் பழகுவோர்க்கு நட்பில் வறுமை எனும் துன்பமில்லை.

83. வருவிருந்து வைகலும் ஓம்புவான் வாழ்க்கை
பருவந்து பாழ்படுதல் இன்று.

விருந்தினரை நாள்தோறும் வரவேற்று மகிழ்பவரின் வாழ்க்கை அதன் காரணமாகத் துன்பமுற்றுக் கெட்டொழிவதில்லை.

1052. இன்பம் ஒருவற்கு இரத்தல் இரந்தவை
துன்பம் உறாஅ வரின்.

வழங்குபவர், வாங்குபவர் ஆகிய இருவர் மனத்திற்கும் துன்பம் எதுவுமின்றி ஒருபொருள் கிடைக்குமானால் அப்பொருள் இரந்து பெற்றதாக இருப்பினும் அதனால் இன்பமே உண்டாகும்.

ஊ. தெளிவு

உரைத் தெளிவுக்கு,

1162. கரத்தலும் ஆற்றேன்இந் நோயைநோய் செய்தார்க்கு
உரைத்தலும் நாணுத் தரும்.

காதல் நோயை என்னால் மறைக்கவும் முடியவில்லை; இதற்குக் காரணமான காதலரிடம் நாணத்தால் உரைக்கவும் முடியவில்லை.

எ. சுருக்க விளக்கம்

சுருக்க விளக்கத்துக்கு,

1317. வழுத்தினாள் தும்மினே னாக அழித்தழுதாள்
யாருள்ளித் தும்மினீர் என்று.

தும்மினேன்; வழக்கப்படி அவள் என்னை வாழ்த்தினாள். உடனே என்ன சந்தேகமோ "யார் உம்மை நினைத்ததால் தும்மினீர்"

என்று கேட்டு, முதலில் அளித்த வாழ்த்துக்கு மாறாக அழத் தொடங்கிவிட்டாள்- என்பதையும் கண்டின்புறலாம்.

ஏ. புதுப்பொருள்

அருஞ்சொற் பொருள் கொள்வதில் கலைஞர் கண்ட நேர்மை பிறழாப் புதுமைக்குப் பின்வரும் பகுதிகள் சான்று கூறுகின்றன.

98. சிறுமையுள் நீங்கிய இன்சொல் மறுமையும்
    இம்மையும் இன்பந் தரும்.

சிறுமைத்தனமற்ற இனியசொல் ஒருவனுக்கு அவன் வாழும்போதும், வாழ்ந்து மறைந்தபிறகும் புகழைத் தரக்கூடியதாகும்.

புத்தேளிர் என்னும் சொல் புதுமை என்பதனடியாகப் பிறந்தது எனக் கொண்டு பொருள் தந்து மருட்கை தெளிவிக்கும் மாட்சிக்குக் கீழ்க் காணப்படும் பகுதிகள் எடுத்துக்காட்டுகளாகத் திகழ்கின்றன.

58. பெற்றாற் பெறின்பெறுவர் பெண்டிர் பெருஞ்சிறப்புப்
    புத்தேளிர் வாழும் உலகு.

நற்பண்பு பெற்றவனைக் கணவனாகப் பெற்றால், பெண்டிர்க்கு இல்வாழ்க்கையெனும் புதிய உலகம் பெருஞ்சிறப்பாக அமையும்.

213. புத்தேள் உலகத்தும் ஈண்டும் பெறலரிதே
     ஒப்புரவின் நல்ல பிற.

பிறர்க்கு உதவிடும் பண்பாகிய "ஒப்பரவு" என்பதை விடச் சிறந்த பண்பினை இன்றைய உலகிலும் இனிவரும் புதிய உலகிலும் காண்பது அரிது.

1323. புலத்தலின் புத்தேள்நாடு உண்டோ நிலத்தொடு
      நீரியைந் தன்னா ரகத்து.

நிலத்தோடு நீர் கலந்தது போல அன்புடன் கூடியிருக்கும் காதலரிடத்தில் ஊடல் கொள்வதைவிடப் புதிய உலகம் வேறொன்று இருக்க முடியுமா?

234. நிலவரை நீள்புகழ் ஆற்றின் புலவரைப்
     போற்றாது புத்தேள் உலகு.

இனிவரும் புதிய உலகம்கூட, இன்றைய உலகில் தன்னலம் துறந்து புகழ் ஈட்டிய பெருமக்களை விடுத்து, அறிவாற்றல் உடையவரை மட்டும் போற்றிக் கொண்டிராது.

இவற்றுள் ஈற்றில் இடம்பெற்றுள்ள பகுதி புத்தம்புதிய விழுமிய கருத்தையளிக்கும் உரையாகவும் இலங்குவதைக் காணமுடியும்.

அய். புத்தம்புது விளக்கம்

புதுமை மணங்கமழும் அத்தகைய வேறு சில பொருளுரைகட்கு,

29. குணமென்னும் குன்றேறி நின்றார் வெகுளி
கணமேயும் காத்தல் அரிது.

குணக்குன்றுகளான பெரியவர்கள் கோபம் கொண்டால் அந்தக் கோபம் அவர்கள் உள்ளத்தில் ஒரு கணம்கூட நிலைத்து நிற்காது.

37. அறத்தாறு இதுவென வேண்டா சிவிகை
பொறுத்தானோடு ஊர்ந்தான் இடை.

அறவழியில் நடப்பவர்கள் பல்லக்கில் உட்கார்ந்து செல்பவர்களைப் போல வாழ்க்கையில் வரும் இன்ப துன்பங்கள் இரண்டையும் எளியவாகக் கருதி மகிழ்வுடன் பயணத்தை மேற்கொள்வார்கள். தீய வழிக்குத் தங்களை ஆட்படுத்திக் கொண்டவர்களோ பல்லக்கைத் தூக்கிச் சுமப்பவர்களைப் போல இன்பத்திலும் அமைதி கொள்ளாமல், துன்பத்தையும் தாங்கிக் கொள்ளும் மனப்பக்குவமின்றி வாழ்வையே பெரும் சுமையாகக் கருதுவார்கள்.

55. தெய்வந் தொழாஅள் கொழுநன் தொழுதெழுவாள்
பெய்யெனப் பெய்யும் மழை.

கணவன் வாக்கினைக் கடவுள் வாக்கினைவிட மேலானதாகக் கருதி அவனையே தொழுதிடும் மனைவி பெய் என ஆணையிட்டவுடன் அஞ்சி நடுங்கிப் பெய்கின்ற மழையைப் போலத் தன்னை அடிமையாக எண்ணிக் கொள்பவளாவாள்.

ஆகியவற்றை எடுத்துக்காட்டுகளாகக் கொள்ளலாம். இவற்றுள், சொற்களைச் சிதைக்காமலும், மாற்றாமலும் பொருள் கண்டுள்ள நயம் போற்றத்தக்கதாக உள்ளது.

ஓ. நுண்மாண் நுழைபுலம்

கலைஞரின் நுண்மாண் நுழைபுலத்துக்கு,

622. வெள்ளத் தனைய இடும்பை அறிவுடையான்
உள்ளத்தின் உள்ளக் கெடும்.

வெள்ளம்போல் துன்பம் வந்தாலும் அதனை வெல்லும் வழி யாது என்பதை அறிவுடையவர்கள் நினைத்த மாத்திரத்திலேயே அத்துன்பம் விலகி ஓடிவிடும் என்னும் உரை சான்றாகத் திகழ்கிறது.

இடுக்கண் வருங்கால் நகுக அதனை
அடுத்தூர்வது அஃதொப்ப தில்.

என்னும் குறள் கருத்தை இதனுடன் இணைத்துப் பார்த்தால் கலைஞரின் புலமைச் செழிப்பு பளிச்சிடுவதைக் காண முடியும்.

6. நன்றி

திராவிட மறுமலர்ச்சி ஏற்பட்டுத் தந்தை பெரியாரும், பேரறிஞர் அண்ணாவும், புரட்சிக் கவிஞர் பாரதிதாசன் அவர்களும், முத்தமிழறிஞர் கலைஞர் அவர்களும் விழிப்புணர்ச்சி ஏற்படுத்துவதற்கு முன்னால், 'இதற்கிணையாகக் கூறக்கூடிய பொது அறநூல் பிறிதேதுமில்லை' என்று இன்றும் சிறப்பித்துக் கூறப்படும் திருக்குறள் தான் பெற்றிருக்க வேண்டிய செல்வாக்கைப் பெற முடியாமல் ஒதுக்கப்பட்டே கிடந்தது. இதற்குப் பல காரணங்களுண்டு. அவற்றில் ஒன்று, அது பொதுவாக மக்களாலும் சிறப்பாகத் தமிழர்களாலும் பின்பற்றப்படும் நூலாக ஆகாமைதான். அது பற்றிப் பேசுவதும் எழுதுவதும் தவிர அதை வாழ்க்கை நெறியாகக் கொண்டு வாழ்வோர் இன்றும் எத்தனை பேர்? அவ்வாறு திருக்குறளை வழிகாட்டியாகக் கொள்ளாமைக்கும் சில காரணங்களுண்டு. அவற்றுள் ஒன்று, ஒவ்வொரு குறளும் சுட்டிக்காட்டும் நெறியைத் தெளிவாகச் சுட்டி வரையறுத்து அது இதுதான் என இன்றைய தமிழனுக்குப் புரியும் வண்ணமும், புரிந்து உளங்கொள்ளும் வண்ணமும் அமைந்த உரையின்மையே. அக் குறையைப் போக்கவும் எழுந்ததே கலைஞர் உரை. கலைஞர், வள்ளுவர் கோட்டமமைத்ததும், குறளோவியம் தீட்டியதும் போல் இக்குறள் உரை வகுத்ததும் குறள் நெறி பரப்பும் பணியில் குறிப்பிடத்தக்க விழுமிய பணியாக அமைந்துள்ளது. பரிமேலழகர் முதலிய பழைய உரைகாரர்களும் திரு.வி.க., புரட்சிக்கவிஞர், மு.வ. போன்ற புத்துரைக்காரர்களுமாகிய உரையாசிரியர் பற்பலருள் கலைஞர் தம் பணியால் தனித்துச் சிறக்கிறார்.

தொல்காப்பியரின் 'அகர முதல னகர இறுவாய்' என்னும் கூற்றுக் கிணங்கத் திருக்குறள் 'அ' கரத்தில் தொடங்கி 'ன' கரத்தில்

முடிவதைப் போன்றே கலைஞருரையும் 'அ' கரத்தில் தொடங்கி 'ன' கரத்தில் முடியும் நலம் அறிந்து மகிழத்தக்கது.

இவர் மரபுப் பொருள், சொற்பொருள், தெளிவுப்பொருள், சுருக்கப் பொருள் என்பன போன்ற முறையில் பொருள் கூறிச் செல்லாமல் இக் காலத் தமிழன் ஒரு குறளைப் படித்தால் எதைத் தெரிந்து கொள்ள வேண்டுமோ அதை இற்றெனக் கிளந்து, தெற்றெனக் காட்டுவதையே தம் உத்தியாகக் கொண்டுள்ளார் என்று தெரிகிறது. பரிமேலழகர், திரு.வி.க. போன்ற சான்றோர் உரைகளெல்லாம் அவற்றுக்கேற்ற வகையில் பயன் விளைத்துள்ளன. இனியும் பயன் விளைக்க வல்லன; நம்மால் என்றும் பேணிப் போற்றத்தக்கன என்பதில் சிறு கருத்து வேறுபாடும் இல்லை. அவ்வாறே கலைஞர் உரையின் தேவை குறித்தும் கருத்து வேறுபாடு எழ இடம் இல்லை. தந்தை பெரியாரைப் புரட்சிக் கவிஞர் 'மக்கள் நெஞ்சின் மலிவுப்பதிப்பு' என்று சிறப்பித்துச் சொன்னார். அதையே நான் இங்கும் பொருத்திச் சொல்ல விழைகிறேன். திருக்குறள் கலைஞர் உரையும், மக்கள் நெஞ்சின் மலிவுப்பதிப்பாக வெளிவருகிறது. இச் சிறப்புப் பதிப்பை வெளியிடும் இத் திருப்பணியில் எனக்கும் ஒரு நுண்கூறு கிட்டியமை குறித்து எண்ணி எண்ணிப் பெருமை யெய்துகிறேன். எனக்கு இவ்வரிய வாய்ப்பை நல்கிய கலைஞர் அவர்களுக்கு என் நன்றியுணர்வைப் புலப்படுத்திக் கொள்கிறேன்.

இந் நூலை வாங்கிப் படித்து மனத்தில் பதித்துக் கொள்வதோடு இயன்றவரை தேவையான இடத்திலெல்லாம் பின்பற்றுமாறும் நான் தமிழ்மக்களை அன்புடன் வேண்டுகிறேன். இக் கருத்துகளைத் தமிழன், முரசொலி ஆகிய நாளேடுகளில் எழுதியதற்கும், இப்போது அவற்றைத் தொகுத்து இந் நூலாக வெளியிடுவதற்கும் கலைஞர் எதிர்பார்க்கும் பயன் அதுவேயாகும். அந் நன்றியைத் தமிழகம் செய்ய வேண்டும் என்பது எனது வேணவாவாகும்.

★ ★ ★

திருக்குறள் அதிகார அகர வரிசை

(எண். அதிகார எண்)

அடக்கம் உடைமை.................. 13
அமைச்சு.................................. 64
அரண்....................................... 75
அருளுடைமை......................... 25
அலர் அறிவுறுத்தல்.............. 115
அவர்வயின் விதும்பல்........... 127
அவா அறுத்தல்...................... 37
அவை அஞ்சாமை.................. 73
அவை அறிதல்....................... 72
அழுக்காறாமை....................... 17
அறன் வலியுறுத்தல்............... 4
அறிவுடைமை......................... 43
அன்புடைமை.......................... 8
ஆள்வினை உடைமை............ 62
இகல்.. 86
இடனறிதல்............................ 50
இடுக்கண் அழியாமை............ 63
இரவச்சம்.............................. 107
இரவு...................................... 106
இல்வாழ்க்கை......................... 5
இறைமாட்சி........................... 39
இனியவை கூறல்.................... 10
இன்னா செய்யாமை............... 32
ஈகை....................................... 23
உட்பகை................................ 89
உழவு.................................... 104
உறுப்புநலன் அறிதல்........... 124
ஊக்கம் உடைமை.................. 60
ஊடலுவகை........................ 133
ஊழ்... 38
ஒப்புரவறிதல்........................ 22
ஒழுக்கம் உடைமை................ 14
ஒற்றாடல்.............................. 59
கண் விதுப்பழிதல்................ 118
கண்ணோட்டம்...................... 58
கயமை.................................. 108
கல்லாமை.............................. 41
கல்வி...................................... 40
கள்ளாமை............................. 29
கள்ளுண்ணாமை................... 93
கனவுநிலை உரைத்தல்......... 122
காதற்சிறப்பு உரைத்தல்........ 113
காலமறிதல்.......................... 49
குடிசெயல் வகை.................. 103
குடிமை................................. 96
குறிப்பறிதல் (பொருள்)........... 71
குறிப்பறிதல் (இன்பம்).......... 110
குறிப்பறிவுறுத்தல்................ 128
குற்றங்கடிதல்........................ 44
கூடா ஒழுக்கம்....................... 28
கூடா நட்பு............................. 83
கேள்வி.................................. 42
கொடுங்கோன்மை.................. 56
கொல்லாமை......................... 33
சான்றாண்மை........................ 99
சிற்றினம் சேராமை............... 46
சுற்றந் தழால்......................... 53
சூது.. 94
செங்கோன்மை...................... 55
செய்ந்நன்றியறிதல்................ 11
சொல்வன்மை........................ 65
தகை அணங்குறுத்தல்.......... 109
தவம்...................................... 27
தனிப்படர் மிகுதி.................. 120
தீ நட்பு.................................. 82
தீவினையச்சம்....................... 21
துறவு..................................... 35
தூது....................................... 69
தெரிந்து செயல்வகை............ 47
தெரிந்து தெளிதல்.................. 51
தெரிந்து வினையாடல்........... 52
நடுவு நிலைமை..................... 12
நட்பாராய்தல்........................ 80
நட்பு...................................... 79
நலம் புனைந்து உரைத்தல்.... 112
நல்குரவு............................... 105
நன்றியில் செல்வம்............... 101
நாடு...................................... 74
நாணுடைமை........................ 102
நாணுத் துறவுரைத்தல்.......... 114
நிலையாமை.......................... 34
நிறையழிதல்....................... 126
நினைந்தவர் புலம்பல்.......... 121
நீத்தார் பெருமை.................... 3
நெஞ்சொடு புலத்தல்............ 130
நெஞ்சொடு கிளத்தல்............ 125
பகை மாட்சி......................... 87
பகைத்திறம் தெரிதல்............. 88
பசப்புறு பருவரல்................ 119
படர்மெலிந் திரங்கல்............ 117
படை மாட்சி.......................... 77
படைச் செருக்கு.................... 78
பண்புடைமை....................... 100
பயனில சொல்லாமை............. 20
பழைமை............................... 81
பிரிவு ஆற்றாமை................. 116
பிறனில் விழையாமை............ 15
புகழ்...................................... 24
புணர்ச்சி மகிழ்தல்.............. 111
புணர்ச்சி விதும்பல்.............. 129
புலவி.................................. 131
புலவி நுணுக்கம்................. 132
புலால் மறுத்தல்..................... 26
புல்லறிவாண்மை.................. 85
புறங்கூறாமை....................... 19
பெண்வழிச்சேறல்................. 91
பெரியாரைத் துணைக்கோடல். 45
பெரியாரைப் பிழையாமை....... 90
பெருமை............................... 98
பேதைமை............................. 84
பொச்சாவாமை..................... 54
பொருள் செயல்வகை............. 76
பொழுதுகண்டு இரங்கல்....... 123
பொறையுடைமை.................. 16
மக்கட்பேறு............................ 7
மடி இன்மை......................... 61
மருந்து.................................. 95
மன்னரைச் சேர்ந்து ஒழுகல்.... 70
மானம்.................................. 97
மெய்யுணர்தல்....................... 36
வரைவின் மகளிர்.................. 92
வலியறிதல்........................... 48
வழிபாடு................................. 1
வாய்மை............................... 30
வாழ்க்கைத் துணைநலம்.......... 6
வான்சிறப்பு............................. 2
விருந்தோம்பல்........................ 9
வினை செயல்வகை............... 68
வினைத் தூய்மை.................. 66
வினைத்திட்பம்...................... 67
வெஃகாமை........................... 18
வெகுளாமை......................... 31
வெருவந்த செய்யாமை........... 57

❀ ❀ ❀

அதிகார அருஞ்சொற்பொருள் அகரவரிசை

அலர் அறிவுறுத்தல்	-	ஊரார் கேலி புரிதல்
அவர்வயின் விதும்பல்	-	காதலரைக் காணத்துடித்தல்
அவா அறுத்தல்	-	பேராசை விலக்கல்
அழுக்காறாமை	-	பொறாமை கொள்ளாமை
ஆள்வினை உடைமை	-	முயற்சியின் சிறப்பு
இகல்	-	மாறுபாடு-பகை
இடனறிதல்	-	ஏற்ற இடம் அறிதல்
இடுக்கண் அழியாமை	-	துன்பத்திற்குக் கலங்காமை
இரவு	-	இரத்தலின் தன்மை
இரவச்சம்	-	இரத்தலுக்கு அஞ்சுதல்
இறைமாட்சி	-	அரசின் சிறப்பு
இன்னா செய்யாமை	-	துன்பம் செய்யாமை
உறுப்பு நலன் அழிதல்	-	அழகு குலைதல்
ஒப்புரவறிதல்	-	சமுதாய நலம் நாடுதல்
ஒற்றாடல்	-	ஒற்றர்களின் சிறப்பு
கண்ணோட்டம்	-	இரக்கம் காட்டும் பண்பு
கண் விதுப்பழிதல்	-	கண் படுத்தும் பாடு
கயமை	-	கீழ்மை
கள்ளாமை	-	திருடாமை
குடிமை	-	குடிச்சிறப்பு
கேள்வி	-	கேட்டல்
சிற்றினம் சேராமை	-	சிறுமையாளருடன் சேராமை
சுற்றந்தழால்	-	சுற்றத்தாரைச் சேர்த்துக் கொள்ளல்
செய்ந்நன்றியறிதல்	-	பிறர்செய்த உதவியை மறவாமை
தகை அணங்குறுத்தல்	-	காதலியை நினைத்து ஊருகுதல்
தனிப்படர் மிகுதி	-	தனிமைத் துயரம்
தெரிந்து செயல்வகை	-	ஆராய்ந்து செய்தல்
நடுவு நிலைமை	-	பொதுவாக இருத்தல்
நல்குரவு	-	வறுமை
நன்றியில் செல்வம்	-	பயனற்ற செல்வம்
நாணுத்துறவு (உரைத்தல்)	-	நாணத்தை மீறுதலைக் கூறுதல்
நிலையாமை	-	நிலையில்லாமை

நிறையழிதல்	-	மன அடக்கம் குலைதல்
நீத்தார் பெருமை	-	துறவின் பெருமை
நெஞ்சொடு கிளத்தல்	-	மனத்தோடு பேசல்
நெஞ்சொடு புலத்தல்	-	மனத்தோடு ஊடுதல்
பசப்புறு பருவரல்	-	பசலைத் துயரம்
படர் மெலிந்திரங்கல்	-	நினைவுத்துயர்
படைச்செருக்கு	-	படைத்திறம் / படையின் ஆற்றல்
பழைமை	-	பழம் பெரும் நட்பு
பிறனில் விழையாமை	-	மற்றவன் மனைவியை விரும்பாமை
புணர்ச்சி மகிழ்தல்	-	கூடுதலின் இன்பம்
புணர்ச்சி விதும்பல்	-	கூடுவதற்கான துடிப்பு
புலவி	-	காதலர் பிணக்கு
புலவி நுணுக்கம்	-	பிணக்கின் நுணுக்கம்
புல்லறிவாண்மை	-	சிற்றறிவுடைமை
பெண்வழிச் சேறல்	-	பெண் பித்தராதல்
பேதைமை	-	ஒன்றுந் தெரியாமை
பொச்சாவாமை	-	மறவாமை
பொருள் செயல் வகை	-	பொருளீட்டல்
பொழுது கண்டு இரங்கல்	-	மாலை மயக்கம்
பொறையுடைமை	-	பொறுத்துக் கொள்ளல்
இட இன்மை	-	சோம்பலில்லாமை
மெய்யுணர்தல்	-	உண்மையறிதல்
வரைவின் மகளிர்	-	விலை மகளிர்
வலி அறிதல்	-	வலிமையை அறிதல்
வழிபாடு	-	பின்பற்றுதல்
வினை செயல்வகை	-	செயல்திறம்
வினைத் திட்பம்	-	(செய்கையில்) மனஉறுதி
வினைத் தூய்மை	-	நற்செயல்
வெகுளாமை	-	சினங் கொள்ளாமை
வெஃகாமை	-	பிறர் பொருளைக் கவர நினையாமை

✽ ✽ ✽

பொருளடக்கம்

1. **அறம்** 23
    1. பாயிரம் 24
    2. இல்லறவியல் 32
    3. துறவறவியல் 72
    4. ஊழியல் 98

2. **பொருள்** 101
    1. அரசியல் 102
    2. அமைச்சியல் 152
    3. அரணியல் 172
    4. கூழியல் 176
    5. படையியல் 178
    6. நட்பியல் 182
    7. குடியியல் 216

3. **இன்பம்** 243
    1. களவியல் 244
    2. கற்பியல் 258

அறம்

பாயிரம்

1. வழிபாடு

1. அகர முதல எழுத்தெல்லாம் ஆதி
   பகவன் முதற்றே உலகு.

   அகரம் எழுத்துக்களுக்கு முதன்மை; ஆதிபகவன், உலகில் வாழும் உயிர்களுக்கு முதன்மை.

2. கற்றதனால் ஆய பயனென்கொல் வாலறிவன்
   நற்றாள் தொழாஅர் எனின்.

   தன்னைவிட அறிவில் மூத்த பெருந்தகையாளரின் முன்னே வணங்கிநிற்கும் பண்பு இல்லாவிடில் என்னதான் ஒருவர் கற்றிருந்தாலும் அதனால் என்ன பயன்? ஒன்றுமில்லை.

3. மலர்மிசை ஏகினான் மாணடி சேர்ந்தார்
   நிலமிசை நீடுவாழ் வார்.

   மலர் போன்ற மனத்தில் நிறைந்தவனைப் பின்பற்றுவோரின் புகழ்வாழ்வு, உலகில் நெடுங்காலம் நிலைத்து நிற்கும்.

4. வேண்டுதல்வேண் டாமை இலானடி சேர்ந்தார்க்கு
   யாண்டும் இடும்பை இல.

   விருப்பு வெறுப்பற்றுத் தன்னலமின்றித் திகழ்கின்றவரைப் பின்பற்றி நடப்பவர்களுக்கு எப்போதுமே துன்பம் ஏற்படுவதில்லை.

5. இருள்சேர் இருவினையும் சேரா இறைவன்
   பொருள்சேர் புகழ்புரிந்தார் மாட்டு.

   இறைவன் என்பதற்குரிய பொருளைப் புரிந்து கொண்டு புகழ் பெற விரும்புகிறவர்கள், நன்மை தீமைகளை ஒரே அளவில் எதிர் கொள்வார்கள்.

6. பொறிவாயில் ஐந்தவித்தான் பொய்தீர் ஒழுக்க
   நெறிநின்றார் நீடுவாழ் வார்.

   மெய், வாய், கண், மூக்கு, செவி எனும் ஐம்பொறிகளையும் கட்டுப்படுத்திய தூயவனின் உண்மையான ஒழுக்கமுடைய நெறியைப் பின்பற்றி நிற்பவர்களின் புகழ்வாழ்வு நிலையானதாக அமையும்.

7. தனக்குவமை இல்லாதான் தாள்சேர்ந்தார்க் கல்லால்
   மனக்கவலை மாற்றல் அரிது.

   ஒப்பாரும் மிக்காருமில்லாதவனுடைய அடியொற்றி நடப்பவர்களைத் தவிர, மற்றவர்களின் மனக்கவலை தீர வழியேதுமில்லை.

8. அறவாழி அந்தணன் தாள்சேர்ந்தார்க் கல்லால்
   பிறவாழி நீந்தல் அரிது.

   அந்தணர் என்பதற்குப் பொருள் சான்றோர் என்பதால், அறக்கடலாகவே விளங்கும் அந்தச் சான்றோரின் அடியொற்றி நடப்பவர்க்கேயன்றி, மற்றவர்களுக்குப் பிற துன்பக் கடல்களைக் கடப்பது என்பது எளிதான காரியமல்ல.

9. கோளில் பொறியின் குணமிலவே எண்குணத்தான்
   தாளை வணங்காத் தலை.

   உடல், கண், காது, மூக்கு, வாய் எனும் ஐம்பொறிகள் இருந்தும், அவைகள் இயங்காவிட்டால் என்ன நிலையோ அதே நிலைதான் ஈடற்ற ஆற்றலும் பண்பும் கொண்டவனை வணங்கி நடக்காதவனின் நிலையும் ஆகும்.

10. பிறவிப் பெருங்கடல் நீந்துவர் நீந்தார்
    இறைவன் அடிசேரா தார்.

    வாழ்க்கை எனும் பெருங்கடலை நீந்திக் கடக்க முனைவோர், தலையானவனாக இருப்பவனின் அடி தொடர்ந்து செல்லாவிடில் நீந்த முடியாமல் தவிக்க நேரிடும்.

2. வான்சிறப்பு

11. வானின் றுலகம் வழங்கி வருதலால்
    தானமிழ்த் என்றுணரற் பாற்று.

    உலகத்தை வாழ வைப்பது மழையாக அமைந்திருப்பதால் அதுவே அமிழ்தம் எனப்படுகிறது.

12. துப்பார்க்குத் துப்பாய துப்பாக்கித் துப்பார்க்குத்
    துப்பாய தூஉம் மழை.

    யாருக்கு உணவுப் பொருள்களை விளைவித்துத்தர மழை பயன்படுகிறதோ, அவர்களுக்கே அந்த மழை அவர்கள் அருந்தும் உணவாகவும் ஆகி அரிய தியாகத்தைச் செய்கிறது.

13. விண்இன்று பொய்ப்பின் விரிநீர் வியனுலகத்து
    உள்நின் றுடற்றும் பசி.

    கடல்நீர் சூழ்ந்த உலகமாயினும், மழைநீர் பொய்த்துவிட்டால் பசியின் கொடுமை வாட்டி வதைக்கும்.

14. ஏரின் உழாஅர் உழவர் புயல்என்னும்
    வாரி வளங்குன்றிக் கால்.

    மழை என்னும் வருவாய் வளம் குன்றிவிட்டால், உழவுத் தொழில் குன்றிவிடும்.

15. கெடுப்பதூஉம் கெட்டார்க்குச் சார்வாய்மற் றாங்கே
    எடுப்பதூஉம் எல்லாம் மழை.

    பெய்யாமல் விடுத்து உயிர்களின் வாழ்வைக் கெடுக்கக் கூடியதும், பெய்வதன் காரணமாக உயிர்களின் நலிந்த வாழ்வுக்கு வளம் சேர்ப்பதும் மழையே ஆகும்.

திருக்குறள் — அறம்

16. **விசும்பின் துளிவீழின் அல்லால்மற் றாங்கே**
    பசும்புல் தலைகாண் பரிது.

    விண்ணிலிருந்து மழைத்துளி விழுந்தாலன்றி மண்ணில் பசும்புல் தலை காண்பது அரிதான ஒன்றாகும்.

17. **நெடுங்கடலும் தன்நீர்மை குன்றும் தடிந்தெழிலி**
    தான்நல்கா தாகி விடின்.

    ஆவியான கடல்நீர் மேகமாகி அந்தக் கடலில் மழையாகப் பெய்தால்தான் கடல்கூட வற்றாமல் இருக்கும். மனித சமுதாயத்திலிருந்து புகழுடன் உயர்ந்தவர்களும் அந்தச் சமுதாயத்திற்கே பயன்பட்டால்தான் அந்தச் சமுதாயம் வாழும்.

18. **சிறப்பொடு பூசனை செல்லாது வானம்**
    வறக்குமேல் வானோர்க்கும் ஈண்டு.

    வானமே பொய்த்து விடும்போது, அதன் பின்னர் அந்த வானத்தில் வாழ்வதாகச் சொல்லப்படுகிறவர்களுக்கு விழாக்கள் ஏது? வழிபாடுதான் ஏது?

19. **தானம் தவமிரண்டும் தங்கா வியனுலகம்**
    வானம் வழங்கா தெனின்.

    இப்பேருலகில் மழை பொய்த்துவிடுமானால் அது, பிறர் பொருட்டுச் செய்யும் தானத்திற்கும், தன்பொருட்டு மேற்கொள்ளும் நோன்புக்கும் தடங்கலாகும்.

20. **நீரின் றமையா துலகெனின் யார்யார்க்கும்**
    வானின் றமையா தொழுக்கு.

    உலகில் மழையே இல்லையென்றால் ஒழுக்கமே கெடக்கூடும் என்ற நிலை இருப்பதால், நீரின் இன்றியமையாமையை உணர்ந்து செயல்பட வேண்டும்.

3. நீத்தார் பெருமை

21. ஒழுக்கத்து நீத்தார் பெருமை விழுப்பத்து
    வேண்டும் பனுவல் துணிவு.

    ஒழுக்கத்தில் உறுதியான துறவிகளின் பெருமை, சான்றோர் நூலில் விருப்பமுடனும் உயர்வாகவும் இடம் பெறும்.

22. துறந்தார் பெருமை துணைக்கூறின் வையத்து
    இறந்தாரை எண்ணிக்கொண் டற்று.

    உலகில் இறந்தவர்களின் எண்ணிக்கை எவ்வளவு என்று கூற முடியுமா? அதுபோலத்தான் உண்மையாகவே பற்றுகளைத் துறந்த உத்தமர்களின் பெருமையையும் அளவிடவே முடியாது.

23. இருமை வகைதெரிந் தீண்டறம் பூண்டார்
    பெருமை பிறங்கிற் றுலகு.

    நன்மை எது, தீமை எது என்பதை ஆய்ந்தறிந்து நன்மைகளை மேற்கொள்பவர்களே உலகில் பெருமைக் குரியவர்களாவார்கள்.

24. உரனென்னுந் தோட்டியான் ஓரைந்தும் காப்பான்
    வரனென்னும் வைப்பிற்கோர் வித்து.

    உறுதியென்ற அங்குசம் கொண்டு, ஐம்பொறிகளையும் அடக்கிக் காப்பவன், துறவறம் எனும் நிலத்திற்கு ஏற்ற விதையாவான்.

25. ஐந்தவித்தான் ஆற்றல் அகல்விசும்பு ளார்கோமான்
    இந்திரனே சாலுங் கரி.

    புலன்களை அடக்க முடியாமல் வழிதவறிச் சென்றிடும் மனிதனுக்குச் சான்றாக இந்திரன் விளங்கி, ஐம்புலன்களால் ஏற்படும் ஆசைகளைக் கட்டுப்படுத்தியதால் வான்புகழ் கொண்டவர்களின் ஆற்றலை எடுத்துக் காட்டுகிறான்.

26. **செயற்கரிய செய்வார் பெரியர் சிறியர்**
    செயற்கரிய செய்கலா தார்.

    பெருமை தரும் செயல்களைப் புரிவோரைப் பெரியோர் என்றும், சிறுமையான செயல்களையன்றிப் பெருமைக்குரிய செயல்களைச் செய்யாதவர்களைச் சிறியோர் என்றும் வரையறுத்துவிட முடியும்

27. **சுவையொளி ஊறோசை நாற்றமென் றைந்தின்**
    வகைதெரிவான் கட்டே உலகு.

    ஐம்புலன்களின் இயல்பை உணர்ந்து அவற்றை அடக்கியாளும் திறன் கொண்டவனையே உலகம் போற்றும்.

28. **நிறைமொழி மாந்தர் பெருமை நிலத்து**
    மறைமொழி காட்டி விடும்.

    சான்றோர்களின் பெருமையை, இந்த உலகில் அழியாமல் நிலைத்து நிற்கும் அவர்களது அறவழி நூல்களே எடுத்துக் காட்டும்.

29. **குணமென்னுங் குன்றேறி நின்றார் வெகுளி**
    கணமேயுங் காத்தல் அரிது.

    குணக்குன்றுகளான பெரியவர்கள் கோபம் கொண்டால் அந்தக் கோபம் அவர்கள் உள்ளத்தில் ஒரு கணம் கூட நிலைத்து நிற்காது.

30. **அந்தணர் என்போர் அறவோர்மற் றெவ்வுயிர்க்கும்**
    செந்தண்மை பூண்டொழுக லான்.

    அனைத்து உயிர்களிடத்திலும் அன்புகொண்டு அருள் பொழியும் சான்றோர் எவராயினும் அவர் அந்தணர் எனப்படுவார்.

4. அறன் வலியுறுத்தல்

31. சிறப்பீனும் செல்வமும் ஈனும் அறத்தினூஉங்கு
    ஆக்கம் எவனோ உயிர்க்கு.

    சிறப்பையும், செழிப்பையும் தரக்கூடிய அறவழி ஒன்றைத்தவிர ஆக்கமளிக்கக் கூடிய வழி வேறென்ன இருக்கிறது?

32. அறத்தினூஉங் காக்கமும் இல்லை அதனை
    மறத்தலின் ஊங்கில்லை கேடு.

    நன்மைகளின் விளைநிலமாக இருக்கும் அறத்தைப் போல் ஒருவருடைய வாழ்க்கைக்கு ஆக்கம் தரக்கூடியது எதுவுமில்லை; அந்த அறத்தை மறப்பதைவிடத் தீமையானதும் வேறில்லை.

33. ஒல்லும் வகையான் அறவினை ஓவாதே
    செல்லும்வாய் எல்லாஞ் செயல்.

    செய்யக்கூடிய செயல்கள் எவை ஆயினும், அவை எல்லா இடங்களிலும் தொய்வில்லாத அறவழியிலேயே செய்யப்பட வேண்டும்.

34. மனத்துக்கண் மாசிலன் ஆதல் அனைத்தறன்
    ஆகுல நீர பிற.

    மனம் தூய்மையாக இருப்பதே அறம்; மற்றவை ஆரவாரத்தைத் தவிர வேறொன்றுமில்லை.

35. அழுக்கா றவாவெகுளி இன்னாச்சொல் நான்கும்
    இழுக்கா இயன்ற தறம்.

    பொறாமை, பேராசை, பொங்கும் கோபம், புண்படுத்தும் சொல் ஆகிய இந்த நான்கும் அறவழிக்குப் பொருந்தாதவைகளாகும்.

36. அன்றறிவாம் என்னா தறஞ்செய்க மற்றது
    பொன்றுங்கால் பொன்றாத் துணை.

    பிறகு பார்த்துக்கொள்ளலாம் என்று நாள் கடத்தாமல் அறவழியை மேற்கொண்டால் அது ஒருவர் இறந்தபின் கூட அழியாப் புகழாய் நிலைத்துத் துணை நிற்கும்.

37. அறத்தா றிதுவென வேண்டா சிவிகை
    பொறுத்தானோ டூர்ந்தான் இடை.

    அறவழியில் நடப்பவர்கள் பல்லக்கில் உட்கார்ந்து செல்பவர்களைப் போல வாழ்க்கையில் வரும் இன்ப துன்பங்கள் இரண்டையும் எளியவாகக் கருதி மகிழ்வுடன் பயணத்தை மேற்கொள்வார்கள். தீய வழிக்குத் தங்களை ஆட்படுத்திக் கொண்டவர்களோ பல்லக்கைத் தூக்கிச் சுமப்பவர்களைப் போல இன்பத்திலும் அமைதி கொள்ளாமல், துன்பத்தையும் தாங்கிக் கொள்ளும் மனப்பக்குவமின்றி வாழ்வையே பெரும் சுமையாகக் கருதுவார்கள்.

38. வீழ்நாள் படாஅமை நன்றாற்றின் அஃதொருவன்
    வாழ்நாள் வழியடைக்கும் கல்.

    பயனற்றதாக ஒருநாள்கூடக் கழிந்து போகாமல், தொடர்ந்து நற்செயல்களில் ஈடுபடுபவருக்கு வாழ்க்கைப் பாதையைச் சீராக்கி அமைத்துத் தரும் கல்லாக அந்த நற்செயல்களே விளங்கும்.

39. அறத்தான் வருவதே இன்பமற் றெல்லாம்
    புறத்த புகழும் இல.

    தூய்மையான நெஞ்சுடன் நடத்தும் அறவழி வாழ்க்கையில் வருகின்ற புகழால் ஏற்படுவதே இன்பமாகும். அதற்கு மாறான வழியில் வருவது புகழும் ஆகாது; இன்பமும் ஆகாது.

40. செயற்பால தோரும் அறனே ஒருவற்கு
    உயற்பால தோரும் பழி.

    பழிக்கத் தக்கவைகளைச் செய்யாமல் பாராட்டத்தக்க அறவழிச் செயல்களில் நாட்டம் கொள்வதே ஒருவர்க்குப் புகழ் சேர்க்கும்.

இல்லறவியல்

5. இல்வாழ்க்கை

41. இல்வாழ்வான் என்பான் இயல்புடைய மூவர்க்கும்
    நல்லாற்றின் நின்ற துணை.

    பெற்றோர், வாழ்க்கைத் துணை, குழந்தைகள் என
    இயற்கையாக அமைந்திடும் மூவர்க்கும் துணையாக
    இருப்பது இல்லறம் நடத்துவோர் கடமையாகும்.

42. துறந்தார்க்கும் துவ்வா தவர்க்கும் இறந்தார்க்கும்
    இல்வாழ்வான் என்பான் துணை.

    பற்றற்ற துறவிகட்கும், பசியால் வாடுவோர்க்கும்,
    பாதுகாப்பற்றவர்க்கும் இல்லற வாழ்வு நடத்துவோர்
    துணையாக இருத்தல் வேண்டும்.

43. தென்புலத்தார் தெய்வம் விருந்தொக்கல் தானென்றாங்கு
    ஐம்புலத்தா றோம்பல் தலை.

    வாழ்ந்து மறைந்தோரை நினைவுகூர்தல், வாழ்வாங்கு
    வாழ்வோரைப் போற்றுதல், விருந்தோம்பல், சுற்றம்
    பேணல் ஆகிய கடமைகளை நிறைவேற்றத் தன்னை
    நிலைப்படுத்திக் கொள்ளல் எனப்படும் ஐவகை
    அறநெறிகளும் இல்வாழ்வுக் குரியனவாம்.

44. பழியஞ்சிப் பாத்தூண் உடைத்தாயின் வாழ்க்கை
    வழியெஞ்சல் எஞ்ஞான்றும் இல்.

    பழிக்கு அஞ்சாமல் சேர்ந்த பொருள் கணக்கின்றி
    இருப்பினும் அதைவிட, பழிக்கு அஞ்சிச்
    சேர்த்தபொருளைப் பகுத்து உண்ணும் பண்பிலேதான்
    வாழ்க்கையின் ஒழுக்கமே இருக்கிறது.

45. அன்பும் அறனும் உடைத்தாயின் இல்வாழ்க்கை
    பண்பும் பயனும் அது.

    இல்வாழ்க்கை பண்புடையதாகவும் பயனுடையதாகவும்
    விளங்குவதற்கு அன்பான உள்ளமும் அதையொட்டிய
    நல்ல செயல்களும் தேவை.

46. **அறத்தாற்றின் இல்வாழ்க்கை ஆற்றின் புறத்தாற்றில்
போஒய்ப் பெறுவ தெவன்.**

   அறநெறியில் இல்வாழ்க்கையை அமைத்துக்
   கொண்டவர்கள் பெற்றிடும் பயனை, வேறு நெறியில்
   சென்று பெற்றிட இயலுமோ? இயலாது.

47. **இயல்பினான் இல்வாழ்க்கை வாழ்பவன் என்பான்
முயல்வாருள் எல்லாம் தலை.**

   நல்வாழ்வுக்கான முயற்சிகளை மேற்கொள்வோரில்
   தலையானவராகத் திகழ்பவர், இல்வாழ்வின்
   இலக்கணமுணர்ந்து அதற்கேற்ப வாழ்பவர்தான்.

48. **ஆற்றின் ஒழுக்கி அறனிழுக்கா இல்வாழ்க்கை
நோற்பாரின் நோன்மை உடைத்து.**

   தானும் அறவழியில் நடந்து, பிறரையும் அவ்வழியில்
   நடக்கச் செய்திடுவோரின் இல்வாழ்க்கை,
   துறவிகள் கடைப்பிடிக்கும் நோன்பைவிடப்
   பெருமையுடையதாகும்.

49. **அறன்எனப் பட்டதே இல்வாழ்க்கை அஃதும்
பிறன்பழிப்ப தில்லாயின் நன்று.**

   பழிப்புக்கு இடமில்லாத இல்வாழ்க்கை இல்லறம் எனப்
   போற்றப்படும்.

50. **வையத்துள் வாழ்வாங்கு வாழ்பவன் வான்உறையும்
தெய்வத்துள் வைக்கப் படும்.**

   தெய்வத்துக்கென எத்தனையோ அருங்குணங்கள்
   கூறப்படுகின்றன. உலகில் வாழ வேண்டிய
   அறநெறியில் நின்று வாழ்கிறவன் வானில் வாழ்வதாகச்
   சொல்லப்படும் தெய்வத்துக்கு இணையாக வைத்து
   மதிக்கப்படுவான்.

இல்லறவியல்   கலைஞர் உரை

6. வாழ்க்கைத் துணைநலம்

51. மனைத்தக்க மாண்புடையள் ஆகித்தற் கொண்டான்
வளத்தக்காள் வாழ்க்கைத் துணை.

இல்லறத்திற்குரிய பண்புகளுடன், பொருள் வளத்துக்குத் தக்கவாறு குடும்பம் நடத்துபவள், கணவனின் வாழ்வுக்குப் பெருந்துணையாவாள்

52. மனைமாட்சி இல்லாள்கண் இல்லாயின் வாழ்க்கை
எனைமாட்சித் தாயினும் இல்.

நற்பண்புள்ள மனைவி அமையாத இல்வாழ்க்கை எவ்வளவு சிறப்புடையதாக இருந்தாலும் அதற்குத் தனிச்சிறப்புக் கிடையாது.

53. இல்லதென் இல்லவள் மாண்பானால் உள்ளதென்
இல்லவள் மாணாக் கடை.

நல்ல பண்புடைய மனைவி அமைந்த வாழ்க்கையில் எல்லாம் இருக்கும். அப்படியொரு மனைவி அமையாத வாழ்க்கையில் எதுவுமே இருக்காது.

54. பெண்ணின் பெருந்தக்க யாவுள கற்பென்னும்
திண்மைஉண் டாகப் பெறின்.

கற்பென்னும் திண்மை கொண்ட பெண்மையின் உறுதிப் பண்பைப் பெற்றுவிட்டால், அதைவிடப் பெருமைக்குரியது வேறு யாது?

55. தெய்வம் தொழாஅள் கொழுநற் றொழுதெழுவாள்
பெய்யெனப் பெய்யும் மழை.

கணவன் வாக்கினைக் கடவுள் வாக்கினைவிட மேலானதாகக் கருதி அவனையே தொழுதிடும் மனைவி பெய் என ஆணையிட்டவுடன் அஞ்சி நடுங்கிப் பெய்கின்ற மழையைப் போலத் தன்னை அடிமையாக எண்ணிக் கொள்பவளாவாள்.

56. **தற்காத்துத் தற்கொண்டாற் பேணித் தகைசான்ற**
சொற்காத்துச் சோர்விலாள் பெண்.

கற்புநெறியில் தன்னையும் தன் கணவனையும் காத்துக் கொண்டு, தமக்குப் பெருமை சேர்க்கும் புகழையும் காப்பாற்றிக் கொள்வதில் உறுதி குலையாமல் இருப்பவள் பெண்.

57. **சிறைகாக்கும் காப்பெவன் செய்யும் மகளிர்**
நிறைகாக்கும் காப்பே தலை.

தம்மைத் தாமே காத்துக்கொண்டு சிறந்த பண்புடன் வாழும் மகளிரை அடிமைகளாக நடத்த எண்ணுவது அறியாமையாகும்.

58. **பெற்றாற் பெறின்பெறுவர் பெண்டிர் பெருஞ்சிறப்புப்**
புத்தேளிர் வாழும் உலகு.

நற்பண்பு பெற்றவனைக் கணவனாகப் பெற்றால், பெண்டிர்க்கு இல்வாழ்க்கையெனும் புதிய உலகம் பெருஞ்சிறப்பாக அமையும்.

59. **புகழ்புரிந் தில்லிலோர்க் கில்லை இகழ்வார்முன்**
ஏறுபோல் பீடு நடை.

புகழுக்குரிய இல்வாழ்க்கை அமையாதவர்கள், தம்மைப் பழித்துப் பேசுவோர் முன்பு தலைநிமிர்ந்து நடக்க முடியாமல் குன்றிப் போய் விடுவார்கள்.

60. **மங்கலம் என்ப மனைமாட்சி மற்றதன்**
நன்கலம் நன்மக்கட் பேறு.

குடும்பத்தின் பண்பாடுதான் இல்வாழ்க்கையின் சிறப்பு; அதற்கு மேலும் சிறப்பு நல்ல பிள்ளைகளைப் பெற்றிருப்பது.

7. மக்கட்பேறு

61. பெறுமவற்றுள் யாமறிவ தில்லை அறிவறிந்த
 மக்கட்பே றல்ல பிற.

 அறிவில் சிறந்த நல்ல பிள்ளைகளைவிட இல்வாழ்க்கையில் சிறந்த பேறு வேறு எதுவுமில்லை.

62. எழுபிறப்பும் தீயவை தீண்டா பழிபிறங்காப்
 பண்புடை மக்கட் பெறின்.

 பெற்றெடுக்கும் மக்கள் பழிபடராத பண்புடையவர்களாக இருப்பின், ஏழேழு தலைமுறை எனும் அளவுக்குக் காலமெல்லாம் எந்தத் தீமையும் தீண்டாது.

63. தம்பொருள் என்பதம் மக்கள் அவர்பொருள்
 தந்தம் வினையான் வரும்.

 தம் பொருள் என்பது தம்மக்களையேயாம். அம்மக்களின் பொருள்கள் அவரவர் செயல்களின் விளைவாக வரக் கூடியவை.

64. அமிழ்தினும் ஆற்ற இனிதேதம் மக்கள்
 சிறுகை அளாவிய கூழ்.

 சிறந்த பொருளை அமிழ்தம் எனக் குறிப்பிட்டாலுங் கூடத் தம்முடைய குழந்தைகளின் பிஞ்சுக்கரத்தால் அளாவப்பட்ட கூழ் அந்த அமிழ்தத்தைவிடச் சுவையான தாகிவிடுகிறது.

65. மக்கள்மெய் தீண்டல் உடற்கின்பம் மற்றவர்
 சொற்கேட்டல் இன்பம் செவிக்கு.

 தம் குழந்தைகளைத் தழுவி மகிழ்வது உடலுக்கு இன்பத்தையும், அந்தக் குழந்தைகளின் மழலை மொழி கேட்பது செவிக்கு இன்பத்தையும் வழங்கும்

66. குழலினி தியாழினி தென்பதம் மக்கள்
    மழலைச்சொல் கேளா தவர்.

    தங்கள் குழந்தைகளின் மழலைச் சொல்லைக் கேட்காதவர்கள்தான் குழலோசை, யாழோசை ஆகிய இரண்டும் இனிமையானவை என்று கூறுவார்கள்.

67. தந்தை மகற்காற்றும் நன்றி அவையத்து
    முந்தி இருப்பச் செயல்.

    தந்தை தன் மக்களுக்குச் செய்யவேண்டிய நல்லுதவி அவர்களை அறிஞர்கள் அவையில் புகழுடன் விளங்குமாறு ஆக்குதலே ஆகும்.

68. தம்மின்தம் மக்கள் அறிவுடைமை மாநிலத்து
    மன்னுயிர்க் கெல்லாம் இனிது.

    பெற்றோரைக் காட்டிலும் பிள்ளைகள் அறிவிற் சிறந்து விளங்கினால், அது பெற்றோருக்கு மட்டுமேயன்றி உலகில் வாழும் அனைவருக்கும் அக மகிழ்ச்சி தருவதாகும்.

69. ஈன்ற பொழுதின் பெரிதுவக்கும் தன்மகனைச்
    சான்றோன் எனக்கேட்ட தாய்.

    நல்ல மகனைப் பெற்றெடுத்தவள் என்று ஊரார் பாராட்டும் பொழுது அவனைப் பெற்றபொழுது அடைந்த மகிழ்ச்சியைவிட அதிக மகிழ்ச்சியை அந்தத் தாய் அடைவாள்.

70. மகன் தந்தைக்காற்றும் உதவி இவன்தந்தை
    என்நோற்றான் கொல்லெனும் சொல்.

    "ஆகா! இவனைப் பிள்ளையாகப் பெற்றது இவன் தந்தை பெற்ற பெரும்பேறு" என்று ஒரு மகன் புகழப்படுவதுதான், அவன் தன்னுடைய தந்தைக்குச் செய்யக் கூடிய கைம்மாறு எனப்படும்.

8. அன்புடைமை

71. அன்பிற்கும் உண்டோ அடைக்குந்தாழ் ஆர்வலர்
    புன்கணீர் பூசல் தரும்.

    உள்ளத்தில் இருக்கும் அன்பைத் தாழ்ப்பாள் போட்டு அடைத்து வைக்க முடியாது. அன்புக்குரியவரின் துன்பங்காணுமிடத்து, கண்ணீர்த்துளி வாயிலாக அது வெளிப்பட்டு விடும்.

72. அன்பிலார் எல்லாம் தமக்குரியர் அன்புடையார்
    என்பும் உரியர் பிறர்க்கு.

    அன்பு இல்லாதவர், எல்லாம் தமக்கே என உரிமை கொண்டாடுவர்; அன்பு உடையவரோ தம் உடல், பொருள், ஆவி ஆகிய அனைத்தும் பிறருக்கென எண்ணிடுவர்.

73. அன்போ டியைந்த வழக்கென்ப ஆருயிர்க்கு
    என்போ டியைந்த தொடர்பு.

    உயிரும் உடலும்போல் அன்பும் செயலும் இணைந்திருப்பதே உயர்ந்த பொருத்தமாகும்.

74. அன்பீனும் ஆர்வம் உடைமை அதுஈனும்
    நண்பென்னும் நாடாச் சிறப்பு.

    அன்பு பிறரிடம் பற்றுள்ளம் கொள்ளச் செய்யும். அந்த உள்ளம், நட்பு எனும் பெருஞ்சிறப்பை உருவாக்கும்.

75. அன்புற் றமர்ந்த வழக்கென்ப வையகத்து
    இன்புற்றார் எய்தும் சிறப்பு.

    உலகில் இன்புற்று வாழ்கின்றவர்க்கு வாய்க்கும் சிறப்பு, அவர் அன்புள்ளம் கொண்டவராக விளங்குவதன் பயனே என்று கூறலாம்.

76. அறத்திற்கே அன்புசார் பென்ப அறியார்
 மறத்திற்கும் அஃதே துணை.

 வீரச் செயல்களுக்கும் அன்பு துணையாகத் திகழ்கிறது என்பதை அறியாதவர்களே, அறச் செயல்களுக்கு மட்டுமே அன்பு துணையாக இருப்பதாகக் கூறுவார்கள்.

77. என்பி லதனை வெயில்போலக் காயுமே
 அன்பி லதனை அறம்.

 அறம் எதுவென அறிந்தும் அதனைக் கடைப்பிடிக்காத வரை, அவரது மனச்சாட்சியே வாட்டி வதைக்கும். அது வெயிலின் வெம்மை புழுவை வாட்டுவதுபோல இருக்கும்

78. அன்பகத் தில்லா உயிர்வாழ்க்கை வன்பாற்கண்
 வற்றல் மரந்தளிர்த் தற்று.

 மனத்தில் அன்பு இல்லாதவருடைய வாழ்க்கை, பாலைவனத்தில் பட்டமரம் தளிர்த்தது போன்றது.

79. புறத்துறுப் பெல்லாம் எவன்செய்யும் யாக்கை
 அகத்துறுப் பன்பி லவர்க்கு.

 அன்பு எனும் அகத்து உறுப்பு இல்லாதவர்க்குப் புறத்து உறுப்புகள் அழகாக இருந்து என்ன பயன்?

80. அன்பின் வழிய துயிர்நிலை அஃதிலார்க்கு
 என்புதோல் போர்த்த உடம்பு.

 அன்புநெஞ்சத்தின் வழியில் இயங்குவதே உயிருள்ள உடலாகும்; இல்லையேல், அது எலும்பைத் தோல் போர்த்திய வெறும் உடலேயாகும்.

9. விருந்தோம்பல்

81. இருந்தோம்பி இல்வாழ்வ தெல்லாம் விருந்தோம்பி
    வேளாண்மை செய்தற் பொருட்டு.

    இல்லறத்தைப் போற்றி வாழ்வது, விருந்தினரை வரவேற்று, அவர்க்கு வேண்டிய உதவிகளைச் செய்வதற்காகவே.

82. விருந்து புறத்ததாத் தானுண்டல் சாவா
    மருந்தெனினும் வேண்டற்பாற் றன்று.

    விருந்தினராக வந்தவரை வெளியே விட்டுவிட்டுச் சாகாத மருந்தாக இருந்தாலும் அதனைத் தான் மட்டும் உண்பது விரும்பத்தக்க பண்பாடல்ல.

83. வருவிருந்து வைகலும் ஓம்புவான் வாழ்க்கை
    பருவந்து பாழ்படுதல் இன்று.

    விருந்தினரை நாள்தோறும் வரவேற்று மகிழ்பவரின் வாழ்க்கை, அதன் காரணமாகத் துன்பமுற்றுக் கெட்டொழிவதில்லை.

84. அகனமர்ந்து செய்யாள் உறையும் முகனமர்ந்து
    நல்விருந் தோம்புவான் இல்.

    மனமகிழ்ச்சியை முகமலர்ச்சியால் காட்டி விருந்தினரை வரவேற்பவர் வீட்டில் அமர்ந்து செல்வம் எனும் திருமகள் வாழ்வாள்.

85. வித்தும் இடல்வேண்டும் கொல்லோ விருந்தோம்பி
    மிச்சில் மிசைவான் புலம்.

    விருந்தினர்க்கு முதலில் உணவளித்து மிஞ்சியதை உண்டு வாழும் பண்பாளன், தன் நிலத்திற்குரிய விதையைக்கூட விருந்தோம்பலுக்குப் பயன்படுத்தாமல் இருப்பானா?

86. **செல்விருந் தோம்பி வருவிருந்து பார்த்திருப்பான்**
நல்விருந்து வானத் தவர்க்கு.

வந்த விருந்தினரை உபசரித்து அவர்களை வழியனுப்பி வைக்கும்போதே, மேலும் வரக்கூடிய விருந்தினரை ஆவலுடன் எதிர்நோக்கி நிற்பவனை, புகழ்வானில் இருப்போர் நல்ல விருந்தினன் என்று வரவேற்றுப் போற்றுவர்.

87. **இனைத்துணைத் தென்பதொன் றில்லை விருந்தின்**
துணைத்துணை வேள்விப் பயன்.

விருந்தினராக வந்தவரின் சிறப்பை எண்ணிப்பார்த்து விருந்தோம்பலை ஒரு வேள்வியாகவே கருதலாம்.

88. **பரிந்தோம்பிப் பற்றற்றேம் என்பர் விருந்தோம்பி**
வேள்வி தலைப்படா தார்.

செல்வத்தைச் சேர்த்துவைத்து அதனை இழக்கும் போது, விருந்தோம்பல் எனும் வேள்விக்கு அது பயன்படுத்தப்படாமற் போயிற்றே என வருந்துவார்கள்.

89. **உடைமையுள் இன்மை விருந்தோம்பல் ஓம்பா**
மடமை மடவார்கண் உண்டு.

விருந்தினரை வரவேற்றுப் போற்றத் தெரியாத அறிவற்றவர்கள் எவ்வளவு பணம் படைத்தவர்களாக இருந்தாலும் தரித்திரம் பிடித்தவர்களாகவே கருதப்படுவார்கள்.

90. **மோப்பக் குழையும் அனிச்சம் முகந்திரிந்து**
நோக்கக் குழையும் விருந்து.

அனிச்சம் எனப்படும் பூ, முகர்ந்தவுடன் வாடி விடக் கூடியது.அதுபோல் சற்று முகங்கோணி வரவேற்றாலே விருந்தினர் வாடிவிடுவர்.

10. இனியவை கூறல்

91. இன்சொலால் ஈரம் அளைஇப் படிறிலவாம்
    செம்பொருள் கண்டார்வாய்ச் சொல்.

    ஒருவர் வாயிலிருந்து வரும் சொல் அன்பு கலந்ததாகவும், வஞ்சனையற்றதாகவும், வாய்மையுடையதாகவும் இருப்பின் அதுவே இன்சொல் எனப்படும்.

92. அகன்அமர்ந் தீதலின் நன்றே முகனமர்ந்து
    இன்சொலன் ஆகப் பெறின்.

    முகம் மலர்ந்து இனிமையாகப் பேசுவது, அகம் குளிர்ந்து ஒன்றைக் கொடுப்பதை விட மேலான பண்பாகும்.

93. முகத்தான் அமர்ந்தினிது நோக்கி அகத்தானாம்
    இன்சொ லினதே அறம்.

    முகம் மலர நோக்கி, அகம் மலர இனிய சொற்களைக் கூறுவதே அறவழியில் அமைந்த பண்பாகும்.

94. துன்புறூஉம் துவ்வாமை இல்லாகும் யார்மாட்டும்
    இன்புறூஉம் இன்சொ லவர்க்கு.

    இன்சொல் பேசி எல்லோரிடத்திலும் கனிவுடன் பழகுவோர்க்கு 'நட்பில் வறுமை' எனும் துன்பமில்லை.

95. பணிவுடையன் இன்சொலன் ஆதல் ஒருவற்கு
    அணியல்ல மற்றுப் பிற.

    அடக்கமான பண்பும், இனிமையாகப் பேசும் இயல்பும் தவிர, ஒருவருக்குச் சிறந்த அணிகலன் வேறு இருக்க முடியாது.

96. **அல்லவை தேய அறம்பெருகும் நல்லவை**
நாடி இனிய சொலின்.

தீய செயல்களை அகற்றி அறநெறி தழைக்கச் செய்ய வேண்டுமானால், இனிய சொற்களைப் பயன்படுத்தி நல்வழி எதுவெனக் காட்ட வேண்டும்.

97. **நயன்ஈன்று நன்றி பயக்கும் பயன்ஈன்று**
பண்பின் தலைப்பிரியாச் சொல்.

நன்மையான பயனைத் தரக்கூடிய நல்ல பண்பிலிருந்து விலகாத சொற்கள் அவற்றைக் கூறுவோருக்கும் இன்பத்தையும், நன்மையையும் உண்டாக்கக் கூடியவைகளாகும்.

98. **சிறுமையுள் நீங்கிய இன்சொல் மறுமையும்**
இன்மையும் இன்பம் தரும்.

சிறுமைத்தனமற்ற இனியசொல் ஒருவனுக்கு அவன் வாழும்போதும், வாழ்ந்து மறைந்தபிறகும் புகழைத் தரக்கூடியதாகும்.

99. **இன்சொல் இனிதீன்றல் காண்பான் எவன்கொலோ**
வன்சொல் வழங்கு வது.

இனிய சொற்கள் இன்பத்தை வழங்கும் என்பதை உணர்ந்தவர் அதற்கு மாறாக எதற்காகக் கடுஞ் சொற்களைப் பயன்படுத்த வேண்டும்?

100. **இனிய உளவாக இன்னாத கூறல்**
கனிஇருப்பக் காய்கவர்ந் தற்று.

இனிமையான சொற்கள் இருக்கும்போது அவற்றை விடுத்துக் கடுமையாகப் பேசுவது கனிகளை ஒதுக்கி விட்டுக் காய்களைப் பறித்துத் தின்பதற்குச் சமமாகும்.

11. செய்ந்நன்றியறிதல்

**101. செய்யாமல் செய்த உதவிக்கு வையகமும்
வானகமும் ஆற்றல் அரிது.**

"வாராது வந்த மாமணி" என்பதுபோல், "செய்யாமற் செய்த உதவி" என்று புகழத்தக்க அரிய உதவி வழங்கப்பட்டால், அதற்கு இந்த வானமும் பூமியும் கூட ஈடாக மாட்டா.

**102. காலத்தி னாற்செய்த நன்றி சிறிதெனினும்
ஞாலத்தின் மாணப் பெரிது.**

தேவைப்படும் காலத்தில் செய்யப்படும் உதவி சிறிதளவாக இருந்தாலும், அது உலகத்தைவிடப் பெரிதாக மதிக்கப்படும்.

**103. பயன்தூக்கார் செய்த உதவி நயன்தூக்கின்
நன்மை கடலின் பெரிது.**

என்ன பயன் கிடைக்கும் என்று எண்ணிப் பார்க்காமலே, அன்பின் காரணமாக ஒருவர் செய்த உதவியின் சிறப்பு கடலைவிடப் பெரிது.

**104. தினைத்துணை நன்றி செயினும் பனைத்துணையாக்
கொள்வர் பயன்தெரி வார்.**

ஒருவர் செய்யும் தினையளவு நன்மையைக்கூட அதனால் பயன்பெறும் நன்றியுள்ளவர் பல்வேறு வகையில் பயன்படக்கூடிய பனையின் அளவாகக் கருதுவார்.

**105. உதவி வரைத்தன் றுதவி உதவி
செயப்பட்டார் சால்பின் வரைத்து.**

உதவி என்பது, செய்யப்படும் அளவைப் பொறுத்துச் சிறப்படைவதில்லை; அந்த உதவியைப் பெறுபவரின் பண்பைப் பொறுத்தே அதன் அளவு மதிப்பிடப்படும்.

106. மறவற்க மாசற்றார் கேண்மை துறவற்க
 துன்பத்துள் துப்பாயார் நட்பு.

 மாசற்றவர்களின் உறவை மறக்கவும் கூடாது; துன்பத்தில் துணை நின்றவர் நட்பைத் துறக்கவும் கூடாது.

107. எழுமை எழுபிறப்பும் உள்ளுவர் தங்கண்
 விழுமந் துடைத்தவர் நட்பு.

 ஏழேழு தலைமுறைக்கு என்றும் ஏழேழு பிறவிக்கு என்றும் மிகைப்படுத்திச் சொல்லுவதுபோல, ஒருவருடைய துன்பத்தைப் போக்கியவரின் தூய்மையான நட்பை நினைத்துப் போற்றுவதற்குக் கால எல்லையே கிடையாது.

108. நன்றி மறப்பது நன்றன்று நன்றல்லது
 அன்றே மறப்பது நன்று.

 ஒருவர் நமக்குச் செய்த நன்மையை மறப்பது நல்லதல்ல; அவர் தீமை செய்திருந்தால் அதை மட்டும் அக்கணமே மறந்து விடுவது நல்லது.

109. கொன்றன்ன இன்னா செயினும் அவர்செய்த
 ஒன்றுநன் றுள்ளக் கெடும்.

 ஒருவர் செய்யும் மிகக் கொடுமையான தீமைகூட நமது உள்ளத்தைப் புண்படுத்தாமல் அகன்றுவிட வேண்டுமானால், அந்த ஒருவர் முன்னர் நமக்குச் செய்த நன்மையை மட்டும் நினைத்துப் பார்த்தாலே போதுமானது.

110. எந்நன்றி கொன்றார்க்கும் உய்வுண்டாம் உய்வில்லை
 செய்ந்நன்றி கொன்ற மகற்கு.

 எந்த அறத்தை மறந்தார்க்கும் வாழ்வு உண்டு; ஆனால் ஒருவர் செய்த உதவியை மறந்தார்க்கு வாழ்வில்லை.

12. நடுவு நிலைமை

111. தகுதி யெனவொன்று நன்றே பகுதியாற்
 பாற்பட் டொழுகப் பெறின்.

 பகைவர், அயலோர், நண்பர் எனப் பகுத்துப் பார்த்து ஒருதலைச் சார்பாக நிற்காமல் இருத்தலே நன்மை தரக் கூடிய நடுவுநிலைமை எனும் தகுதியாகும்.

112. செப்பம் உடையவன் ஆக்கஞ் சிதைவின்றி
 எச்சத்திற் கேமாப் புடைத்து.

 நடுவுநிலையாளனின் செல்வத்திற்கு அழிவில்லை; அது, வழிவழித் தலைமுறையினர்க்கும் பயன் அளிப்பதாகும்.

113. நன்றே தரினும் நடுவிகந்தாம் ஆக்கத்தை
 அன்றே யொழிய விடல்.

 நடுவுநிலை தவறுவதால் ஏற்படக்கூடிய பயன் நன்மையையே தரக் கூடியதாக இருந்தாலும், அந்தப் பயனைக் கைவிட்டு நடுவுநிலையைத்தான் கடைப்பிடிக்க வேண்டும்.

114. தக்கார் தகவிலர் என்ப தவரவர்
 எச்சத்தாற் காணப் படும்.

 ஒருவர் நேர்மையானவரா அல்லது நெறி தவறி, நீதி தவறி நடந்தவரா என்பது அவருக்குப் பின் எஞ்சி நிற்கப் போகும் புகழ்ச் சொல்லைக் கொண்டோ அல்லது பழிச் சொல்லைக் கொண்டோதான் நிர்ணயிக்கப்படும்.

115. கேடும் பெருக்கமும் இல்லல்ல நெஞ்சத்துக்
 கோடாமை சான்றோர்க் கணி.

 ஒருவர்க்கு வாழ்வும், தாழ்வும் உலக இயற்கை; அந்த இரு நிலைமையிலும் நடுவுநிலையாக இருந்து உறுதி காட்டுவதே பெரியோர்க்கு அழகாகும்.

116. கெடுவல்யான் என்ப தறிகதன் நெஞ்சம்
    நடுவொரீஇ அல்ல செயின்.

    நடுவுநிலைமை தவறிச் செயல்படலாம் என்று ஒரு நினைப்பு ஒருவனுக்கு வந்துவிடுமானால் அவன் கெட்டொழியப் போகிறான் என்று அவனுக்கே தெரிய வேண்டும்.

117. கெடுவாக வையா துலகம் நடுவாக
    நன்றிக்கண் தங்கியான் தாழ்வு.

    நடுவுநிலைமை தவறாமல் அறவழியில் வாழ்கிற ஒருவருக்கு அதன் காரணமாகச் செல்வம் குவியாமல் வறுமை நிலை ஏற்படுமேயானால் அவரை உலகம் போற்றுமே தவிர தாழ்வாகக் கருதாது.

118. சமன்செய்து சீர்தூக்குங் கோல்போல் அமைந்தொருபாற்
    கோடாமை சான்றோர்க் கணி.

    ஒரு பக்கம் சாய்ந்து விடாமல் நாணயமான தராசு முள் போல இருந்து நியாயம் கூறுவதுதான் உண்மையான நடுவுநிலைமை என்பதற்கு அழகாகும்.

119. சொற்கோட்டம் இல்லது செப்பம் ஒருதலையா
    உட்கோட்டம் இன்மை பெறின்.

    நேர்மையும் நெஞ்சுறுதியும் ஒருவருக்கு இருந்தால் அவரது சொல்லில் நீதியும் நியாயமும் இருக்கும். அதற்குப் பெயர்தான் நடுவுநிலைமை.

120. வாணிகம் செய்வார்க்கு வாணிகம் பேணிப்
    பிறவும் தமபோல் செயின்.

    பிறர் பொருளாக இருப்பினும் அதனைத் தன் பொருளைப் போலவே கருதி நேர்மையுடன் வாணிகம் செய்தலே வணிக நெறியெனப்படும்.

13. அடக்கம் உடைமை

121. அடக்கம் அமரருள் உய்க்கும் அடங்காமை
 ஆரிருள் உய்த்து விடும்.

 அடக்கம் அழியாத புகழைக் கொடுக்கும். அடங்காமை வாழ்வையே இருளாக்கி விடும்.

122. காக்க பொருளா அடக்கத்தை ஆக்கம்
 அதனினூஉங் கில்லை உயிர்க்கு.

 மிக்க உறுதியுடன் காக்கப்படவேண்டியது அடக்கமாகும். அடக்கத்தைவிட ஆக்கம் தரக் கூடியது வேறொன்றும் இல்லை.

123. செறிவறிந்து சீர்மை பயக்கும் அறிவறிந்
 தாற்றின் அடங்கப் பெறின்.

 அறிந்து கொள்ள வேண்டியவற்றை அறிந்து அதற்கேற்ப அடக்கத்துடன் நடந்து கொள்பவரின் பண்பை உணர்ந்து பாராட்டுகள் குவியும்.

124. நிலையின் திரியா தடங்கியான் தோற்றம்
 மலையினும் மாணப் பெரிது.

 உறுதியான உள்ளமும், அத்துடன் ஆர்ப்பாட்டமற்ற அடக்க உணர்வும் கொண்டவரின் உயர்வு, மலையைவிடச் சிறந்தது எனப் போற்றப்படும்.

125. எல்லார்க்கும் நன்றாம் பணிதல் அவருள்ளும்
 செல்வர்க்கே செல்வம் தகைத்து.

 பணிவு என்னும் பண்பு, எல்லார்க்கும் நலம் பயக்கும். ஏற்கனவே செல்வர்களாக இருப்பவர்களுக்கு அந்தப் பண்பு, மேலும் ஒரு செல்வமாகும்.

126. **ஒருமையுள் ஆமைபோல் ஐந்தடக்கல் ஆற்றின்**
எழுமையும் ஏமாப் புடைத்து.

உறுப்புகளை ஓர் ஓட்டுக்குள் அடக்கிக் கொள்ளும் ஆமையைப் போல் ஐம்பொறிகளையும் அடக்கியாளும் உறுதி, காலமெல்லாம் வாழ்க்கைக்குக் காவல் அரணாக அமையும்.

127. **யாகாவா ராயினும் நாகாக்க காவாக்கால்**
சோகாப்பர் சொல்லிழுக்குப் பட்டு.

ஒருவர் எதைக் காத்திட முடியாவிட்டாலும் நாவையாவது அடக்கிக் காத்திட வேண்டும். இல்லையேல் அவர் சொன்ன சொல்லே அவர் துன்பத்துக்குக் காரணமாகிவிடும்.

128. **ஒன்றானுந் தீச்சொல் பொருட்பயன் உண்டாயின்**
நன்றாகா தாகி விடும்.

ஒரு குடம் பாலில் துளி நஞ்சுபோல், பேசும் சொற்களில் ஒரு சொல் தீய சொல்லாக இருந்து துன்பம் விளைவிக்குமானாலும், அந்தப் பேச்சில் உள்ள நல்ல சொற்கள் அனைத்தும் தீயனவாகிவிடும்.

129. **தீயினாற் சுட்டபுண் உள்ளாறும் ஆறாதே**
நாவினாற் சுட்ட வடு.

நெருப்பு சுட்ட புண்கூட ஆறி விடும்; ஆனால் வெறுப்புக் கொண்டு திட்டிய சொற்கள் விளைத்த துன்பம் ஆறவே ஆறாது.

130. **கதங்காத்துக் கற்றடங்கல் ஆற்றுவான் செவ்வி**
அறம்பார்க்கும் ஆற்றின் நுழைந்து.

கற்பவை கற்றுச், சினம் காத்து, அடக்கமெனும் பண்பு கொண்டவரை அடைந்திட அறமானது வழிபார்த்துக் காத்திருக்கும்.

14. ஒழுக்கம் உடைமை

**131. ஒழுக்கம் விழுப்பந் தரலான் ஒழுக்கம்
உயிரினும் ஓம்பப் படும்.**

ஒருவர்க்கு உயர்வு தரக் கூடியது ஒழுக்கம் என்பதால், அந்த ஒழுக்கமே உயிரைவிட மேலானதாகப் போற்றப்படுகிறது.

**132. பரிந்தோம்பிக் காக்க ஒழுக்கந் தெரிந்தோம்பித்
தேரினும் அஃதே துணை.**

எந்தெந்த வழிகளில் ஆராய்ந்தாலும் வாழ்க்கையில் ஒழுக்கமே சிறந்த துணை என்பதால், எத்தகைய துன்பத்தை ஏற்றாவது அதைக் காக்க வேண்டும்.

**133. ஒழுக்க முடைமை குடிமை இழுக்கம்
இழிந்த பிறப்பாய் விடும்.**

ஒழுக்கம் உடையவராக வாழ்வதுதான் உயர்ந்த குடிப்பிறப்புக்கு எடுத்துக் காட்டாகும். ஒழுக்கம் தவறுகிறவர்கள் யாவராயினும் அவர்கள் இழிந்த குடியில் பிறந்தவர்களாகவே கருதப்படுவர்.

**134. மறப்பினும் ஓத்துக் கொளலாகும் பார்ப்பான்
பிறப்பொழுக்கங் குன்றக் கெடும்.**

பார்ப்பனன் ஒருவன் கற்றதை மறந்துவிட்டால் மீண்டும் படித்துக் கொள்ள முடியும்; ஆனால், பிறப்புக்குச் சிறப்புச் சேர்க்கும் ஒழுக்கத்திலிருந்து அவன் தவறினால் இழிமகனே ஆவான்.

**135. அழுக்கா றுடையான்கண் ஆக்கம்போன் றில்லை
ஒழுக்க மிலான்கண் உயர்வு.**

பொறாமையுடையவனுக்கும், நல்லொழுக்க மில்லாதவனுக்கும் அமையும் வாழ்வு, உயர்வான வாழ்வாகக் கருதப்பட மாட்டாது.

136. ஒழுக்கத்தி னொல்கார் உரவோர் இழுக்கத்தின்
 ஏதம் படுபாக் கறிந்து.

 மன உறுதி கொண்டவர்கள் ஒழுக்கம் தவறுவதால்
 ஏற்படும் இழிவை உணர்ந்திருப்பதால், நல்லொழுக்கம்
 குன்றிடுமளவிற்கு நடக்க மாட்டார்கள்.

137. ஒழுக்கத்தி னெய்துவர் மேன்மை இழுக்கத்தின்
 எய்துவ ரெய்தாப் பழி.

 நல்ல நடத்தையினால் உயர்வு ஏற்படும்; இல்லையேல்
 இழிவான பழி வந்து சேரும்.

138. நன்றிக்கு வித்தாகும் நல்லொழுக்கந் தீயொழுக்கம்
 என்றும் இடும்பை தரும்.

 நல்லொழுக்கம், வாழ்க்கையில் நன்மைக்கு வித்தாக
 அமையும். தீயொழுக்கம், தீராத துன்பம் தரும்.

139. ஒழுக்க முடையவர்க் கொல்லாவே தீய
 வழுக்கியும் வாயாற் சொலல்.

 தவறியும்கூடத் தம் வாயால் தகாத சொற்களைச்
 சொல்வது ஒழுக்கம் உடையவர்களிடம் இல்லாத
 பண்பாகும்.

140. உலகத்தோ டொட்ட ஒழுகல் பலகற்றுங்
 கல்லா ரறிவிலா தார்.

 உயர்ந்தோர் ஏற்றுக் கொண்ட ஒழுக்கம் எனும்
 பண்போடு வாழக் கற்காதவர்கள் பல நூல்களைப்
 படித்திருந்தும்கூட அறிவில்லாதவர்களே ஆவார்கள்.

15. பிறனில் விழையாமை

**141. பிறன்பொருளாள் பெட்டொழுகும் பேதைமை ஞாலத்
அறம்பொருள் கண்டார்க ணில்.**

பிறன் மனைவியிடத்து விருப்பம் கொள்ளும் அறியாமை, உலகில் அறநூல்களையும் பொருள் நூல்களையும் ஆராய்ந்து உணர்ந்தவர்களிடம் இல்லை.

**142. அறன்கடை நின்றாரு ளெல்லாம் பிறன்கடை
நின்றாரிற் பேதையா ரில்.**

பிறன் மனைவியை அடைவதற்குத் துணிந்தவர்கள் அறவழியை விடுத்துத் தீயவழியில் செல்லும் கடைநிலை மனிதர்களைக் காட்டிலும் கீழானவர்கள்.

**143. விளிந்தாரின் வேறல்லர் மன்ற தெளிந்தாரில்
தீமை புரிந்தொழுகு வார்.**

நம்பிப் பழகியவர் வீட்டில், அவரது மனைவியிடம் தகாத செயலில் ஈடுபட முனைகிறவன், உயிர் இருந்தும் பிணத்திற்கு ஒப்பானவனேயாவான்.

**144. எனைத்துணைய ராயினும் என்னாந் தினைத்துணையும்
தேரான் பிறனில் புகல்.**

பிழை புரிகிறோம் என்பதைத் தினையளவுகூடச் சிந்தித்துப் பாராமல், பிறன் மனைவியிடம் விருப்பம் கொள்வது, எத்துணைப் பெருமையுடையவரையும் மதிப்பிழக்கச் செய்துவிடும்.

**145. எளிதென இல்லிறப்பா னெய்துமெஞ் ஞான்றும்
விளியாது நிற்கும் பழி.**

எளிதாக அடையலாம் என எண்ணிப் பிறனுடைய மனைவியிடம் முறைகேடாக நடப்பவன் என்றும் அழியாத பழிக்கு ஆளாவான்.

146. **பகைபாவம் அச்சம் பழியென நான்கும்**
இகவாவாம் இல்லிறப்பான் கண்.

பிறன் மனைவியிடம் முறைகேடாக நடக்க நினைப்பவனிடமிருந்து பகை, தீமை, அச்சம், பழி ஆகிய நான்கும் நீங்குவதில்லை.

147. **அறனியலான் இல்வாழ்வா னென்பான் பிறனியலாள்**
பெண்மை நயவா தவன்.

பிறன் மனைவியிடம் பெண்மை இன்பத்தை நாடிச் செல்லாதவனே அறவழியில் இல்வாழ்க்கை மேற்கொண்டவன் எனப்படுவான்.

148. **பிறன்மனை நோக்காத பேராண்மை சான்றோர்க்**
கறனொன்றோ ஆன்ற வொழுக்கு.

வேறொருவன் மனைவியைக் காம எண்ணத்துடன் நோக்காத பெருங்குணம் அறநெறி மட்டுமன்று; அது ஒழுக்கத்தின் சிகரமும் ஆகும்.

149. **நலக்குரியார் யாரெனின் நாமநீர் வைப்பின்**
பிறற்குரியாள் தோள்தோயா தார்.

பிறன் மனைவியின் தோளைத் தீண்டாதவரே கடல்சூழ் இவ்வுலகின் பெருமைகளை அடைவதற்குத் தகுதியுடையவர்.

150. **அறன்வரையா னல்ல செயினும் பிறன்வரையாள்**
பெண்மை நயவாமை நன்று.

பிறன் மனைவியை விரும்பிச் செயல்படுவது அறவழியில் நடக்காதவர் செயலைவிடத் தீமையானதாகும்.

16. பொறையுடைமை

151. அகழ்வாரைத் தாங்கும் நிலம்போலத் தம்மை
இகழ்வார்ப் பொறுத்தல் தலை.

தன்மீது குழி பறிப்போரையே தாங்குகின்ற பூமியைப் போல் தம்மை இகழ்ந்து பேசுகிறவர்களின் செயலையும் பொறுத்துக் கொள்வதே தலைசிறந்த பண்பாகும்.

152. பொறுத்த லிறப்பினை யென்றும் அதனை
மறத்த லதனினும் நன்று.

அளவுகடந்து செய்யப்பட்ட தீங்கைப் பொறுத்துக் கொள்வதைக் காட்டிலும், அந்தத் தீங்கை அறவே மறந்து விடுவதே சிறந்த பண்பாகும்.

153. இன்மையு ளின்மை விருந்தொரால் வன்மையுள்
வன்மை மடவார்ப் பொறை.

வறுமையிலும் கொடிய வறுமை; வந்த விருந்தினரை வரவேற்கமுடியாதது. அதைப்போல வலிமையிலேயே பெரிய வலிமை அறிவிலிகளின் செயலைப் பொறுத்துக் கொள்வது.

154. நிறையுடைமை நீங்காமை வேண்டின் பொறையுடைமை
போற்றி யொழுகப் படும்.

பொறுமையின் உறைவிடமாக இருப்பவரைத்தான் நிறைவான மனிதர் என்று உலகம் புகழும்.

155. ஒறுத்தாரை யொன்றாக வையாரே வைப்பர்
பொறுத்தாரைப் பொன்போற் பொதிந்து.

தமக்கு இழைக்கப்படும் தீமையைப் பொறுத்துக் கொள்பவர்களை உலகத்தார் பொன்னாக மதித்துப் போற்றுவார்கள். பொறுத்துக் கொள்ளாமல் தண்டிப்பவர்களை அதற்கு ஒப்பாகக் கருத மாட்டார்கள்.

156. ஒறுத்தார்க் கொருநாளை இன்பம் பொறுத்தார்க்குப்
 பொன்றுந் துணையும் புகழ்.

 *தமக்குக் கேடு செய்தவரை மன்னித்திடாமல்
 தண்டிப்பவர்க்கு அந்த ஒருநாள் மட்டுமே இன்பமாக
 அமையும். மறப்போம் மன்னிப்போம் எனப் பொறுமை
 கடைப்பிடிப்போருக்கோ, வாழ்நாள் முழுதும்
 புகழ்மிக்கதாக அமையும்.*

157. திறனல்ல தற்பிறர் செய்யினும் நோநொந்
 தறனல்ல செய்யாமை நன்று.

 *பிறர் செய்திடும் இழிவான காரியங்களுக்காகத்
 துன்பமுற்று வருந்தி, பதிலுக்கு அதே காரியங்களைச்
 செய்து பழி வாங்காமலிருப்பதுதான் சிறந்த பண்பாகும்.*

158. மிகுதியான் மிக்கவை செய்தாரைத் தாந்தந்
 தகுதியான் வென்று விடல்.

 *ஆணவங்கொண்டு அநீதி விளைவிப்பவர்களை, நாம்
 நம் பொறுமைக் குணத்தால் வென்று விடலாம்.*

159. துறந்தாரின் தூய்மை யுடையர் இறந்தார்வாய்
 இன்னாச்சொல் நோற்கிற் பவர்.

 *எல்லை கடந்து நடந்துகொள்பவர்களின் கொடிய
 சொற்களைப் பொறுத்துக் கொள்பவர்கள் தூய்மையான
 துறவிகளைப் போன்றவர்கள்.*

160. உண்ணாது நோற்பார் பெரியர் பிறர்சொல்லும்
 இன்னாச்சொ னோற்பாரிற் பின்.

 *பசி பொறுத்து உண்ணாநோன்பு இருக்கும் உறுதி
 படைத்தவர்கள்கூடப் பிறர்கூறும் கொடுஞ்சொற்களைப்
 பொறுத்துக் கொள்பவர்களுக்கு, அடுத்த நிலையில்தான்
 வைத்துப் போற்றப்படுவார்கள்.*

17. அழுக்காறாமை

161. ஒழுக்காறாக் கொள்க ஒருவன்தன் நெஞ்சத்
தழுக்கா றிலாத இயல்பு.

மனத்தில் பொறாமையில்லாமல் வாழும் இயல்பை ஒழுக்கத்திற்குரிய நெறியாகப் பெற்று விளங்கிட வேண்டும்.

162. விழுப்பேற்றின் அஃதொப்ப தில்லையார் மாட்டும்
அழுக்காற்றின் அன்மை பெறின்.

யாரிடமும் பொறாமை கொள்ளாத பண்பு ஒருவர்க்கு வாய்க்கப் பெறுமேயானால் அதற்கு மேலான பேறு அவருக்கு வேறு எதுவுமில்லை.

163. அறனாக்கம் வேண்டாதான் என்பான் பிறனாக்கம்
பேணா தழுக்கறுப் பான்.

அறநெறியையும், ஆக்கத்தையும் விரும்பிப் போற்றாதவன்தான், பிறர் பெருமையைப் போற்றாமல் பொறாமைக் களஞ்சியமாக விளங்குவான்.

164. அழுக்காற்றின் அல்லவை செய்யார் இழுக்காற்றின்
ஏதம் படுபாக் கறிந்து.

தீய வழியில் சென்றால் துன்பம் ஏற்படுமென்பதை அறிந்தவர்கள் பொறைமையினால் தீச்செயல்களில் ஈடுபடமாட்டார்கள்.

165. அழுக்கா றுடையார்க் கதுசாலும் ஒன்னார்
வழுக்கியுங் கேடீன் பது.

பொறாமைக் குணம் கொண்டவர்களுக்கு அவர்களை வீழ்த்த வேறு பகையே வேண்டா. அந்தக் குணமே அவர்களை வீழ்த்தி விடும்.

**166. கொடுப்ப தழுக்கறுப்பான் சுற்றம் உடுப்பதூஉம்
உண்பதூஉ மின்றிக் கெடும்.**

உதவியாக ஒருவருக்குக் கொடுக்கப்படுவதைப் பார்த்துப் பொறாமை கொண்டால் அந்தத் தீய குணம், அவனை மட்டுமன்றி அவனைச் சார்ந்திருப்போரையும் உணவுக்கும், உடைக்கும்கூட வழியில்லாமல் ஆக்கிவிடும்.

**167. அவ்வித் தழுக்கா றுடையானைச் செய்யவள்
தவ்வையைக் காட்டி விடும்.**

செல்வத்தை இலக்குமி என்றும், வறுமையை அவளது அக்காள் மூதேவி என்றும் வர்ணிப்பதுண்டு. பொறாமைக் குணம் கொண்டவனை அக்காளுக்கு அடையாளம் காட்டிவிட்டுத் தங்கை இலக்குமி அவனைவிட்டு அகன்று விடுவாள்.

**168. அழுக்கா றெனவொரு பாவி திருச்செற்றுத்
தீயுழி உய்த்து விடும்.**

பொறாமை எனும் தீமை ஒருவனுடைய செல்வத்தையும் சிதைத்துத் தீயவழியிலும் அவனை விட்டுவிடும்.

**169. அவ்விய நெஞ்சத்தான் ஆக்கமும் செவ்வியான்
கேடும் நினைக்கப் படும்.**

பொறாமைக் குணம் கொண்டவனின் வாழ்க்கை வளமாக இருப்பதும், பொறாமைக் குணம் இல்லாதவனின் வாழ்க்கை வேதனையாக இருப்பதும் வியப்புக்குரிய செய்தியாகும்.

**170. அழுக்கற் றகன்றாரும் இல்லையஃ தில்லார்
பெருக்கத்தில் தீர்ந்தாரு மில்.**

பொறாமை கொண்டதால் புகழ் பெற்று உயர்ந்தோரும் இல்லை; பொறாமை இல்லாத காரணத்தால் புகழ் மங்கி வீழ்ந்தோரும் இல்லை.

18. வெஃகாமை

171. நடுவின்றி நன்பொருள் வெஃகிற் குடிபொன்றிக்
குற்றமும் ஆங்கே தரும்.

மனச்சான்றை ஒதுக்கிவிட்டுப் பிறர்க்குரிய அரும் பொருளைக் கவர்ந்துகொள்ள விரும்புகிறவரின் குடியும் கெட்டொழிந்து, பழியும் வந்து சேரும்.

172. படுபயன் வெஃகிப் பழிப்படுவ செய்யார்
நடுவன்மை நாணு பவர்.

நடுவுநிலை தவறுவது நாணித் தலைகுனியத் தக்கது என்று நினைப்பவர் தமக்கு ஒரு பயன் கிடைக்கும் என்பதற்காகப் பழிக்கப்படும் செயலில் ஈடுபடமாட்டார்.

173. சிற்றின்பம் வெஃகி யறனல்ல செய்யாரே
மற்றின்பம் வேண்டு பவர்.

அறவழியில் நிலையான பயனை விரும்புகிறவர் உடனடிப் பயன் கிடைக்கிறது என்பதற்காக அறவழி தவறி நடக்க மாட்டார்.

174. இலமென்று வெஃகுதல் செய்யார் புலம்வென்ற
புன்மையில் காட்சி யவர்.

புலனடக்கம் வாய்ந்த தூயவர், வறுமையில் வாடும் நிலையிலேகூடப் பிறர் பொருளைக் கவர்ந்திட விரும்பமாட்டார்.

175. அஃகி யகன்ற அறிவென்னாம் யார்மாட்டும்
வெஃகி வெறிய செயின்.

யாராயிருப்பினும் அவரது உடைமையை அறவழிக்குப் புறம்பாகக் கவர விரும்பினால் ஒருவருக்குப் பகுத்துணரும் நுண்ணிய அறிவு இருந்துதான் என்ன பயன்?

176. அருள்வெஃகி யாற்றின்கண் நின்றான் பொருள்வெஃகிப்
பொல்லாத சூழக் கெடும்.

அருளை விரும்பி அதனை அடைவதற்கான வழியில் செல்பவன் தவறிப்போய்ப் பிறர் பொருளை விரும்பிப் பொல்லாத செயலில் ஈடுபட்டால் கெட்டொழிய நேரிடும்.

177. வேண்டற்க வெஃகியாம் ஆக்கம் விளைவயின்
மாண்டற் கரிதாம் பயன்.

பிறர் பொருளைக் கவர்ந்து ஒருவன் வளம்பெற விரும்பினால் அந்த வளத்தின் பயன், நலம் தருவதாக இருக்காது.

178. அஃகாமை செல்வத்திற் கியாதெனின் வெஃகாமை
வேண்டும் பிறன்கைப் பொருள்.

தன்னுடைய செல்வச் செழிப்பு குறையாமலிருக்க வேண்டுமென்றால் பிறருடைய பொருளையும் தானே அடைய வேண்டுமென்று ஆசைப்படாமலிருக்க வேண்டும்.

179. அறனறிந்து வெஃகா அறிவுடையார்ச் சேருந்
திறனறிந் தாங்கே திரு.

பிறர் பொருளைக் கவர விரும்பாத அறநெறி உணர்ந்த அறிஞர் பெருமக்களின் ஆற்றலுக்கேற்ப அவர்களிடம் செல்வம் சேரும்.

180. இறலீனும் எண்ணாது வெஃகின் விறலீனும்
வேண்டாமை யென்னுஞ் செருக்கு.

விளைவுகளைப்பற்றி நினைக்காமல் பிறர் பொருளைக் கவர்ந்துகொள்ள விரும்பினால் அழிவும், அத்தகைய விருப்பம் கொள்ளாதிருந்தால் வாழ்க்கையில் வெற்றியும் கிட்டும்.

19. புறங்கூறாமை

181. **அறங்கூறா னல்ல செயினும் ஒருவன்**
புறங்கூறா னென்றல் இனிது.

அறநெறியைப் போற்றாமலும், அவ்வழியில் நடக்காமலும்கூட இருக்கின்ற சிலர் மற்றவர்களைப் பற்றிப் புறம் பேசாமல் இருந்தால், அது அவர்களுக்கு நல்லது.

182. **அறனழீஇ யல்லவை செய்தலின் தீதே**
புறனழீஇப் பொய்த்து நகை.

ஒருவரை நேரில் பார்க்கும் பொழுது பொய்யாகச் சிரித்துப் பேசிவிட்டு அவர் இல்லாத இடத்தில் அவரைப் பற்றிப் பொல்லாங்கு பேசுவது அறவழியைப் புறக்கணித்து விட்டு, அதற்கு மாறான காரியங்களைச் செய்வதைவிடக் கொடுமையானது.

183. **புறங்கூறிப் பொய்த்துயிர் வாழ்தலிற் சாதல்**
அறங்கூறும் ஆக்கந் தரும்.

கண்ட இடத்தில் ஒன்றும், காணாத இடத்தில் வேறொன்றுமாகப் புறங்கூறிப் பொய்மையாக நடந்து உயிர் வாழ்வதைவிடச் சாவது நன்று.

184. **கண்ணின்று கண்ணறச் சொல்லினுஞ் சொல்லற்க**
முன்னின்று பின்னோக்காச் சொல்.

நேருக்கு நேராக ஒருவரது குறைகளைக் கடுமையாகச் சொன்னாலும் சொல்லலாம், ஆனால் பின் விளைவுகளை எண்ணிப் பார்க்காமல் நேரில் இல்லாத ஒருவரைப் பற்றிக் குறை கூறுவது தவறு.

185. **அறஞ்சொல்லும் நெஞ்சத்தான் அன்மை புறஞ்சொல்லும்**
புன்மையாற் காணப் படும்.

ஒருவன் பிறரைப்பற்றிப் புறம் பேசுகிற சிறுமைத் தன்மையைக் கொண்டே அவன் அறவழி நிற்பவன் அல்லன் என்பதை எளிதில் தெரிந்து கொள்ளலாம்.

186. **பிறன்பழி கூறுவான் தன்பழி யுள்ளுந்**
திறன்தெரிந்து கூறப் படும்.

பிறர்மீது ஒருவன் புறங்கூறித் திரிகிறான் என்றால் அவனது பழிச் செயல்களை ஆராய்ந்து அவற்றில் கொடுமையானவைகளை அவன்மீது கூற நேரிடும்.

187. **பகச்சொல்லிக் கேளிர்ப் பிரிப்பர் நகச்சொல்லி**
நட்பாடல் தேற்றா தவர்.

இனிமையாகப் பழகி நட்புறவைத் தொடரத் தெரியாதவர்கள், நட்பு கெடுமளவுக்குப் புறங்கூறி நண்பர்களை இழந்து விடுவார்கள்.

188. **துன்னியார் குற்றமுந் தூற்றும் மரபினார்**
என்னைகொல் ஏதிலார் மாட்டு.

நெருங்கிப் பழகியவரின் குறையைக்கூடப் புறம் பேசித் தூற்றுகிற குணமுடையவர்கள் அப்படிப் பழகாத அயலாரைப் பற்றி என்னதான் பேச மாட்டார்கள்?

189. **அறனோக்கி யாற்றுங்கொல் வையம் புறனோக்கிப்**
புன்சொ லுரைப்பான் பொறை.

ஒருவர் நேரில் இல்லாதபோது பழிச்சொல் கூறுவோனுடைய உடலை 'இவனைச் சுமப்பதும் அறமே' என்று கருதித்தான் நிலம் சுமக்கிறது.

190. **ஏதிலார் குற்றம்போல் தங்குற்றங் காண்கிற்பின்**
தீதுண்டோ மன்னு முயிர்க்கு.

பிறர் குற்றத்தைக் காண்பவர்கள் தமது குற்றத்தையும் எண்ணிப் பார்ப்பார்களேயானால் புறங்கூறும் பழக்கமும் போகும்; வாழ்க்கையும் நிம்மதியாக அமையும்.

20. பயனில சொல்லாமை

191. பல்லார் முனியப் பயனில சொல்லுவான்
 எல்லாரும் எள்ளப் படும்.

 பலரும் வெறுக்கும்படியான பயனற்ற சொற்களைப் பேசுபவரை எல்லோரும் இகழ்ந்துரைப்பார்கள்.

192. பயனில பல்லார்முன் சொல்லல் நயனில
 நட்டார்கட் செய்தலிற் றீது.

 பலர்முன் பயனில்லாத சொற்களைக் கூறுவது, நட்புக்கு மாறாகச் செயல்படுவதைக் காட்டிலும் தீமையுடையதாகும்.

193. நயனில னென்பது சொல்லும் பயனில
 பாரித் துரைக்கும் உரை.

 பயனற்றவைகளைப்பற்றி ஒருவன் விரிவாகப் பேசிக் கொண்டிருப்பதே அவனைப் பயனற்றவன் என்று உணர்த்தக் கூடியதாகும்.

194. நயன்சாரா நன்மையின் நீக்கும் பயன்சாராப்
 பண்பில்சொல் பல்லா ரகத்து.

 பயனற்றதும், பண்பற்றதுமான சொற்களைப் பலர்முன் பகர்தல் மகிழ்ச்சியைக் குலைத்து, நன்மையை மாய்க்கும்.

195. சீர்மை சிறப்பொடு நீங்கும் பயனில
 நீர்மை யுடையார் சொலின்.

 நல்ல பண்புடையவர் பயனில்லாத சொற்களைக் கூறுவாரானால் அவருடைய மேம்பாடு அவருக்குரிய மதிப்போடு நீங்கி விடும்.

196. பயனில்சொல் பாராட்டு வானை மகனெனல்
மக்கட் பதடி யெனல்.

பயனற்றவைகளைச் சொல்லிப் பயன்பெற நினைப்பவனை, மனிதன் என்பதைவிட அவன் ஒரு பதர் என்பதே பொருத்தமானதாகும்.

197. நயனில சொல்லினுஞ் சொல்லுக சான்றோர்
பயனில சொல்லாமை நன்று.

பண்பாளர்கள், இனிமையல்லாத சொற்களைக்கூடச் சொல்லி விடலாம்; ஆனால் பயனில்லாத சொற்களைச் சொல்லாமல் இருப்பதே நல்லது.

198. அரும்பய னாயும் அறிவினார் சொல்லார்
பெரும்பய னில்லாத சொல்.

அரும்பயன்களை ஆராய்ந்து அறியக்கூடிய ஆற்றல் படைத்தவர், பெரும்பயன் விளைவிக்காத எந்தச் சொல்லையும் பயன்படுத்த மாட்டார்.

199. பொருள்தீர்ந்த பொச்சாந்துஞ் சொல்லார் மருள்தீர்ந்த
மாசறு காட்சி யவர்.

மயக்கம் சிறிதுமில்லாத மாசற்ற அறிவுடையவர் மறந்தும்கூடப் பயனற்ற சொற்களைச் சொல்ல மாட்டார்.

200. சொல்லுக சொல்லிற் பயனுடைய சொல்லற்க
சொல்லிற் பயனிலாச் சொல்.

பயனளிக்காத சொற்களை விடுத்து மனத்தில் பதிந்து பயனளிக்கக் கூடிய சொற்களையே கூற வேண்டும்.

21. தீவினையச்சம்

201. **தீவினையார் அஞ்சார் விழுமியார் அஞ்சுவர்**
தீவினை யென்னுஞ் செருக்கு.

தீயவர்கள் தீவினை செய்ய அஞ்சமாட்டார்கள்; தீவினையால் மகிழ்ச்சி ஏற்படுவதாயினும் அதனைச் செய்திடச் சான்றோர் அஞ்சி நடுங்குவார்கள்.

202. **தீயவை தீய பயத்தலால் தீயவை**
தீயினும் அஞ்சப் படும்.

தீய செயல்களால் தீமையே விளையும் என்பதால் அச்செயல்களைத் தீயைவிடக் கொடுமையானவையாகக் கருதி அவற்றைச் செய்திட அஞ்சிட வேண்டும்.

203. **அறிவினு ளெல்லாந் தலையென்ப தீய**
செறுவார்க்குஞ் செய்யா விடல்.

தீமை செய்தவர்க்கு அதையே திருப்பிச் செய்யாமலிருத்தலை, எல்லா அறிவிலும் முதன்மையான அறிவு என்று போற்றுவர்.

204. **மறந்தும் பிறன்கேடு சூழற்க சூழின்**
அறஞ்சூழுஞ் சூழ்ந்தவன் கேடு.

மறந்தும்கூட மற்றவர்க்குக் கேடு செய்ய நினைக்கக் கூடாது; அப்படி நினைத்தால் அவனுக்குக் கேடு உண்டாக்க அவனை அறம் முற்றுகையிட்டு விடும்.

205. **இலனென்று தீயவை செய்யற்க செய்யின்**
இலனாகும் மற்றும் பெயர்த்து.

வறுமையின் காரணமாக ஒருவன் தீய செயல்களில் ஈடுபடக்கூடாது; அப்படி ஈடுபட்டால் மீண்டும் அவன் வறுமையிலேயே வாட வேண்டியிருக்கும்.

206. தீப்பால தான்பிறர்கண் செய்யற்க நோய்ப்பால
தன்னை அடல்வேண்டா தான்.

வேதனை விளைவிக்கும் தீய செயல்கள் தன்னைத் தாக்கலாகாது என எண்ணுகிறவன் அவனும் அத் தீங்குகளைப் பிறருக்குச் செய்யாமல் இருக்க வேண்டும்.

207. எனைப்பகை யுற்றாரும் உய்வர் வினைப்பகை
வீயாது பின்சென் றடும்.

ஒருவர் நேரடியான பகைக்குத் தப்பி வாழ முடியும்; ஆனால், அவர் செய்யும் தீய வினைகள் பெரும் பகையாகி அவரைத் தொடர்ந்து வருத்திக்கொண்டே இருக்கும்.

208. தீயவை செய்தார் கெடுதல் நிழல்தன்னை
வீயா தடியுறைந் தற்று.

ஒருவருடைய நிழல் அவருடனேயே ஒன்றியிருப்பதைப்போல், தீய செயல்களில் ஈடுபடுகிறவர்களை விட்டுத் தீமையும் விலகாமல், தொடர்ந்து ஒட்டிக் கொண்டிருக்கும்.

209. தன்னைத்தான் காதல னாயின் எனைத்தொன்றுந்
துன்னற்க தீவினைப் பால்.

தனது நலத்தை விரும்புகிறவன் தீய செயல்களின் பக்கம் சிறிதளவுகூட நெருங்கலாகாது.

210. அருங்கேடன் என்ப தறிக மருங்கோடித்
தீவினை செய்யான் எனின்.

வழிதவறிச் சென்று பிறர்க்குத் தீங்கு விளைவிக்காதவர்க்கு எந்தக் கேடும் ஏற்படாது என்பதை அறிந்து கொள்க.

22. ஒப்புரவறிதல்

211. கைம்மாறு வேண்டா கடப்பாடு மாரிமாட்
டென்னாற்றுங் கொல்லோ உலகு.

கைம்மாறு கருதி மழை பொழிவதில்லை; அந்த மழையைப் போன்றவர்கள் கைம்மாறு கருதி எந்த உதவியும் செய்பவர்கள் அல்லர்.

212. தாளாற்றித் தந்த பொருளெல்லாந் தக்கார்க்கு
வேளாண்மை செய்தற் பொருட்டு.

தகுதியுடையோர் நலனுக்கு உதவிடும் பொருட்டே ஒருவன் முயன்று திரட்டிய பொருள் பயன்பட வேண்டும்.

213. புத்தே ளுலகத்தும் ஈண்டும் பெறலரிதே
ஒப்புரவின் நல்ல பிற.

பிறர்க்கு உதவிடும் பண்பாகிய "ஒப்புரவு" என்பதைவிடச் சிறந்த பண்பினை இன்றைய உலகிலும், இனிவரும் புதிய உலகிலும் காண்பது அரிது.

214. ஒத்த தறிவான் உயிர்வாழ்வான் மற்றையான்
செத்தாருள் வைக்கப் படும்.

ஒப்புரவை அறிந்து பிறருக்கு உதவியாகத் தன் வாழ்வை அமைத்துக் கொள்பவனே உயிர்வாழ்பவன் எனக் கருதப்படுவான்; அதற்கு மாறானவன் இறந்தவனே ஆவான்.

215. ஊருணி நீர்நிறைந் தற்றே உலகவாம்
பேரறி வாளன் திரு.

பொதுநல நோக்குடன் வாழ்கின்ற பேரறிவாளனின் செல்வமானது ஊர் மக்கள் அனைவருக்கும் பயன் தரும் நீர் நிறைந்த ஊருணியைப் போன்றதாகும்.

216. பயன்மரம் உள்ளூர்ப் பழுத்தற்றால் செல்வம்
நயனுடை யான்கண் படின்.

ஈர நெஞ்சம் கொண்டவனிடம் செல்வம் சேருமேயானால் அது, ஊரின் நடுவே செழித்து வளர்ந்த மரம், பழுத்துக் குலுங்குவது போல எல்லோர்க்கும் பயன்படுவதாகும்.

217. மருந்தாகித் தப்பா மரத்தற்றால் செல்வம்
பெருந்தகை யான்கண் படின்.

பிறருக்கு உதவிடும் பெருந்தன்மையாம் ஒப்புரவு உடையவனிடம், செல்வம் சேர்ந்தால் அது ஒரு நல்ல மரத்தின் எல்லா உறுப்புகளும் மருந்தாகப் பயன்படுவது போன்றதாகும்.

218. இடனில் பருவத்தும் ஒப்புரவிற் கொல்கார்
கடனறி காட்சி யவர்.

தம்மிடம் வளம் நீங்கி, வறுமை வந்துற்ற காலத்திலும், பிறர்க்கு உதவிடும் ஒப்புரவில் தளராதவர், கடமையுணர்ந்த தகைமையாளர்.

219. நயனுடையான் நல்கூர்ந்தா னாதல் செயும்நீர
செய்யா தமைகலா வாறு.

பிறர்க்கு உதவி செய்வதையே கடமையாகக் கொண்ட பெருந்தகையாளன் ஒருவன், வறுமையடைந்து விட்டான் என்பதை உணர்த்துவது அவனால் பிறர்க்கு உதவிட முடியாமல் செயலிழந்து போகும் நிலைமைதான்.

220. ஒப்புரவி னால்வருங் கேடெனின் அஃதொருவன்
விற்றுக்கோள் தக்க துடைத்து.

பிறருக்கு உதவுகின்ற சிறப்புடைய உலக ஒழுக்கம், கேடு விளைவிக்கக் கூடியதாக இருப்பின், அக்கேடு, ஒருவன் தன்னை விற்றாவது வாங்கிக் கொள்ளக் கூடிய மதிப்புடையதாகும்.

23. ஈகை

221. வறியார்க்கொன் றீவதே ஈகைமற் றெல்லாங்
 குறியெதிர்ப்பை நீர துடைத்து.

 இல்லாதவர்க்கு வழங்குவதே ஈகைப் பண்பாகும். மற்றவர்களுக்கு வழங்குவது என்பது ஏதோ ஓர் ஆதாயத்தை எதிர்பார்த்து வழங்கப்படுவதாகும்.

222. நல்லா றெனினுங் கொளல்தீது மேலுலகம்
 இல்லெனினும் ஈதலே நன்று.

 பிறரிடமிருந்து நல்வழியில் பொருளைப் பெற்றாலும் அது பெருமையல்ல; சிறுமையே ஆகும். கொடை வழங்குவதால் மேலுலகம் என்று சொல்லப்படுவது கிட்டிவிடப் போவதில்லை; எனினும் பிறர்க்குக் கொடுத்து வாழ்வதே சிறந்த வாழ்க்கையாகும்.

223. இலனென்னும் எவ்வம் உரையாமை ஈதல்
 குலனுடையான் கண்ணே யுள.

 தமக்குள்ள வறுமைத் துன்பத்தைக் காட்டிக் கொள்ளாமல் பிறருக்கு ஈவது உயர்ந்த குடிப்பிறந்தவரின் பண்பாகும்.

224. இன்னா திரக்கப் படுதல் இரந்தவர்
 இன்முகங் காணு மளவு.

 ஈதல் பண்புடையவர்க்குத் தம்மை நாடி வரும் இரவலரின் புன்னகை பூத்த முகத்தைக் கண்டு இன்புறும் வரையில், அவருக்காக இரக்கப்படுவதும் ஒரு துன்பமாகவே தோன்றும்.

225. ஆற்றுவா ராற்றல் பசியாற்றல் அப்பசியை
 மாற்றுவா ராற்றலிற் பின்.

 பசியைப் பொறுத்துக் கொள்ளும் நோன்பைக் கடைப் பிடிப்பதைவிடப் பசித்திருக்கும் ஒருவருக்கு உணவு அளிப்பதே சிறந்ததாகும்.

226. அற்றார் அழிபசி தீர்த்தல் அஃதொருவன்
 பெற்றான் பொருள்வைப் புழி.

பட்டினி எனச் சொல்லி வந்தவரின் பசியைத் தீர்ப்பது வீண் போகாது. அதுவே, தான் தேடிய பொருளைப் பிற்காலத்தில் உதவுவதற்கு ஏற்பச் சேமித்து வைக்கக்கூடிய கருவூலமாகும்.

227. பாத்தூண் மரீஇ யவனைப் பசியென்னுந்
 தீப்பிணி தீண்ட லரிது.

பகிர்ந்து உண்ணும் பழக்கம் உடையவர்களைப் பசியென்னும் கொடிய நோய் அணுகுவதில்லை.

228. ஈத்துவக்கும் இன்பம் அறியார்கொல் தாமுடைமை
 வைத்திழக்கும் வன்க ணவர்.

ஏழை எளியோர்க்கு எதுவும் அளித்திடாமல் ஈட்டிய பொருள் அனைத்தையும் இழந்திடும் ஈவு இரக்கமற்றோர், பிறர்க்கு வழங்கி மகிழ்வதில் ஏற்படும் இன்பத்தை அறியமாட்டாரோ?

229. இரத்தலின் இன்னாது மன்ற நிரப்பிய
 தாமே தமிய ருணல்.

பிறர்க்கு ஈவதால் குறையக் கூடுமென்று, குவித்து வைத்துள்ளதைத் தாமே உண்ணுவது என்பது கையேந்தி இரந்து நிற்பதைக் காட்டிலும் கொடுமையானது.

230. சாதலின் இன்னாத தில்லை இனிததூஉம்
 ஈத லியையாக் கடை.

சாவு எனும் துன்பத்தைவிட வறியவர்க்கு எதுவும் வழங்க இயலாத மனத்துன்பம் பெரியது.

24. புகழ்

231. ஈத லிசைபட வாழ்தல் அதுவல்ல
         தூதிய மில்லை உயிர்க்கு.

கொடைத் தன்மையும், குன்றாத புகழும்தவிர வாழ்க்கைக்கு ஆக்கம் தரக் கூடியது வேறெதுவும் இல்லை.

232. உரைப்பா ருரைப்பவை யெல்லாம் இரப்பார்க்கொன்
         றீவார்மேல் நிற்கும் புகழ்.

போற்றுவோர் போற்றுவனவெல்லாம் இல்லாதவர்க்கு ஒன்று வழங்குவோரின் புகழைக் குறித்தே அமையும்.

233. ஒன்றா உலகத் துயர்ந்த புகழல்லாற்
         பொன்றாது நிற்பதொன் றில்.

ஒப்பற்றதாகவும், அழிவில்லாததாகவும் இந்த உலகத்தில் நிலைத்திருப்பது புகழைத் தவிர வேறு எதுவுமே இல்லை.

234. நிலவரை நீள்புகழ் ஆற்றின் புலவரைப்
         போற்றாது புத்தே ளுலகு.

இனிவரும் புதிய உலகம்கூட இன்றைய உலகில் தன்னலம் துறந்து புகழ் ஈட்டிய பெருமக்களை விடுத்து, அறிவாற்றல் உடையவரை மட்டும் போற்றிக் கொண்டிராது.

235. நத்தம்போல் கேடும் உளதாகுஞ் சாக்காடும்
         வித்தகர்க் கல்லால் அரிது.

துன்பங்களுக்கிடையேகூட அவற்றைத் தாங்கும் வலிமையால் தமது புகழை வளர்த்துக் கொள்வதும், தமது சாவிலும்கூடப் புகழை நிலை நாட்டுவதும் இயல்பான ஆற்றலுடையவருக்கே உரிய செயலாகும்.

236. தோன்றின் புகழொடு தோன்றுக அஃதிலார்
தோன்றலின் தோன்றாமை நன்று.

எந்தத் துறையில் ஈடுபட்டாலும் அதில் புகழுடன் விளங்கவேண்டும்; இயலாதவர்கள் அந்தத் துறையில் ஈடுபடாமல் இருப்பதே நல்லது.

237. புகழ்பட வாழாதார் தந்நோவார் தம்மை
இகழ்வாரை நோவ தெவன்.

உண்மையான புகழுடன் வாழ முடியாதவர்கள் அதற்காகத் தம்மை நொந்து கொள்ள வேண்டுமே தவிர தமது செயல்களை இகழ்ந்து பேசுகிறவர்களை நொந்து கொள்வது எதற்காக?

238. வசையென்ப வையத்தார்க் கெல்லாம் இசையென்னும்
எச்சம் பெறாஅ விடின்.

தமக்குப் பிறகும் எஞ்சி நிற்கக் கூடிய புகழைப் பெறாவிட்டால், அது அந்த வாழ்க்கைக்கே வந்த பழி யென்று வையம் கூறும்.

239. வசையிலா வண்பயன் குன்றும் இசையிலா
யாக்கை பொறுத்த நிலம்.

புகழ் எனப்படும் உயிர் இல்லாத வெறும் மனித உடலைச் சுமந்தால், இந்தப்பூமி நல்ல விளைவில்லாத நிலமாகக் கருதப்படும்.

240. வசையொழிய வாழ்வாரே வாழ்வார் இசையொழிய
வாழ்வாரே வாழா தவர்.

பழி உண்டாகாமல் வாழ்வதே வாழ்க்கை எனப்படும். புகழ் இல்லாதவர் வாழ்வதும் வாழாததும் ஒன்றுதான்.

துறவறவியல்

25. அருளுடைமை

241. அருட்செல்வஞ் செல்வத்துள் செல்வம் பொருட்செல்வம்
பூரியார் கண்ணு முள.

கொடிய உள்ளம் கொண்ட இழிமக்களிடம்கூடக் கோடிக்கணக்கில் செல்வம் குவிந்திருக்கலாம்; ஆனாலும் அந்தச் செல்வம் அருட் செல்வத்துக்கு ஈடாகாது.

242. நல்லாற்றான் நாடி யருளாள்க பல்லாற்றால்
தேரினும் அஃதே துணை.

பலவழிகளால் ஆராய்ந்து கண்டாலும் அருள் உடைமையே வாழ்க்கைக்குத் துணையாய் விளங்கும் நல்வழி எனக் கொள்ளல் வேண்டும்.

243. அருள்சேர்ந்த நெஞ்சினார்க் கில்லை இருள்சேர்ந்த
இன்னா உலகம் புகல்.

அருள் நிறைந்த மனம் படைத்தவர் அறியாமை எனும் இருள் சூழ்ந்த துன்ப உலகில் உழலமாட்டார்.

244. மன்னுயி ரோம்பி அருளாள்வாற் கில்லென்ப
தன்னுயி ரஞ்சும் வினை.

எல்லா உயிர்களிடத்தும் கருணைகொண்டு அவற்றைக் காத்திடுவதைக் கடமையாகக் கொண்ட சான்றோர்கள் தமது உயிரைக் பற்றிக் கவலை அடைய மாட்டார்கள்.

245. அல்லல் அருளாள்வார்க் கில்லை வளிவழங்கு
மல்லன்மா ஞாலங் கரி.

உள்ளத்தில் ஊறிடும் அருளின் இயக்கத்தினால் துன்பத்தை உணராமல் கடமையாற்றலாம் என்பதற்கு, காற்றின் இயக்கத்தினால் வலிமையுடன் திகழும் இந்தப் பெரிய உலகமே சான்று.

246. பொருள்நீங்கிப் பொச்சாந்தா ரென்பர் அருள்நீங்கி
அல்லவை செய்தொழுகு வார்.

அருளற்றவர்களாய்த் தீமைகளைச் செய்து வாழ்பவர்கள், பொருளற்றவர்களாகவும், கடமை மறந்தவர்களாகவும் ஆவர்.

247. அருளில்லார்க் கவ்வுலகம் இல்லை பொருளில்லார்க்
கிவ்வுலகம் இல்லாகி யாங்கு.

பொருள் இல்லாதவர்களுக்கு இல்லற வாழ்க்கை சிறப்பாக இராது. அதுபோலவே கருணை உள்ளம் இல்லாதவர்களின் துறவற வாழ்க்கையும் சிறப்பாக அமையாது.

248. பொருளற்றார் பூப்ப ரொருகால் அருளற்றார்
அற்றார்மற் றாதல் அரிது.

பொருளை இழந்தவர் அதனை மீண்டும் தேடிப் பெறலாம். அருளை இழந்தால் இழந்ததுதான்; மீண்டும் பெற இயலாது.

249. தெருளாதான் மெய்ப்பொருள் கண்டற்றால் தேரின்
அருளாதான் செய்யும் அறம்.

அறிவுத் தெளிவு இல்லாதவன் ஒரு நூலின் உண்மைப் பொருளைக் கண்டறிய முடியுமா? அது போலத்தான் அருள் இல்லாதவன் செய்யும் அறச்செயலும் இருக்கும்.

250. வலியார்முன் தன்னை நினைக்கதான் தன்னின்
மெலியார்மேற் செல்லு மிடத்து.

தன்னைவிட மெலிந்தவர்களைத் துன்புறுத்த நினைக்கும்போது, தன்னைவிட வலியவர் முன்னால் அஞ்சி நிற்கும் நிலைமை தனக்கு இருப்பதை மறந்துவிடக் கூடாது.

26. புலால் மறுத்தல்

251. தன்னூன் பெருக்கற்குத் தான்பிறி தூனுண்பான்
எங்ஙனம் ஆளும் அருள்.

தன் உடலை வளர்ப்பதற்காக வேறொரு உயிரின் உடலை உணவாக்கிக் கொள்பவர் எப்படிக் கருணை யுள்ளம் கொண்டவராக இருக்க முடியும்.

252. பொருளாட்சி போற்றாதார்க் கில்லை அருளாட்சி
ஆங்கில்லை ஊன்றின் பவர்க்கு.

பொருளைப் பேணிக் காத்திடாதவர்க்குப் பொருள் உடையவர் என்னும் சிறப்பு இல்லை; புலால் உண்பவர்க்கும் அருள் உடையவர் என்னும் சிறப்பு இல்லை.

253. படைகொண்டார் நெஞ்சம்போல் நன்றூக்கா தொன்றன்
உடல்சுவை யுண்டார் மனம்.

படைக் கருவியைப் பயன்படுத்துவோர் நெஞ்சமும், ஓர் உயிரின் உடலைச் சுவைத்து உண்பவர் நெஞ்சமும், அருளுடைமையைப் போற்றக் கூடியவை அல்ல.

254. அருளல்ல தியாதெனிற் கொல்லாமை கோறல்
பொருளல்ல தவ்வூன் தினல்.

கொல்லாமை அருளுடைமையாகும்; கொல்லுதல் அருளற்ற செயலாகும். எனவே ஊன் அருந்துதல் அறம் ஆகாது.

255. உண்ணாமை யுள்ள துயிர்நிலை ஊனுண்ண
அண்ணாத்தல் செய்யா தளறு.

உயிர்களை உணவாக்கிக் கொள்ளச் சகதிக்குழியும் வாய் திறவாது; புலால் உண்ணாதவர்கள் இருப்பதால், பல உயிர்கள் கொல்லப்படாமல் வாழ்கின்றன.

256. தினற்பொருட்டால் கொல்லா துலகெனின் யாரும்
விலைப்பொருட்டால் ஊன்றருவா ரில்.

புலால் உண்பதற்காக உலகினர் உயிர்களைக் கொல்லா திருப்பின், புலால் விற்பனை செய்யும் தொழிலை எவரும் மேற்கொள்ள மாட்டார்.

257. உண்ணாமை வேண்டும் புலாஅல் பிறிதொன்றன்
புண்ண துணர்வார்ப் பெறின்.

புலால் என்பது வேறோர் உயிரின் உடற்புண் என்பதை உணர்ந்தோர் அதனை உண்ணாமல் இருக்க வேண்டும்.

258. செயிரின் தலைப்பிரிந்த காட்சியா ருண்ணார்
உயிரின் தலைப்பிரிந்த ஊன்.

மாசற்ற மதியுடையோர், ஓர் உயிரைப் பிரித்து அதன் ஊனை உண்ண மாட்டார்கள்.

259. அவிசொரிந் தாயிரம் வேட்டலின் ஒன்றன்
உயிர்செகுத் துண்ணாமை நன்று.

நெய் போன்ற பொருள்களைத் தீயிலிட்டு ஆயிரம் வேள்விகளை நடத்துவதைவிட உண்பதற்காக ஓர் உயிரைப் போக்காமலிருப்பது நல்லது.

260. கொல்லான் புலாலை மறுத்தானைக் கைகூப்பி
எல்லா உயிருந் தொழும்.

புலால் உண்ணாதவர்களையும், அதற்காக உயிர்களைக் கொல்லாதவர்களையும் எல்லா உயிரினங்களும் வணங்கி வாழ்த்தும்.

27. தவம்

261. உற்றநோய் நோன்றல் உயிர்க்குறுகண் செய்யாமை
அற்றே தவத்திற் குரு.

எதையும் தாங்கும் இதயத்தைப் பெற்றிருப்பதும், எந்த உயிருக்கும் தீங்கு செய்யாமல் இருப்பதும்தான் "தவம" என்று கூறப்படும்.

262. தவமுந் தவமுடையார்க் காகும் அவமதனை
அஃதிலார் மேற்கொள் வது.

உறுதிப்பாடும், மன அடக்கமும் உடையவருக்கே தவத்தின் பெருமை வாய்க்கும். எனவே கட்டுப்பாடான ஒழுக்கம் இல்லாதவர்கள், தவத்தை மேற்கொள்வது வீண் செயலேயாகும்.

263. துறந்தார்க்குத் துப்புரவு வேண்டி மறந்தார்கொன்
மற்றை யவர்கள் தவம்.

துறவிகளுக்குத் துணை நிற்க விரும்புகிறோம் என்பதற்காகத் தாங்கள் கடைப்பிடிக்க வேண்டிய தவ ஒழுக்கத்தை மற்றவர்கள் மறந்து விடக்கூடாது.

264. ஒன்னார்த் தெறலும் உவந்தாரை யாக்கலும்
எண்ணின் தவத்தான் வரும்.

மன உறுதியும் கட்டுப்பாடும் கொண்டு தவமென்னும் நோன்பு வலிமையுடையதாக அமைந்தால்தான், எண்ணிய மாத்திரத்தில் பகைவரை வீழ்த்தவும் நண்பரைக் காக்கவும் முடியும்.

265. வேண்டிய வேண்டியாங் கெய்தலால் செய்தவம்
ஈண்டு முயலப் படும்.

உறுதிமிக்க நோன்பினால் விரும்பியதை விரும்பியவாறு அடைய முடியுமாதலால், அது விரைந்து முயன்று செய்யப்படுவதாகும்.

266. தவஞ்செய்வார் தங்கருமஞ் செய்வார்மற் றல்லார்
அவஞ்செய்வார் ஆசையுட் பட்டு.

அடக்கமும், அன்பு நெறியும், துன்பங்களைத் தாங்கும் பொறுமையும் வாய்ந்த தவம் மேற்கொண்டவர்கள் மட்டுமே தமது கடமையைச் செய்பவர்கள்; அதற்கு மாறானவர்கள், ஆசையால் அலைக்கழிக்கப்பட்டு வீணான செயல்களில் ஈடுபடுபவர்கள்.

267. சுடச்சுடரும் பொன்போல் ஒளிவிடுந் துன்பஞ்
சுடச்சுட நோற்கிற் பவர்க்கு.

தம்மைத் தாமே வருத்திக் கொண்டு ஒரு குறிக்கோளுக்காக நோன்பு நோற்பவர்களை எந்தத் துன்பங்கள் தாக்கினாலும் அவர்கள் சுடச்சுட ஒளிவிடும் பொன்னைப் போல் புகழ் பெற்றே உயர்வார்கள்.

268. தன்னுயிர் தானறப் பெற்றானை ஏனைய
மன்னுயி ரெல்லாந் தொழும்.

"தனது உயிர்" என்கிற பற்றும், "தான்" என்கிற செருக்கும் கொள்ளாதவர்களை உலகம் புகழ்ந்து பாராட்டும்.

269. கூற்றங் குதித்தலுங் கைகூடும் நோற்றலின்
ஆற்றல் தலைப்பட் டவர்க்கு.

எத்தனைத் துன்பங்கள் வரினும் தாங்கிக் குறிக்கோளில் உறுதியாக நிற்கும் ஆற்றலுடையவர்கள் சாவையும் வென்று வாழ்வார்கள்.

270. இலர்பல ராகிய காரணம் நோற்பார்
சிலர்பலர் நோலா தவர்.

ஆற்றலற்றவர்கள் பலராக இருப்பதற்குக் காரணம், மன உறுதி கொண்டவர் சிலராக இருப்பதும், உறுதியற்றவர் பலராக இருப்பதும்தான்.

28. கூடா ஒழுக்கம்

271. வஞ்ச மனத்தான் படிற்றொழுக்கம் பூதங்கள்
ஐந்தும் அகத்தே நகும்.

ஒழுக்க சீலரைப் போல் உலகத்தை ஏமாற்றும் வஞ்சகரைப் பார்த்து அவரது உடலில் கலந்துள்ள நிலம், நீர், தீ, காற்று, வெளி எனப்படும் பஞ்சபூதங்களும் தமக்குள் சிரித்துக் கொள்ளும்.

272. வானுயர் தோற்றம் எவன்செய்யுந் தன்நெஞ்சத்
தானறி குற்றப் படின்.

தன் மனத்திற்குக் குற்றம் என்று தெரிந்தும்கூட அதைச் செய்பவர், துறவுக்கோலம் பூண்டிருப்பதால் எந்தப் பயனும் இல்லை.

273. வலியில் நிலைமையான் வல்லுருவம் பெற்றம்
புலியின்தோல் போர்த்துமேய்ந் தற்று.

மனத்தை அடக்க முடியாதவர் துறவுக்கோலம் பூணுவது, பசு ஒன்று புலித் தோலைப் போர்த்திக் கொண்டு பயிரை மேய்வது போன்றதாகும்.

274. தவமறைந் தல்லவை செய்தல் புதல்மறைந்து
வேட்டுவன் புள்சிமிழ்த் தற்று.

புதரில் மறைந்து கொண்டு வேடன் பறவைகளைக் கண்ணி வைத்துப் பிடிப்பதற்கும், தவக்கோலத்தில் இருப்பவர்கள் தகாத செயல்களில் ஈடுபடுவதற்கும் வேறுபாடு இல்லை.

275. பற்றற்றேம் என்பார் படிற்றொழுக்கம் எற்றெற்றென்
றேதம் பலவுந் தரும்.

எத்தகைய செயல் புரிந்துவிட்டோம் என்று தமக்குத் தாமே வருந்த வேண்டிய துன்பம், பற்றுகளை விட்டு விட்டதாகப் பொய்கூறி, உலகை ஏமாற்றுவோர்க்கு வந்து சேரும்.

276. நெஞ்சின் துறவார் துறந்தார்போல் வஞ்சித்து
வாழ்வாரின் வன்கணா ரில்.

உண்மையிலேயே மனதாரப் பற்றுகளைத் துறக்காமல், துறந்தவரைப் போல் வாழ்கின்ற வஞ்சகர்களைவிட இரக்கமற்றவர் யாருமில்லை.

277. புறங்குன்றி கண்டனைய ரேனும் அகங்குன்றி
மூக்கிற் கரியா ருடைத்து.

வெளித் தோற்றத்துக்குக் குன்றிமணி போல் சிவப்பாக இருந்தாலும், குன்றிமணியின் முனைபோலக் கறுத்த மனம் படைத்தவர்களும் உலகில் உண்டு.

278. மனத்தது மாசாக மாண்டார்நீ ராடி
மறைந்தொழுகு மாந்தர் பலர்.

நீருக்குள் மூழ்கியோர் தம்மை மறைத்துக் கொள்வது போல, மாண்புடையோர் எனும் பெயருக்குள் தம்மை மறைத்துக்கொண்டு மனத்தில் மாசுடையோர் பலர் உலவுகின்றனர்.

279. கணைகொடிது யாழ்கோடு செவ்விதாங் கன்ன
வினைபடு பாலாற் கொளல்.

நேராகத் தோன்றும் அம்பு, கொலைச் செயல் புரியும். வளைந்து தோன்றும் யாழ், இசை இன்பம் பயக்கும். அது போலவே மக்களின் பண்புகளையும் அவர்களது செயலால் மட்டுமே உணர்ந்து கொள்ள வேண்டும்.

280. மழித்தலும் நீட்டலும் வேண்டா உலகம்
பழித்த தொழித்து விடின்.

உலகத்தாரின் பழிப்புக்கு உள்ளாகும் செயல்களைத் துறக்காமல் ஒரு துறவி, தனது தலையை மொட்டையடித்துக் கொண்டோ, சடாமுடி வளர்த்துக் கொண்டோ கோலத்தை மட்டும் மாற்றிக் கொள்வது ஒரு ஏமாற்று வித்தையே ஆகும்.

29. கள்ளாமை

281. எள்ளாமை வேண்டுவா னென்பான் எனைத்தொன்றுங்
கள்ளாமை காக்கதன் நெஞ்சு.

எந்தப் பொருளையும் களவாடும் நினைவு தன் நெஞ்சை அணுகாமல் பார்த்துக் (காத்துக்) கொள்பவனே இகழ்ச்சிக்கு ஆட்படாமல் வாழ முடியும்.

282. உள்ளத்தால் உள்ளலுந் தீதே பிறன்பொருளைக்
கள்ளத்தால் கள்வே மெனல்.

பிறருக்குரிய பொருளைச் சூழ்ச்சியினால் கவர்ந்து கொள்ளலாமா என்று ஒருவன் நினைப்பதேகூடக் குற்றமாகும்.

283. களவினா லாகிய ஆக்கம் அளவிறந்
தாவது போலக் கெடும்.

கொள்ளையடித்துப் பொருள் குவிப்பது, முதலில் பெரிதாகத் தோன்றினாலும், அந்தச் செயல் ஏற்கனவே இருந்த செல்வத்தையும் அடித்துக் கொண்டு போய்விடும்.

284. களவின்கண் கன்றிய காதல் விளைவின்கண்
வீயா விழுமந் தரும்.

களவு செய்வதில் ஒருவனுக்கு ஏற்படும் தணியாத தாகம், அதனால் உருவாகும் விளைவுகளால் தீராத துன்பத்தை உண்டாக்கும்.

அருள்கருதி அன்புடைய ராதல் பொருள்கருதிப்
பொச்சாப்புப் பார்ப்பார்க ணில்.

மறந்திருக்கும் நேரம் பார்த்துப் பிறர் பொருளைக் களவாட எண்ணுபவரிடத்தில், அருள் கருதி அன்பாக நடக்கும் பண்பு இருக்காது.

286. அளவின்கண் நின்றொழுக லாற்றார் களவின்கண்
 கன்றிய காத லவர்.

 ஓர் எல்லைக்குட்பட்டு வாழ்வைச் செம்மையாக
 அமைத்துக் கொள்ளாதவர்கள், களவு செய்து பிறர்
 பொருளைக் கொள்வதில் நாட்டமுடையவராவார்கள்.

287. களவென்னுங் காரறி வாண்மை அளவென்னும்
 ஆற்றல் புரிந்தார்க ணில்.

 அளவறிந்து வாழ்க்கை நடத்துகிற
 ஆற்றலுடையவர்களிடம், களவாடுதல் எனும் சூதுமதி
 கிடையாது.

288. அளவறிந்தார் நெஞ்சத் தறம்போல நிற்குங்
 களவறிந்தார் நெஞ்சில் கரவு.

 நேர்மையுள்ளவர் நெஞ்சம் அறவழியில் செல்லும்;
 கொள்ளையடிப்போர் நெஞ்சமோ குறுக்குவழியான
 வஞ்சக வழியில் செல்லும்.

289. அளவல்ல செய்தாங்கே வீவர் களவல்ல
 மற்றைய தேற்றா தவர்.

 களவு என்பதைத் தவிர வேறு நல்வழிகளை
 நாடாதவர்கள், வரம்பு கடந்த செயல்களால் வாழ்விழந்து
 வீழ்வார்கள்.

290. கள்வார்க்குத் தள்ளும் உயிர்நிலை கள்ளார்க்குத்
 தள்ளாது புத்தே ளுலகு.

 களவாடுபவர்க்கு உயிர் வாழ்வதேகூடத் தவறிப்போகும்;
 களவை நினைத்தும் பார்க்காதவர்க்கோ, புகழுலக
 வாழ்க்கை தவறவே தவறாது.

30. வாய்மை

291. வாய்மை எனப்படுவ தியாதெனின் யாதொன்றுந்
தீமை யிலாத சொலல்.

பிறருக்கு எள்முனையளவு தீமையும் ஏற்படாத ஒரு சொல்லைச் சொல்வதுதான் வாய்மை எனப்படும்.

292. பொய்ம்மையும் வாய்மை யிடத்த புரைதீர்ந்த
நன்மை பயக்கு மெனின்.

குற்றமற்ற நன்மையை விளைவிக்கக் கூடுமானால் பொய்யான சொல்லும்கூட வாய்மை என்று கூறத்தக்க இடத்தைப் பெற்றுவிடும்.

293. தன்நெஞ் சறிவது பொய்யற்க பொய்த்தபின்
தன்நெஞ்சே தன்னைச் சுடும்.

மனச்சாட்சிக்கு எதிராகப் பொய் சொல்லக்கூடாது; அப்படிச் சொன்னால், சொன்னவரின் மனமே அவரைத் தண்டிக்கும்.

294. உள்ளத்தாற் பொய்யா தொழுகின் உலகத்தார்
உள்ளத்து ளெல்லாம் உளன்.

மனத்தால்கூடப் பொய்யை நினைக்காமல் வாழ்பவர்கள், மக்கள் மனத்தில் நிலையான இடத்தைப் பெறுவார்கள்.

295. மனத்தொடு வாய்மை மொழியின் தவத்தொடு
தானஞ்செய் வாரின் தலை.

உதட்டளவில் இன்றி உளமார வாய்மை பேசுகிறவர்கள் தவமும், தானமும் செய்கின்றவர்களைவிட உயர்ந்தவர்களாவார்கள்.

296. பொய்யாமை யன்ன புகழில்லை எய்யாமை
எல்லா அறமுந் தரும்.

பொய் இல்லாமல் வாழ்வது போன்ற புகழ் மிக்க வாழ்வு வேறு எதுவுமில்லை; என்றும் நீங்காத அறவழி நலன்களை அளிப்பது அந்த வாழ்வேயாகும்.

297. பொய்யாமை பொய்யாமை ஆற்றின் அறம்பிற
செய்யாமை செய்யாமை நன்று.

செய்யக்கூடாததைச் செய்யாததால் விளையும் நன்மையைவிடப் பொய் கூறாத பண்பு பொய்த்துப் போகாமல் கடைப்பிடிக்கும் அறவழி நன்மை தருவதாகும்.

298. புறந்தூய்மை நீரா னமையும் அகந்தூய்மை
வாய்மையால் காணப் படும்.

நீரில் குளிப்பதால் உடலின் அழுக்கு மட்டுமே நீங்கும்; மனம் அழுக்குப்படாமல் தூய்மையுடன் விளங்கிட, சொல்லிலும் செயலிலும் வாய்மை வேண்டும்.

299. எல்லா விளக்கும் விளக்கல்ல சான்றோர்க்குப்
பொய்யா விளக்கே விளக்கு.

புறத்தின் இருளைப் போக்கும் விளக்குகளைவிட அகத்தின் இருளைப் போக்கும் பொய்யாமை எனும் விளக்கே ஒருவனை உயர்ந்தோன் எனக் காட்டும் ஒளிமிக்க விளக்காகும்.

300. யாமெய்யாக் கண்டவற்று ளில்லை எனைத்தொன்றும்
வாய்மையின் நல்ல பிற.

வாய்மையைப் போல் சிறந்த பண்பு வேறொன்றுமே இல்லை என்பதுதான் ஆராய்ந்து உணரப்பட்ட உண்மையாகும்.

31. வெகுளாமை

301. செல்லிடத்துக் காப்பான் சினங்காப்பான் அல்லிடத்துக்
காக்கினென் காவாக்கா லென்.

> தன் சினம் பலிதமாகுமிடத்தில் சினம் கொள்ளாமல் இருப்பவனே சினங்காப்பவன்; பலிக்காத இடத்தில் சினத்தைக் காத்தால் என்ன? காக்காவிட்டால் என்ன?

302. செல்லா இடத்துச் சினந்தீது செல்லிடத்தும்
இல்லதனின் தீய பிற.

> வலியோரிடம் சினம் கொண்டால், அதனால் கேடு விளையும். மெலியோரிடம் சினம் கொண்டாலும் அதை விடக் கேடு வேறொன்றுமில்லை.

303. மறத்தல் வெகுளியை யார்மாட்டுந் தீய
பிறத்தல் அதனான் வரும்.

> யார்மீது சினம் கொண்டாலும் அதை மறந்துவிட வேண்டும். இல்லாவிட்டால் அந்தச் சினமே தீய விளைவுகளுக்குக் காரணமாகும்.

304. நகையும் உவகையுங் கொல்லுஞ் சினத்தின்
பகையும் உளவோ பிற.

> சினம் கொள்கிறவர்களுக்கு முகமலர்ச்சி மாத்திரமின்றி மனமகிழ்ச்சியும் மறைந்து போய்விடும்.

305. தன்னைத்தான் காக்கின் சினங்காக்க காவாக்கால்
தன்னையே கொல்லுஞ் சினம்.

> ஒருவன் தன்னைத்தானே காத்துக் கொள்ள வேண்டுமானால், சினத்தைக் கைவிட வேண்டும். இல்லையேல் சினம், அவனை அழித்துவிடும்.

306. சினமென்னுஞ் சேர்ந்தாரைக் கொல்லி இனமென்னும்
ஏமப் புணையைச் சுடும்.

சினங்கொண்டவரை அழிக்கக் கூடியதாகச் சின மென்னும் தீயே இருப்பதால், அது அவரை மட்டுமன்றி, அவரைப் பாதுகாக்கும் தோணி போன்ற சுற்றத்தையும் அழித்துவிடும்.

307. சினத்தைப் பொருளென்று கொண்டவன் கேடு
நிலத்தறைந்தான் கைபிழையா தற்று.

நிலத்தைக் கையால் அறைந்தவனுக்கு அவன் கைதான் வலிக்கும். அது போலத்தான் சினத்தைப் பண்பாகக் கொண்டவன் நிலையும் ஆகும்.

308. இணரெரி தோய்வன்ன இன்னா செயினும்
புணரின் வெகுளாமை நன்று.

தீயினால் சுட்டெரிப்பது போன்ற துன்பங்களை ஒருவன் தொடர்ந்து செய்தாலும் அதற்காக வருந்தி அவன் உறவு கொள்ள வரும்போது சினங்கொள்ளாமல் இருப்பதே நல்லது.

309. உள்ளிய தெல்லாம் உடனெய்தும் உள்ளத்தால்
உள்ளான் வெகுளி யெனின்.

உள்ளத்தால் சினங்கொள்ளாதவனாக இருந்தால் எண்ணியவற்றை யெல்லாம் உடனடியாகப் பெற முடியும்.

310. இறந்தார் இறந்தா ரனையர் சினத்தைத்
துறந்தார் துறந்தார் துணை.

எல்லையற்ற சினம் கொள்வார் இறந்தவர்க்கு ஒப்பாவார். சினத்தை அறவே துறந்தவர் துறவிக்கு ஒப்பாவார்.

32. இன்னா செய்யாமை

311. சிறப்பீனுஞ் செல்வம் பெறினும் பிறர்க்கின்னா
 செய்யாமை மாசற்றார் கோள்.

மிகுந்த செழிப்பைத் தருகின்ற செல்வத்தைப் பெறக் கூடுமென்றாலும் அதன் பொருட்டுப் பிறருக்குக் கேடு செய்யாமலிருப்பதே மாசற்றவர்களின் கொள்கையாகும்.

312. கறுத்தின்னா செய்தவக் கண்ணும் மறுத்தின்னா
 செய்யாமை மாசற்றார் கோள்.

சினங்கொண்டு சொல்லாலோ செயலாலோ ஒருவன் துன்பம் தரும்போது அந்தத் துன்பத்தை அவனுக்குத் திரும்பச் செய்யாமல் தாங்கிக் கொள்வதே சிறந்த மனிதரின் கொள்கையாகும்.

313. செய்யாமற் செற்றார்க்கும் இன்னாத செய்தபின்
 உய்யா விழுமந் தரும்.

யாருக்கும் கேடு செய்யாமல் இருப்பவருக்குப் பகைவர் கேடு செய்துவிட்டால் அதற்குப் பதிலாக அவருக்கு வரும் கேடு மீளாத் துன்பம் தரக் கூடியதாகும்.

314. இன்னாசெய் தாரை ஒறுத்தல் அவர்நாண
 நன்னயஞ் செய்து விடல்.

நமக்குத் தீங்கு செய்தவரைத் தண்டிப்பதற்குச் சரியான வழி, அவர் வெட்கித் தலைகுனியும்படியாக அவருக்கு நன்மை செய்வதுதான்.

315. அறிவினான் ஆகுவ துண்டோ பிறிதின்நோய்
 தந்நோய்போற் போற்றாக் கடை.

பிற உயிர்களுக்கு வரும் துன்பத்தைத் தம் துன்பம் போலக் கருதிக் காப்பாற்ற முனையாதவர்களுக்கு அறிவு இருந்தும் அதனால் எந்தப் பயனுமில்லை.

316. **இன்னா எனத்தா னுணர்ந்தவை துன்னாமை
வேண்டும் பிறன்கட் செயல்.**

ஒருவன் தன்னுடைய வாழ்க்கையில் துன்பமானவை என்று அனுபவித்து அறிந்தவற்றை, மற்றவர்க்குச் செய்யாமலிருக்க வேண்டும்.

317. **எனைத்தானும் எஞ்ஞான்றும் யார்க்கும் மனத்தானாம்
மாணாசெய் யாமை தலை.**

எவ்வளவிலும், எப்பொழுதும், எவரையும் இழிவுபடுத்தும் செயலை மனத்தால்கூட நினைக்காமல் இருப்பதே முதன்மையான சிறப்பாகும்.

318. **தன்னுயிர்க் கின்னாமை தானறிவான் என்கொலோ
மன்னுயிர்க் கின்னா செயல்.**

பிறர் தரும் துன்பத்தால் தனக்கேற்படும் துன்பத்தை உணர்ந்தவன் அந்தத் துன்பத்தைப் பிற உயிர்களுக்குத் தரவும் கூடாதல்லவா?

319. **பிறர்க்கின்னா முற்பகல் செய்யின் தமக்கின்னா
பிற்பகல் தாமே வரும்.**

பிறருக்குத் தீங்கு விளைத்துவிட்டோம் என்று ஒருவர் மகிழ்ந்து கொண்டிருக்கும்போதே, அதேபோன்ற தீங்கு அவரையே தாக்கும்.

320. **நோயெல்லா நோய்செய்தார் மேலவா நோய்செய்யார்
நோயின்மை வேண்டு பவர்.**

தீங்கு செய்தவருக்கே தீங்குகள் வந்து சேரும்; எனவே தீங்கற்ற வாழ்வை விரும்புகிறவர்கள், பிறருக்குத் தீங்கிழைத்தல் கூடாது.

33. கொல்லாமை

321. அறவினை யாதெனின் கொல்லாமை கோறல்
பிறவினை எல்லாந் தரும்.

எந்த உயிரையும் கொல்லாதிருப்பதே அறச்செயலாகும். கொலை செய்தல் தீயவினைகள் அனைத்தையும் விளைவிக்கும்.

322. பகுத்துண்டு பல்லுயி ரோம்புதல் நூலோர்
தொகுத்தவற்று ளெல்லாந் தலை.

இருப்போர் இல்லாதோர் என்றில்லாமல், கிடைத்ததைப் பகிர்ந்துகொண்டு, எல்லா உயிர்களும் வாழ வேண்டும் என்ற சமநிலைக்கொள்கைக்கு ஈடானது வேறு எதுவுமே இல்லை.

323. ஒன்றாக நல்லது கொல்லாமை மற்றதன்
பின்சாரப் பொய்யாமை நன்று.

அறங்களின் வரிசையில் முதலில் கொல்லாமையும் அதற்கடுத்துப் பொய்யாமையும் இடம் பெறுகின்றன.

324. நல்லா றெனப்படுவ தியாதெனின் யாதொன்றுங்
கொல்லாமை சூழும் நெறி.

எந்த உயிரையும் கொல்லக் கூடாது எனும் நெறி காப்பதுதான் நல்லற வழி எனப்படும்.

325. நிலையஞ்சி நீத்தாரு ளெல்லாங் கொலையஞ்சிக்
கொல்லாமை சூழ்வான் தலை.

உலகியல் நிலையை வெறுத்துத் துறவு பூண்டவர் எல்லோரையும்விடக் கொலையை வெறுத்துக் கொல்லாமையைக் கடைப்பிடிப்பவரே சிறந்தவராவார்.

326. கொல்லாமை மேற்கொண் டொழுகுவான் வாழ்நாள்மேல்
செல்லா துயிருண்ணுங் கூற்று.

கொலை செய்யாமையை வாழ்வில் அறநெறியாகக்
கொண்டவரின் பெருமையை வியந்து, சாவுகூட அவர்
உயிரைப் பறிக்கத் தயங்கி நிற்கும்.

327. தன்னுயிர் நீப்பினுஞ் செய்யற்க தான்பிறி
தின்னுயிர் நீக்கும் வினை.

தன்னுயிரே போவதாக இருப்பினும்கூட அதற்காக
இன்னொரு உயிரைப் போக்கும் செயலில் ஈடுபடக்
கூடாது.

328. நன்றாகும் ஆக்கம் பெரிதெனினுஞ் சான்றோர்க்குக்
கொன்றாகும் ஆக்கங் கடை.

பெரிதாக நன்மை தரக்கூடிய அளவுக்கு ஒரு கொலை
பயன்படக் கூடுமெனினும், நல்ல பண்புடைய மக்கள்,
அந்த நன்மையை இழிவானதாகவே கருதுவார்கள்.

329. கொலைவினைய ராகிய மாக்கள் புலைவினையர்
புன்மை தெரிவா ரகத்து.

பகுத்தறிவை இழந்து செயல்படும் கொலைகாரர்களைச்
சான்றோர் உள்ளம், இழிதகைப் பிறவிகளாகவே கருதும்.

330. உயிருடம்பின் நீக்கியா ரென்ப செயிருடம்பின்
செல்லாத்தீ வாழ்க்கை யவர்.

வறுமையும் நோயும் மிகுந்த தீய வாழ்க்கையில்
உழல்வோர், ஏற்கனவே கொலைகள் பல செய்தவராக
இருப்பர் என்று முன்னோர் கூறுவர்.

34. நிலையாமை

331. நில்லாத வற்றை நிலையின என்றுணரும்
புல்லறி வாண்மை கடை.

நிலையற்றவைகளை நிலையானவை என நம்புகின்ற அறியாமை மிக இழிவானதாகும்.

332. கூத்தாட் டவைக்குழாத் தற்றே பெருஞ்செல்வம்
போக்கும் அதுவிளிந் தற்று.

சேர்த்து வைத்த பணமும் சொத்தும் ஒருவரை விட்டுப் போவது, கூத்து முடிந்ததும் மக்கள் அரங்கத்தை விட்டுக் கலைந்து செல்வதைப் போன்றதாகும்.

333. அற்கா இயல்பிற்றுச் செல்வம் அதுபெற்றால்
அற்குப ஆங்கே செயல்.

நம்மை வந்தடையும் செல்வம் நிலையற்றது என்பதை உணர்ந்து அதைக் கொண்டு அப்பொழுதே நிலையான நற்செயல்களில் ஈடுபட வேண்டும்.

334. நாளென ஒன்றுபோற் காட்டி உயிரீரும்
வாள துணர்வார்ப் பெறின்.

வாழ்க்கையைப் பற்றி உணர்ந்தவர்கள், நாள் என்பது ஒருவரின் ஆயுளை அறுத்துக் குறைத்துக் கொண்டேயிருக்கும் வாள் என்று அறிவார்கள்.

335. நாச்செற்று விக்குள்மேல் வாராமுன் நல்வினை
மேற்சென்று செய்யப் படும்.

வாழ்க்கையின் நிலையாமையை உணர்ந்து நம் உயிர் இருக்கும் போதே உயர்ந்த நற்பணிகளை ஆற்றிட முனைய வேண்டும்.

336. நெருந லுளனொருவன் இன்றில்லை என்னும்
பெருமை யுடைத்திவ் வுலகு.

இந்த உலகமானது, நேற்று உயிருடன் இருந்தவரை இன்று இல்லாமல் செய்து விட்டோம் என்ற அகந்தையைப் பெருமையாகக் கொண்டதாகும்.

337. ஒருபொழுதும் வாழ்வ தறியார் கருதுப
கோடியு மல்ல பல.

ஒரு பொழுதுகூட வாழ்க்கையைப் பற்றிய உண்மையைச் சிந்தித்து அறியாதவர்களே, ஆசைக்கோர் அளவின்றி மனக்கோட்டைகள் கட்டுவார்கள்.

338. குடம்பை தனித்தொழியப் புள்பறந் தற்றே
உடம்போ டுயிரிடை நட்பு.

உடலுக்கும் உயிருக்கும் உள்ள உறவு முட்டைக்கும் பறவைக் குஞ்சுக்கும் உண்டான உறவு போன்றதுதான்.

339. உறங்குவது போலுஞ் சாக்கா டுறங்கி
விழிப்பது போலும் பிறப்பு.

நிலையற்ற வாழ்க்கையில், உறக்கத்திற்குப் பிறகு விழிப்பதைப் போன்றது பிறப்பு; திரும்ப விழிக்க முடியாத மீளா உறக்கம் கொள்வதே இறப்பு.

340. புக்கி லமைந்தின்று கொல்லோ உடம்பினுள்
துச்சி லிருந்த உயிர்க்கு.

உடலுடன் தங்கியுள்ள உயிருக்கு அதனைப் பிரிந்தால் வேறு புகலிடம் கிடையாது.

35. துறவு

341. யாதனின் யாதனின் நீங்கியான் நோதல்
அதனின் அதனின் இலன்.

ஒருவன் பல வகையான பற்றுகளில் எந்த ஒன்றை விட்டு விட்டாலும், குறிப்பிட்ட அந்தப் பற்று காரணமாக வரும் துன்பம், அவனை அணுகுவதில்லை.

342. வேண்டினுண் டாகத் துறக்க துறந்தபின்
ஈண்டியற் பால பல.

ஒருவனைத் துன்பம் துளைத்தெடுக்காமல் இருக்க எல்லாம் இருக்கும் போதே அவற்றைத் துறந்து விடுவானே யானால், அவன் உலகில் பெறக்கூடிய இன்பங்கள் பலவாகும்.

343. அடல்வேண்டும் ஐந்தன் புலத்தை விடல்வேண்டும்
வேண்டிய வெல்லாம் ஒருங்கு.

ஐம் புலன்களையும் அடக்கி வெல்வதும், அப் புலன்கள் விரும்புகின்றவற்றையெல்லாம் விட்டுவிடுவதும் துறவுக்கு இலக்கணமாகும்.

344. இயல்பாகும் நோன்பிற்கொன் றின்மை உடைமை
மயலாகும் மற்றும் பெயர்த்து.

ஒரு பற்றும் இல்லாதிருத்தலே துறவுக்கு ஏற்றதாகும். ஒன்றன் மேல் பற்று வைப்பினும், அது மேன்மேலும் பற்றுகளைப் பெருக்கி மயங்கச் செய்துவிடும்.

345. மற்றுந் தொடர்ப்பா டெவன்கொல் பிறப்பறுக்கல்
உற்றார்க் குடம்பும் மிகை.

பிறந்ததால் ஏற்படும் துன்பத்தைப் போக்க முயல்கின்ற துறவிகளுக்கு அவர்களின் உடம்பே மிகையான ஒன்றாக இருக்கும் போது, அதற்கு மேலும் வேறு தொடர்பு எதற்காக?

346. யானென தென்னுஞ் செருக்கறுப்பான் வானோர்க்
 குயர்ந்த உலகம் புகும்.

 யான், எனது என்கின்ற ஆணவத்தை அறவே விலக்கி விட்டவன், வான்புகழையும் மிஞ்சுகின்ற உலகப் புகழுக்கு உரியவனாவான்.

347. பற்றி விடாஅ இடும்பைகள் பற்றினைப்
 பற்றி விடாஅ தவர்க்கு.

 பற்றுகளைப் பற்றிக்கொண்டு விடாதவர்களைத் துன்பங்களும் விடாமல் பற்றிக் கொள்கின்றன.

348. தலைப்பட்டார் தீரத் துறந்தார் மயங்கி
 வலைப்பட்டார் மற்றை யவர்.

 அரைகுறையாக இல்லாமல் அனைத்தும் துறந்தவர்களே உயர்ந்த நிலையை அடைவார்கள்; அவ்வாறு துறவாதவர்கள் அறியாமையென்னும் வலையில் சிக்கியவர்களாவார்கள்.

349. பற்றற்ற கண்ணே பிறப்பறுக்கும் மற்று
 நிலையாமை காணப் படும்.

 பற்றுகளைத் துறந்துவிட்டால், பிறப்பில் ஏற்படும் இன்ப துன்பங்கள் வருவதில்லை. இல்லையேல், அந்த இன்ப துன்பங்கள் மாறிமாறி வரக்கூடிய நிலையாமை தோன்றும்.

350. பற்றுக பற்றற்றான் பற்றினை அப்பற்றைப்
 பற்றுக பற்று விடற்கு.

 எதிலும் பற்றில்லாதவராக யார் இருக்கிறாரோ அவரிடம் மட்டும் பற்றுக் கொள்ள வேண்டும். துறவறத்தினர் தம் பற்றுகளை விட்டொழிப்பதற்கு அத்தகையோரிடம் கொள்ளும் பற்றுதான் துணை நிற்கும்.

36. மெய்யுணர்தல்

351. பொருளல்ல வற்றைப் பொருளென் றுணரும்
 மருளானாம் மாணப் பிறப்பு.

 பொய்யான ஒரு பொருளை மெய்ப்பொருள் என்று மயங்கி நம்புகிறவனின் வாழ்க்கை சிறப்பாக அமையாது.

352. இருள்நீங்கி இன்பம் பயக்கும் மருள்நீங்கி
 மாசறு காட்சி யவர்க்கு.

 மயக்கம் தெளிந்து மாசற்ற உண்மையை உணர்ந்தால் அறியாமை அகன்று நலம் தோன்றும்.

353. ஐயத்தின் நீங்கித் தெளிந்தார்க்கு வையத்தின்
 வான நணிய துடைத்து.

 ஐயப்பாடுகளைத் தெளிந்த ஆராய்ச்சி வாயிலாகத் தீர்த்துக் கொண்டவர்களுக்குப் பூமியைவிட வானம் மிக அருகில் இருப்பதாகக் கருதுகின்ற ஊக்கம் ஏற்படும்.

354. ஐயுணர் வெய்தியக் கண்ணும் பயமின்றே
 மெய்யுணர் வில்லா தவர்க்கு.

 உண்மையைக் கண்டறிந்து தெளிவடையாதவர்கள், தமது ஐம்புலன்களையும் அடக்கி வெற்றி கண்டிருந்தாலும் கூட அதனால் அவர்களுக்கு எந்தப் பயனும் இல்லை.

355. எப்பொரு ளெத்தன்மைத் தாயினும் அப்பொருள்
 மெய்ப்பொருள் காண்ப தறிவு.

 வெளித்தோற்றத்தைப் பார்த்து ஏமாந்து விடாமல், அதுபற்றிய உண்மையை உணர்வதுதான் அறிவுடைமையாகும்.

356. கற்றீண்டு மெய்ப்பொருள் கண்டார் தலைப்படுவர்
மற்றீண்டு வாரா நெறி.

துறவற வாழ்வுக்குத் தகுதியுடையவராகச் செய்திடும் அனைத்தையும் கற்று, உண்மைப் பொருள் உணர்ந்து அதன்படி ஒழுகுபவர், மீண்டும் இல்லற வாழ்க்கையை விரும்ப மாட்டார்கள்.

357. ஓர்த்துள்ளம் உள்ள துணரின் ஒருதலையாப்
பேர்த்துள்ள வேண்டா பிறப்பு.

உண்மையை ஆராய்ந்து உறுதியாக உணர்பவர்கள் மீண்டும் பிறப்பு உண்டு எனக் கருத மாட்டார்கள்.

358. பிறப்பென்னும் பேதைமை நீங்கச் சிறப்பென்னுஞ்
செம்பொருள் காண்ப தறிவு.

அடுத்த பிறப்பு எனக் கூறப்படும் அறியாமையைப் போக்கித் தெளிந்த உண்மையை நிலைநாட்டுவதுதான் அறிவுடைமையாகும்.

359. சார்புணர்ந்து சார்பு கெடவொழுகின் மற்றழித்துச்
சார்தரா சார்தரு நோய்.

துன்பங்கள் நம்மைச் சாராமல் இருக்க வேண்டுமானால், அத்துன்பங்களுக்குக் காரணமானவற்றை உணர்ந்து அவற்றின் மீதுள்ள பற்றை விலக்கிக் கொள்ள வேண்டும்.

360. காமம் வெகுளி மயக்கம் இவைமூன்றன்
நாமங் கெடக்கெடு நோய்.

விருப்பு, வெறுப்பு, அறியாமை இவற்றுக்கு இடம் தராதவர்களை நெருங்குகிற துன்பம் அழிந்துவிடும்.

37. அவா அறுத்தல்

361. அவாவென்ப எல்லா உயிர்க்குமெஞ் ஞான்றுந்
     தவாஅப் பிறப்பீனும் வித்து.

   ஆசையை, எல்லா உயிர்களிடமும், எல்லாக் காலத்திலும்
   தவறாமல் தோன்றி முளைக்கும் விதை என்று கூறலாம்.

362. வேண்டுங்கால் வேண்டும் பிறவாமை மற்றது
     வேண்டாமை வேண்ட வரும்.

   விரும்புவதானால் பிறக்காமலே இருந்திருக்க வேண்டும்
   என்று ஒருவன் எண்ணுகிற அளவுக்கு ஏற்படுகிற துன்ப
   நிலை, ஆசைகளை ஒழிக்காவிடில் வரும்.

363. வேண்டாமை யன்ன விழுச்செல்வம் ஈண்டில்லை
     ஆண்டும் அஃதொப்ப தில்.

   தீமை விளைவிக்கும் ஆசைகளை வேண்டாம்
   என்று புறக்கணிப்பதைப் போன்ற செல்வம் இங்கு
   எதுவுமில்லை; வேறு எங்கும் கூட அத்தகைய ஒப்பற்ற
   செல்வம் இல்லையென்றே கூறலாம்.

364. தூஉய்மை யென்ப தவாவின்மை மற்றது
     வாஅய்மை வேண்ட வரும்.

   தூய்மை என்பது பேராசையற்ற தன்மையாகும்.
   அத்தூய்மை வாய்மையை நாடுவோர்க்கே வாய்க்கும்.

365. அற்றவ ரென்பார் அவாவற்றார் மற்றையார்
     அற்றாக அற்ற திலர்.

   ஆசையனைத்தும் விட்டவரே துறவி எனப்படுவார்.
   முற்றும் துறவாதவர், தூய துறவியாக மாட்டார்.

366. அஞ்சுவ தோரும் அறனே ஒருவனை
வஞ்சிப்ப தோரும் அவா.

ஒருவரை வஞ்சித்துக் கெடுப்பதற்குக் காரணமாக இருப்பது ஆசையேயாகும். எனவே, ஆசைக்கு அடிமையாகக் கூடாது என்ற அச்சத்துடன் வாழ வேண்டும்.

367. அவாவினை ஆற்ற அறுப்பின் தவாவினை
தான்வேண்டு மாற்றான் வரும்.

கெடாமல் வாழ்வதற்குரிய நிலை, ஒருவன் விரும்புமாறு வாய்ப்பதற்கு, அவன் பேராசைக் குணத்தை முற்றிலும் ஒழித்தவனாக இருக்க வேண்டும்.

368. அவாவில்லார்க் கில்லாகுந் துன்பமஃ துண்டேல்
தவாஅது மேன்மேல் வரும்.

ஆசை இல்லாதவர்களுக்குத் துன்பம் இல்லை. ஆசை உண்டானால், அதைத் தொடர்ந்து துன்பமும் மேலும் மேலும் வந்து கொண்டிருக்கும்.

369. இன்பம் இடையறா தீண்டும் அவாவென்னுந்
துன்பத்துள் துன்பங் கெடின்.

பெருந்துன்பம் தரக்கூடிய பேராசை ஒழிந்தால் வாழ்வில் இன்பம் விடாமல் தொடரும்.

370. ஆரா இயற்கை அவாநீப்பின் அந்நிலையே
பேரா இயற்கை தரும்.

இயல்பாகவே எழும் அடங்காத பேராசையை அகற்றி வாழும் நிலை, நீங்காத இன்பத்தை இயல்பாகவே தரக்கூடியதாகும்.

ஊழியல்

38. ஊழ்

371. **ஆகூழால் தோன்றும் அசைவின்மை கைப்பொருள்**
போகூழால் தோன்று மடி.

ஆக்கத்திற்கான இயற்கை நிலை சோர்வு தலை காட்டாத ஊக்கத்தைக் கொடுக்கும். ஊக்கத்தின் அழிவுக்கான இயற்கை நிலை சோம்பலை ஏற்படுத்தும்.

372. **பேதைப் படுக்கும் இழவூழ் அறிவகற்றும்**
ஆகலூ ழுற்றக் கடை.

அழிவுதரும் இயற்கை நிலை, அறியாமையை உண்டாக்கும்; ஆக்கம் தரும் இயற்கை நிலை, அதற்கேற்ப அறிவை விரிவாக்கும்.

373. **நுண்ணிய நூல்பல கற்பினும் மற்றுந்தன்**
உண்மை யறிவே மிகும்.

கூரிய அறிவு வழங்கக் கூடிய நூல்களை ஒருவர் கற்றிருந்த போதிலும் அவரது இயற்கை அறிவே மேலோங்கி நிற்கும்.

374. **இருவே றுலகத் தியற்கை திருவேறு**
தெள்ளிய ராதலும் வேறு.

உலகின் இயற்கை நிலை இரு வேறுபட்டதாகும். ஒருவர் செல்வமுடையவராகவும், ஒருவர் அறிவுடையவராகவும் இருப்பதே அந்த வேறுபாடாகும்.

375. **நல்லவை யெல்லாஅந் தீயவாந் தீயவும்**
நல்லவாஞ் செல்வஞ் செயற்கு.

நல்ல செயல்களை ஆற்ற முற்படும்போது அவை தீமையில் போய் முடிந்துவிடுவதும், தீய செயல்களை ஆற்றிட முனையும்போது அவை நல்லவைகளாக முடிந்து விடுவதும் இயற்கை நிலை எனப்படும்.

376. பரியினும் ஆகாவாம் பாலல்ல உய்த்துச்
சொரியினும் போகா தம.

தனக்கு உரிமையல்லாதவற்றை எவ்வளவுதான் பாதுகாப்பாக வைத்தாலும் அவை தங்காமல் போய்விடக் கூடும்; உரிமையுள்ளவற்றை எங்கே கொண்டு போய்ப் போட்டாலும் அவை எங்கும் போகமாட்டா.

377. வகுத்தான் வகுத்த வகையல்லாற் கோடி
தொகுத்தார்க்குந் துய்த்த லரிது.

வகுத்து முறைப்படுத்திய வாழ்க்கை நெறியை ஒட்டி நடக்கா விட்டால் கோடிப்பொருள் குவித்தாலும், அதன் பயனை அனுபவிப்பது என்பது அரிதேயாகும்.

378. துறப்பார்மன் துப்புர வில்லார் உறற்பால
ஊட்டா கழியு மெனின்.

நுகர்வதற்குரியது எதுவுமில்லை என்ற உறுதியினால், தம்மை வருத்தக்கூடிய உணர்வுகள் வந்து வருத்தாமல் நீங்கிவிடுமானால் துறவறம் மேற்கொள்வர்.

379. நன்றாங்கால் நல்லவாக் காண்பவர் அன்றாங்கால்
அல்லற் படுவ தெவன்.

நன்மையும் தீமையும் வாழ்க்கையில் மாறி மாறி வரும். நன்மை கண்டு மகிழ்கிறவர்கள், தீமை விளையும்போது மட்டும் மனம் கலங்குவது ஏன்?

380. ஊழிற் பெருவலி யாவுள மற்றொன்று
சூழினுந் தான்முந் துறும்.

இயற்கை நிலையை மாற்றி மற்றொரு செயற்கை நிலையை அமைத்திட முனைந்தாலும், இயற்கை நிலையே முதன்மையாக வந்து நிற்பதால் அதைவிட வலிமையானவையாக வேறு எவை இருக்கின்றன?

பொருள்

அரசியல்

39. இறைமாட்சி

381. படைகுடி கூழமைச்சு நட்பரண் ஆறும்
உடையான் அரசரு ளேறு.

ஆற்றல்மிகு படை, அறிவார்ந்த குடிமக்கள், குறையா வளம், குறையற்ற அமைச்சு, முரிபடாத நட்பு, மோதியழிக்க முடியாத அரண் ஆகிய ஆறு சிறப்புகளும் உடையதே அரசுகளுக்கிடையே ஆண் சிங்கம் போன்ற அரசாகும்.

382. அஞ்சாமை ஈகை அறிவூக்கம் இந்நான்கும்
எஞ்சாமை வேந்தற் கியல்பு.

துணிவு, இரக்க சிந்தை, அறிவாற்றல், உயர்ந்த குறிக்கோளை எட்டும் முயற்சி ஆகிய நான்கு பண்புகளும் அரசுக்குரிய தகுதிகளாகும்.

383. தூங்காமை கல்வி துணிவுடைமை இம்மூன்றும்
நீங்கா நிலனாள் பவற்கு.

காலம் தாழ்த்தாத விரைவான நடவடிக்கைகளும், அறிவுடைமையும், துணிவும் நாடாளுகின்றவர்களுக்குத் தேவையானவையும், நீங்காமல் நிலைத்திருக்க வேண்டியவையுமான பண்புகளாகும்.

384. அறனிழுக்கா தல்லவை நீக்கி மறனிழுக்கா
மான முடைய தரசு.

அறநெறி தவறாமலும், குற்றமேதும் இழைக்காமலும், வீரத்துடனும், மானத்துடனும் ஆட்சி நடத்துபவர்களே சிறந்தவர்களாவார்கள்.

385. இயற்றலும் ஈட்டலுங் காத்தலுங் காத்த
வகுத்தலும் வல்ல தரசு.

முறையாக நிதி ஆதாரங்களை வகுத்து, அரசாங்கக் கருவூலத்திற்கான வருவாயைப் பெருக்கி, அதைப் பாதுகாத்துத் திட்டமிட்டுச் செலவிடுவதுதான் திறமையான நல்லாட்சிக்கு இலக்கணமாகும்.

386. காட்சி கெளியன் கடுஞ்சொல்லன் அல்லனேல்
 மீக்கூறும் மன்னன் நிலம்.

 காட்சிக்கு எளிமையும், கடுஞ்சொல் கூறாத இனிய பண்பாடும் உடைய அரசைத்தான் உலகம் புகழும்.

387. இன்சொலால் ஈத்தளிக்க வல்லாற்குத் தன்சொலால்
 தான்கண் டனைத்திவ் வுலகு.

 வாக்கில் இனிமையும், பிறர்க்கு வழங்கிக் காத்திடும் தன்மையும் கொண்டவர்க்கு இவ்வையகமே வசப்படும்.

388. முறைசெய்து காப்பாற்றும் மன்னவன் மக்கட்
 கிறையென்று வைக்கப் படும்.

 நீதிநெறியுடன் அரசு நடத்தி, மக்களைக் காப்பாற்றும் ஆட்சியாளன்தான் மக்களுக்குத் தலைவன் எனப் போற்றப் படுவான்.

389. செவிகைப்பச் சொற்பொறுக்கும் பண்புடை வேந்தன்
 கவிகைக்கீழ்த் தங்கு முலகு.

 காதைக் குடையக்கூடிய கடுஞ்சொற்களையும் பொறுத்துக் கொள்கிற பண்பாளரின் அரசுக்குத்தான் மக்களிடம் மதிப்பு இருக்கும்.

390. கொடையளி செங்கோல் குடியோம்பல் நான்கும்
 உடையானாம் வேந்தர்க் கொளி.

 நலவாழ்வுக்கு வேண்டியவற்றை வழங்கியும், நிலை யுணர்ந்து கருணை காட்டியும், நடுநிலை தவறாமல் ஆட்சி நடத்தியும், மக்களைப் பேணிக் காப்பதே ஓர் அரசுக்குப் புகழொளி சேர்ப்பதாகும்.

40. கல்வி

391. கற்க கசடறக் கற்பவை கற்றபின்
நிற்க அதற்குத் தக.

பிழை இல்லாதவற்றைத் தனது குறைகள் நீங்குமளவுக்குக் கற்றுக்கொள்ள வேண்டும். கற்ற பிறகு அதன்படி நடக்கவேண்டும்.

392. எண்ணென்ப ஏனை யெழுத்தென்ப இவ்விரண்டுங்
கண்ணென்ப வாழும் உயிர்க்கு.

எண்ணும் எழுத்தும் எனப்படும் அறிவுக் கண்களைப் பெற்றவர்களே, உயிர் வாழ்வோர் எனக் கருதப்படுவார்கள்.

393. கண்ணுடைய ரென்பவர் கற்றோர் முகத்திரண்டு
புண்ணுடையர் கல்லா தவர்.

கண்ணில்லாவிடினும் அவர் கற்றவராக இருப்பின் கண்ணுடையவராகவே கருதப்படுவார். கல்லாதவருக்குக் கண் இருப்பினும் அது புண் என்றே கருதப்படும்.

394. உவப்பத் தலைக்கூடி உள்ளப் பிரிதல்
அனைத்தே புலவர் தொழில்.

மகிழ்ச்சி பொங்கிடச் சேர்ந்து பழகுவதும், பிரிந்திட நேரும்போது மனங்கலங்குவதும் அறிவிற் சிறந்தோர் செயலாகும்.

395. உடையார்முன் இல்லார்போல் ஏக்கற்றுங் கற்றார்
கடையரே கல்லா தவர்.

அறிவுடையார் முன் அறிவில்லாதவர் போல் தாழ்ந்து நின்று, மேலும் கற்றுக்கொள்பவர்களின் ஆர்வத்தைக் கற்றுக்கொள்ளாதவர்கள் கடைநிலை மாந்தராகக் கருதப்படுவார்கள்.

396. தொட்டனைத் தூறும் மணற்கேணி மாந்தர்க்குக்
கற்றனைத் தூறும் அறிவு.

தோண்டத் தோண்ட ஊற்றுநீர் கிடைப்பது போலத் தொடர்ந்து படிக்கப் படிக்க அறிவு பெருகிக் கொண்டே இருக்கும்.

397. யாதானும் நாடாமால் ஊராமால் என்னொருவன்
சாந்துணையுங் கல்லாத வாறு.

கற்றோர்க்கு எல்லா நாடுகளிலும் எல்லா ஊர்களிலும் சிறப்பு என்கிறபோது, ஒருவன் சாகும் வரையில் கற்காமல் காலம் கழிப்பது ஏனோ?

398. ஒருமைக்கண் தான்கற்ற கல்வி ஒருவற்
கெழுமையும் ஏமாப் புடைத்து.

ஒரு தலைமுறையில் பெறும் கல்வி அறிவானது, ஏழேழு தலைமுறைக்கும் பாதுகாப்பாக அமையும்.

399. தாமின் புறுவ துலகின் புறக்கண்டு
காமுறுவர் கற்றறிந் தார்.

தமக்கு இன்பம் தருகின்ற கல்வியறிவு உலகத்தாருக்கும் இன்பம் தருவதைக் கண்டு, அறிஞர்கள் மேலும் மேலும் பலவற்றைக் கற்றிட விரும்புவார்கள்.

400. கேடில் விழுச்செல்வங் கல்வி யொருவற்கு
மாடல்ல மற்றை யவை.

கல்வி ஒன்றே அழிவற்ற செல்வமாகும். அதற்கொப்பான சிறந்த செல்வம் வேறு எதுவும் இல்லை.

41. கல்லாமை

401. அரங்கின்றி வட்டாடி யற்றே நிரம்பிய
நூலின்றிக் கோட்டி கொளல்.

நிறைந்த அறிவாற்றல் இல்லாமல் அவையில் பேசுவது, ஆடுவதற்கான கட்டம் போட்டுக் கொள்ளாமலே சொக்கட்டான் விளையாடுவதைப் போன்றதாகும்.

402. கல்லாதான் சொற்கா முறுதன் முலையிரண்டும்
இல்லாதாள் பெண்காமுற் றற்று.

கல்லாதவனின் சொல்கேட்க விரும்புவது, மார்பகம் இல்லாத பெண்மீது மையல் கொள்வதற்கு ஒப்பானது.

403. கல்லா தவரும் நனிநல்லர் கற்றார்முன்
சொல்லா திருக்கப் பெறின்.

கற்றவர்களின் முன்னிலையில் எதுவும் பேசாமல் இருக்கக் கற்றிருந்தால் கல்வி கற்காதவர்கள்கூட நல்லவர்களாகவே கருதப்படுவார்கள்.

404. கல்லாதான் ஒட்பங் கழியநன் றாயினுங்
கொள்ளார் அறிவுடை யார்.

கல்வி கற்காதவனுக்கு இயற்கையாகவே அறிவு இருந்தாலும்கூட, அவனைக் கல்வியில் சிறந்தோன் என்று அறிவுடையோர் ஒப்புக் கொள்ள மாட்டார்கள்.

405. கல்லா ஒருவன் தகைமை தலைப்பெய்து
சொல்லாடச் சோர்வு படும்.

கல்வியறிவில்லாதவர்கள் தங்களைப் பெரிய மேதைகளைப் போல் காட்டிக் கொள்ளும் போலி வேடம், கற்றுத் தேர்ந்த அறிஞர்களிடம் அவர்கள் உரையாடும்போது கலைந்து போய்விடும்.

406. உளரென்னும் மாத்திரைய ரல்லால் பயவாக்
களரனையர் கல்லா தவர்.

கல்லாதவர்களைக் களர்நிலத்துக்கு ஒப்பிடுவதே பொருத்தமானது. காரணம், அவர்கள் வெறும் நடைப்பிணங்களாகவே கருதப்படுவார்கள்.

407. நுண்மாண் நுழைபுல மில்லான் எழினலம்
மண்மாண் புனைபாவை யற்று.

அழகான தோற்றம் மட்டுமே இருந்து, ஆழ்ந்து தெளிந்த அறிவில்லாமல் இருப்பவர்கள், கண்ணைக் கவரும் மண் பொம்மையைப் போன்றவர்களாகவே மதிக்கப்படுவார்கள்.

408. நல்லார்கண் பட்ட வறுமையின் இன்னாதே
கல்லார்கண் பட்ட திரு.

முட்டாள்களிடம் குவிந்துள்ள செல்வம், நல்லவர்களை வாட்டும் வறுமையைவிட அதிக துன்பத்தைத் தரும்.

409. மேற்பிறந்தா ராயினுங் கல்லாதார் கீழ்ப்பிறந்துங்
கற்றா ரனைத்திலர் பாடு.

கற்றவர் என்ற பெருமை, உயர்ந்தவர் தாழ்ந்தவர் என்ற வேறுபாட்டைப் போக்கிவிடும்.

410. விலங்கொடு மக்க ளனையர் இலங்குநூல்
கற்றாரோ டேனை யவர்.

மனிதர்களுக்கும் விலங்குகளுக்குமிடையே என்ன வேற்றுமையோ, அதே அளவு வேற்றுமை அறிவு நூல்களைப் படித்தவர்களுக்கும், அந்த நூல்களைப் படிக்காதவர்களுக்கும் இடையே உண்டு.

42. கேள்வி

411. செல்வத்துட் செல்வஞ் செவிச்செல்வம் அச்செல்வஞ்
செல்வத்து ளெல்லாந் தலை.

செழுமையான கருத்துகளைச் செவிவழியாகப் பெறும் செல்வமே எல்லாச் செல்வங்களுக்கும் தலையாய செல்வமாகும்.

412. செவிக்குண வில்லாத போழ்து சிறிது
வயிற்றுக்கும் ஈயப் படும்.

செவி வழியாக இன்பம் தரும் உணவு இல்லாதபோதே சிறிதளவு உணவு வயிற்றுக்குத் தரும் நிலை ஏற்படும்.

413. செவியுணவிற் கேள்வி யுடையார் அவியுணவின்
ஆன்றாரோ டொப்பர் நிலத்து.

குறைந்த உணவருந்தி நிறைந்த அறிவுடன் விளங்கும் ஆன்றோர்க்கு ஒப்பாகக் கேள்வி ஞானம் எனும் செவியுணவு அருந்துவோர் எண்ணப்படுவர்.

414. கற்றில னாயினுங் கேட்க அஃதொருவற்
கொற்கத்தின் ஊற்றாந் துணை.

நூல்களைக் கற்காவிட்டாலும், கற்றவரிடம் கேட்டுத் தெரிந்துகொண்டால், அது நடை தளர்ந்தவனுக்கு உதவிடும் ஊன்றுகோலைப் போலத் துணையாக அமையும்.

415. இழுக்க லுடையுழி ஊற்றுக்கோ லற்றே
ஒழுக்க முடையார்வாய்ச் சொல்.

வழுக்கு நிலத்தில் நடப்பதற்கு ஊன்றுகோல் உதவுவது போல் ஒழுக்கம் உடையவர்களின் அறிவுரையானது உதவும்.

416. எனைத்தானும் நல்லவை கேட்க அனைத்தானும்
ஆன்ற பெருமை தரும்.

நல்லவற்றை எந்த அளவுக்குக் கேட்கிறோமோ அந்த அளவுக்குப் பெருமை கிடைக்கும் என்ற நம்பிக்கையுடன் இருக்க வேண்டும்.

417. பிழைத்துணர்ந்தும் பேதைமை சொல்லா ரிழைத்துணர்ந்
தீண்டிய கேள்வி யவர்.

எதையும் நுணுகி ஆராய்வதுடன் கேள்வி அறிவும் உடையவர்கள், சிலவற்றைப் பற்றித் தவறாக உணர்ந்திருந்தாலும் கூட, அப்போதும் அறிவற்ற முறையில் பேசமாட்டார்கள்.

418. கேட்பினுங் கேளாத் தகையவே கேள்வியால்
தோட்கப் படாத செவி.

இயற்கையாகவே கேட்கக்கூடிய காதுகளாக இருந்தாலும் அவை நல்லோர் உரைகளைக் கேட்க மறுத்தால் செவிட்டுக் காதுகள் என்றே கூறப்படும்.

419. நுணங்கிய கேள்விய ரல்லார் வணங்கிய
வாயின ராத லரிது.

தெளிவான கேள்வியறிவு இல்லாதவர்கள், அடக்கமாகப் பேசும் அமைதியான பண்புடையவர்களாக இருக்க இயலாது.

420. செவியிற் சுவையுணரா வாயுணர்வின் மாக்கள்
அவியினும் வாழினு மென்.

செவிச்சுவை உணராமல் வாயின் சுவைக்காக மட்டுமே வாழும் மக்கள் உயிரோடு இருப்பதும் ஒன்றுதான் இல்லாமற் போவதும் ஒன்றுதான்.

43. அறிவுடைமை

421. அறிவற்றங் காக்குங் கருவி செறுவார்க்கும்
 உள்ளழிக்க லாகா அரண்.

பகையால் அழிவு வராமல் பாதுகாக்கும் அரண், அறிவு ஒன்றுதான்.

422. சென்ற இடத்தாற் செலவிடா தீதொரீஇ
 நன்றின்பா லுய்ப்ப தறிவு.

மனம் போகும் வழியெல்லாம் போக விடாமல் தீய வழிகளைத் தள்ளிவிட்டு, நல்வழியைத் தேர்வு செய்வதே அறிவுடைமையாகும்.

423. எப்பொருள் யார்யார்வாய்க் கேட்பினும் அப்பொருள்
 மெய்ப்பொருள் காண்ப தறிவு.

எந்தவொரு பொருள்குறித்து எவர் எதைச் சொன்னாலும், அதை அப்படியே நம்பி ஏற்றுக் கொள்ளாமல் உண்மை எது என்பதை ஆராய்ந்து தெளிவதுதான் அறிவுடைமையாகும்.

424. எண்பொருள வாகச் செலச்சொல்லித் தான்பிறர்வாய்
 நுண்பொருள் காண்ப தறிவு.

நாம் சொல்ல வேண்டியவைகளை எளிய முறையில் கேட்போரின் இதயத்தில் பதியுமாறு சொல்லிப் பிறர் சொல்லும் நுட்பமான கருத்துகளையும் ஆராய்ந்து தெளிவதே அறிவுடைமையாகும்.

425. உலகந் தழீஇய தொட்பம் மலர்தலுங்
 கூம்பலு மில்ல தறிவு.

உயர்ந்தோரே உலகோர் எனப்படுவதால் அவர்களுடன் நட்புகொண்டு இன்பம் துன்பம் ஆகிய இரண்டையும் ஒரே நிலையாகக் கருதுவதே அறிவுடைமையாகும்.

426. எவ்வ துறைவ துலக முலகத்தோ
 டவ்வ துறைவ தறிவு.

உயர்ந்தோர் வழியில் உலகம் எவ்வாறு நடைபெறுகின்றதோ அதற்கேற்ப நடந்து கொள்வதே அறிவாகும்.

427. அறிவுடையார் ஆவ தறிவார் அறிவிலார்
 அஃதறி கல்லா தவர்.

ஒரு விளைவுக்கு எதிர்விளைவு எப்படியிருக்குமென அறிவுடையவர்கள்தான் சிந்திப்பார்கள்; அறிவில்லாதவர்கள் சிந்திக்க மாட்டார்கள்.

428. அஞ்சுவ தஞ்சாமை பேதைமை அஞ்சுவ
 தஞ்சல் அறிவார் தொழில்

அறிவில்லாதவர்கள்தாம் அஞ்ச வேண்டியதற்கு அஞ்ச மாட்டார்கள். அறிஞர்கள் மட்டுமே அஞ்ச வேண்டியதற்கு அஞ்சுவார்கள்.

429. எதிரதாக் காக்கும் அறிவினார்க் கில்லை
 அதிர வருவதோர் நோய்.

வருமுன் அறிந்து காத்துக்கொள்ளும் திறனுடையவர்களுக்கு அதிர்ச்சி தரக்கூடிய துன்பம் ஏற்படாது.

430. அறிவுடையார் எல்லா முடையார் அறிவிலார்
 என்னுடைய ரேனு மிலர்.

அறிவு இல்லாதவர்களுக்கு வேறு எது இருந்தாலும் பெருமையில்லை; அறிவு உள்ளவர்களுக்கு வேறு எது இல்லாவிட்டாலும் சிறுமை இல்லை.

44. குற்றங்கடிதல்

431. செருக்குஞ் சினமுஞ் சிறுமையும் இல்லார்
பெருக்கம் பெருமித நீர்த்து.

இறுமாப்பு, ஆத்திரம், இழிவான நடத்தை இவை இல்லாதவர்களுடைய செல்வாக்குதான் மதிக்கத் தக்கதாகும்.

432. இவறலும் மாண்பிறந்த மானமும் மாணா
உவகையும் ஏதம் இறைக்கு.

மனத்தில் பேராசை, மான உணர்வில் ஊனம், மாசுபடியும் செயல்களில் மகிழ்ச்சி ஆகியவை தலைமைக்குரிய தகுதிக்கே பெருங்கேடுகளாகும்.

433. தினைத்துணையாங் குற்றம் வரினும் பனைத்துணையாக்
கொள்வர் பழிநாணு வார்.

பழிக்கு நாணுகின்றவர்கள், தினையளவு குற்றத்தையும் பனையளவாகக் கருதி, அதைச் செய்யாமல் தங்களைக் காத்துக் கொள்வார்கள்.

434. குற்றமே காக்க பொருளாகக் குற்றமே
அற்றந் தரூஉம் பகை.

குற்றம் புரிவது அழிவை உண்டாக்கக் கூடிய பகையாக மாறுவதால் குற்றம் புரியாமல் இருப்பது என்பதையே நோக்கமாகக் கொள்ள வேண்டும்.

435. வருமுன்னர்க் காவாதான் வாழ்க்கை எரிமுன்னர்
வைத்தூறு போலக் கெடும்.

முன்கூட்டியே எச்சரிக்கையாக இருந்து ஒரு தவறான செயலைத் தவிர்த்துக் கொள்ளாதவருடைய வாழ்க்கையானது நெருப்பின் முன்னால் உள்ள வைக்கோல் போர் போலக் கருகிவிடும்.

436. தன்குற்ற நீக்கிப் பிறர்குற்றங் காண்கிற்பின்
 என்குற்ற மாகும் இறைக்கு.

 முதலில் தனக்குள்ள குறையை நீக்கிக் கொண்டு அதன் பின்னர் பிறர் குறையைக் கண்டுசொல்லும் தலைவனுக்கு என்ன குறை நேரும்?

437. செயற்பால செய்யா திவறியான் செல்வம்
 உயற்பால தன்றிக் கெடும்.

 நற்பணிகளைச் செய்யாமல் சேமித்து வைக்கப்படும் கருமியின் செல்வம் பயன் ஏதுமின்றிப் பாழாகிவிடும்.

438. பற்றுள்ள மென்னும் இவறன்மை எற்றுள்ளும்
 எண்ணப் படுவதொன் றன்று.

 எல்லாக் குற்றங்களையும்விடத் தனிப்பெருங் குற்றமாகக் கருதப்படுவது பொருள் சேர்ப்பதில் பற்றுகொண்டு எவருக்கும் எதுவும் ஈயாமல் வாழ்வதுதான்.

439. வியவற்க எஞ்ஞான்றுந் தன்னை நயவற்க
 நன்றி பயவா வினை.

 எந்தவொரு காலகட்டத்திலும் தன்னைத்தானே உயர்வாக எண்ணிடும் தற்பெருமைகொண்டு நன்மை தராத செயல்களில் ஈடுபடக் கூடாது.

440. காதல காதல் அறியாமை உய்க்கிற்பின்
 ஏதில ஏதிலார் நூல்.

 தமது விருப்பத்தைப் பகைவர் அறிந்து கொள்ள முடியாமல் நிறைவேற்றுபவரிடம் அந்தப் பகைவரின் எண்ணம் பலிக்காமற் போய்விடும்.

45. பெரியாரைத் துணைக்கோடல்

441. அறனறிந்து மூத்த அறிவுடையார் கேண்மை
திறனறிந்து தேர்ந்து கொளல்.

அறமுணர்ந்த மூதறிஞர்களின் நட்பைப் பெறும் வகை அறிந்து, அதனைத் தேர்ந்தெடுத்துக் கொள்ள வேண்டும்.

442. உற்றநோய் நீக்கி உறாஅமை முற்காக்கும்
பெற்றியார்ப் பேணிக் கொளல்.

வந்துள்ள துன்பத்தைப் போக்கி, மேலும் துன்பம் நேராமல் காக்கவல்ல பெரியோர்களைத் துணையாகக் கொள்ள வேண்டும்.

443. அரியவற்று ளெல்லாம் அரிதே பெரியாரைப்
பேணித் தமராக் கொளல்.

பெரியவர்களைப் போற்றிப் பாராட்டி அவர்களுடன் உறவாடுதல் எல்லாப் பேறுகளையும் விடப் பெரும் பேறாகும்.

444. தம்மிற் பெரியார் தமரா ஒழுகுதல்
வன்மையு ளெல்லாந் தலை.

அறிவு ஆற்றல் ஆகியவற்றில் தம்மைக் காட்டிலும் சிறந்த பெரியவராய் இருப்பவரோடு உறவுகொண்டு அவர்வழி நடப்பது மிகப்பெரும் வலிமையாக அமையும்.

445. சூழ்வார்கண் ணாக ஒழுகலான் மன்னவன்
சூழ்வாரைச் சூழ்ந்து கொளல்.

கண்ணாக இருந்து எதனையும் கண்டறிந்து கூறும் அறிஞர் பெருமக்களைச் சூழ வைத்துக் கொண்டிருப்பதே ஆட்சியாளர்க்கு நன்மை பயக்கும்.

446. **தக்கா ரினத்தனாய்த் தானொழுக வல்லானைச்
 செற்றார் செயக்கிடந்த தில்.**

 அறிவும், ஆற்றலும் கொண்ட ஒருவன், தன்னைச் சூழவும் அத்தகையோரையே கொண்டிருந்தால் பகைவர்களால் எந்தத் தீங்கையும் விளைவிக்க முடியாது.

447. **இடிக்குந் துணையாரை யாள்வாரை யாரே
 கெடுக்குந் தகைமை யவர்.**

 இடித்துரைத்து நல்வழி காட்டுபவரின் துணையைப் பெற்று நடப்பவர்களைக் கெடுக்கும் ஆற்றல் யாருக்கு உண்டு?

448. **இடிப்பாரை இல்லாத ஏமரா மன்னன்
 கெடுப்பா ரிலானுங் கெடும்.**

 குறையை உணர்த்துவோர் இல்லாத அரசு தானாகவே கெடும்.

449. **முதலிலார்க் கூதிய மில்லை மதலையாஞ்
 சார்பிலார்க் கில்லை நிலை.**

 கட்டடத்தைத் தாங்கும் தூண் போலத் தம்மைத் தாங்கி நிற்கக் கூடி துணையில்லாதவர்களின் நிலை, முதலீடு செய்யாத வாணிபத்தில் வருவாய் இல்லாத நிலையைப் போன்றதேயாகும்.

450. **பல்லார் பகைகொளலிற் பத்தடுத்த தீமைத்தே
 நல்லார் தொடர்கை விடல்.**

 நல்லவர்களின் தொடர்பைக் கைவிடுவது என்பது பலருடைய பகையைத் தேடிக் கொள்வதைவிடக் கேடு விளைவிக்கக் கூடியதாகும்.

46. சிற்றினம் சேராமை

451. சிற்றினம் அஞ்சும் பெருமை சிறுமைதான்
சுற்றமாச் சூழ்ந்து விடும்.

பெரியோர், கீழ்மக்களின் கூட்டத்தோடு சேரமாட்டார்கள். ஆனால் சிறியோர்களோ இனம் இனத்தோடு சேருமென்பதுபோல் அந்தக் கீழ்மக்கள் கூட்டத்துடன் சேர்ந்து கொள்வார்கள்.

452. நிலத்தியல்பான் நீர்திரிந் தற்றாகும் மாந்தர்க்
கினத்தியல்ப தாகும் அறிவு.

சேர்ந்த நிலத்தின் தன்மையால் நீரானது வேறுபட்டு அந்த நிலத்தின் தன்மையை அடைந்துவிடும். அதுபோல மக்களின் அறிவும், தாங்கள் சேர்ந்த இனத்தின் தன்மையைப் பெற்றதாகிவிடும்.

453. மனத்தானாம் மாந்தர்க் குணர்ச்சி இனத்தானாம்
இன்னா னெனப்படுஞ் சொல்.

ஒருவரின் உணர்ச்சி, மனத்தைப் பொறுத்து அமையும். அவர் இப்படிப்பட்டவர் என்று அளந்து சொல்வது அவர் சேர்ந்திடும் கூட்டத்தைப் பொருத்து அமையும்.

454. மனத்து ளதுபோலக் காட்டி ஒருவற்
கினத்துள தாகும் அறிவு.

ஒருவரின் அறிவு அவரது மனத்தின் இயல்பு என்பது போல் தோன்றினாலும், அது அவர் சேர்ந்த கூட்டத்தாரின் தொடர்பால் வெளிப்படுவதேயாகும்.

455. மனந்தூய்மை செய்வினை தூய்மை இரண்டும்
இனந்தூய்மை தூவா வரும்.

ஒருவன் கொண்டுள்ள தொடர்பு தூய்மையானதாக இருந்தால்தான் அவனுடைய மனமும் செயலும் தூய்மையானவையாக இருக்கும்.

456. மனந்தூயார்க் கெச்சநன் றாகும் இனந்தூயார்க்
கில்லைநன் றாகா வினை.

மனத்தின் தூய்மையால் புகழும், சேர்ந்த இனத்தின் தூய்மையால் நற்செயல்களும் விளையும்.

457. மனநலம் மன்னுயிர்க் காக்கம் இனநலம்
எல்லாப் புகழுந் தரும்.

மனத்தின் நலம் உயிருக்கு ஆக்கமாக விளங்கும். இனத்தின் நலமோ எல்லாப் புகழையும் வழங்கும்.

458. மனநலம் நன்குடைய ராயினுஞ் சான்றோர்க்
கினநலம் ஏமாப் புடைத்து.

மனவளம் மிக்க சான்றோராக இருப்பினும் அவர் சேர்ந்துள்ள கூட்டத்தினரைப் பொறுத்தே வலிமை வந்து வாய்க்கும்.

459. மனநலத்தி னாகும் மறுமைமற் றஃதும்
இனநலத்தி னேமாப் புடைத்து.

நல்ல உறுதியான உள்ளம் படைத்த உயர்ந்தோராக இருந்தாலும் அவர் சார்ந்த இனத்தின் உறுதியும் அவருக்கு வலிமையான துணையாக அமையக் கூடியதாகும்.

460. நல்லினத்தி னூங்குந் துணையில்லை தீயினத்தின்
அல்லற் படுப்பதூஉ மில்.

நல்ல இனத்தைக் காட்டிலும் துணையாக இருப்பதும், தீய இனத்தைக் காட்டிலும் துன்பம் தரக்கூடியதும் எதுவுமே இல்லை.

47. தெரிந்து செயல்வகை

461. அழிவதூஉம் ஆவதூஉம் ஆகி வழிபயக்கும்
ஊதியமுஞ் சூழ்ந்து செயல்.

எந்த அளவுக்கு நன்மை கிடைக்கும் அல்லது தீமை ஏற்படும் என்று விளைவுகளைக் கணக்குப் பார்த்த பிறகே ஒரு செயலில் இறங்க வேண்டும்.

462. தெரிந்த இனத்தொடு தேர்ந்தெண்ணிச் செய்வார்க்
கரும்பொருள் யாதொன்று மில்.

தெளிந்து தேர்ந்த நண்பர்களுடன் சேர்ந்து, ஆற்ற வேண்டிய செயலை ஆராய்ந்து, தாமும் நன்கு சிந்தித்துச் செய்தால் ஆகாதது ஒன்றுமில்லை.

463. ஆக்கங் கருதி முதலிழக்குஞ் செய்வினை
ஊக்கா ரறிவுடை யார்.

பெரும் ஆதாயம் கிட்டுமென்று எதிர்பார்த்துக் கை முதலையும் இழந்து விடக்கூடிய காரியத்தை அறிவுடையவர்கள் செய்யமாட்டார்கள்.

464. தெளிவி லதனைத் தொடங்கார் இளிவென்னும்
ஏதப்பா டஞ்சு பவர்.

களங்கத்துக்குப் பயப்படக் கூடியவர்கள்தான் விளைவுகளை எண்ணிப் பார்த்து அந்தக் களங்கம் தரும் காரியத்தில் இறங்காமல் இருப்பார்கள்.

465. வகையறச் சூழா தெழுதல் பகைவரைப்
பாத்திப் படுப்பதோ ராறு.

முன்னேற்பாடுகளை முழுமையாக ஆராய்ந்து செய்யாமல் பகைவரை ஒடுக்க முனைவது அந்தப் பகைவரின் வலிமையை நிலையாக வளர்க்கும் வழியாக ஆகிவிடும்.

466. செய்தக்க அல்ல செயக்கெடுஞ் செய்தக்க
செய்யாமை யானுங் கெடும்.

செய்யக் கூடாததைச் செய்வதால் கேடு ஏற்படும்; செய்ய வேண்டியதைச் செய்யாமல் விட்டாலும் கேடு ஏற்படும்.

467. எண்ணித் துணிக கருமந் துணிந்தபின்
எண்ணுவ மென்ப திழுக்கு.

நன்றாகச் சிந்தித்த பிறகே செயலில் இறங்க வேண்டும்; இறங்கிய பிறகு சிந்திக்கலாம் என்பது தவறு.

468. ஆற்றின் வருந்தா வருத்தம் பலர்நின்று
போற்றினும் பொத்துப் படும்.

எத்தனை பேர்தான் துணையாக இருந்தாலும் முறையாகச் செய்யப்படாத முயற்சி இறுதியில் முடங்கிப் போய் விடும்.

469. நன்றாற்ற லுள்ளுந் தவறுண் டவரவர்
பண்பறிந் தாற்றாக் கடை

ஒருவருடைய இயல்பைப் புரிந்து கொண்டுதான் நன்மையைக் கூடச் செய்ய வேண்டும். இல்லாவிட்டால் அதுவே தீமையாகத் திருப்பித் தாக்கும்.

470. எள்ளாத எண்ணிச் செயல்வேண்டுந் தம்மொடு
கொள்ளாத கொள்ளா துலகு.

தம்முடைய நிலைமைக்கு மாறான செயல்களை உயர்ந்தோர் பாராட்டமாட்டார்கள் என்பதால், அவர்கள் பழித்துரைக்காத செயல்களையே செய்திடல் வேண்டும்.

48. வலியறிதல்

471. வினைவலியுந் தன்வலியும் மாற்றான் வலியும்
துணைவலியுந் தூக்கிச் செயல்.

செயலின் வலிமை, தனது வலிமை, பகைவரின் வலிமை, இருசாராருக்கும் துணையாக இருப்போரின் வலிமை ஆகியவற்றை ஆராய்ந்தறிந்தே அந்தச் செயலில் ஈடுபட வேண்டும்.

472. ஒல்வ தறிவ தறிந்ததன் கண்தங்கிச்
செல்வார்க்குச் செல்லாத தில்.

ஒரு செயலில் ஈடுபடும்போது அச்செயலைப் பற்றிய அனைத்தையும் ஆராய்ந்தறிந்து முயற்சி மேற்கொண்டால் முடியாதது எதுவுமில்லை.

473. உடைத்தம் வலியறியார் ஊக்கத்தின் ஊக்கி
இடைக்கண் முரிந்தார் பலர்.

தம்முடைய வலிமையின் அளவை அறியாமல் உணர்ச்சி வயப்பட்டு ஒரு செயலைத் தொடங்கி இடையில் கெட்டுப் போனவர்கள் பலர் உண்டு.

474. அமைந்தாங் கொழுகான் அளவறியான் தன்னை
வியந்தான் விரைந்து கெடும்.

மற்றவர்களை மதிக்காமலும், தன் வலிமையை உணர்ந்து கொள்ளாமலும், தன்னைத் தானே பெரிதாக விளம்பரப்படுத்திக் கொண்டிருப்பவர்கள் விரைவில் கெட்டுத் தொலைவார்கள்.

475. பீலிபெய் சாகாடும் அச்சிறும் அப்பண்டஞ்
சால மிகுத்துப் பெயின்.

மயில் இறகாக இருந்தாலும்கூட அதிகமாக ஏற்றப்பட்டால் வண்டியின் அச்சு முறிகின்ற அளவுக்கு அதற்குப் பலம் வந்து விடும்.

476. **நுனிக்கொம்பர் ஏறினார் அஃதிறந் தூக்கின்**
உயிர்க்கிறுதி ஆகி விடும்.

தன்னைப் பற்றி அதிகமாகக் கணக்குப் போட்டுக் கொண்டு, எல்லை மீறிப் போகிற ஒருவர், நுனிக் கிளையில் ஏறியவர் அதற்கு மேலும் ஏறிட முயற்சி செய்தால் என்ன ஆவாரோ அந்தக் கதிக்கு ஆளாவார்.

477. **ஆற்றின் அளவறிந் தீக அதுபொருள்**
போற்றி வழங்கு நெறி.

வருவாய் அளவை அறிந்து, அதனை வகுத்து வழங்குவதே பொருளைச் சீராகக் காத்து வாழும் வழியாகும்.

478. **ஆகா றளவிட்டி தாயினுங் கேடில்லை**
போகா றகலாக் கடை.

எல்லை கடந்த செலவு இல்லாமல் இருக்குமேயானால் வரவு, குறைவாக இருப்பதால் கேடு எதுவும் விளைவதில்லை.

479. **அளவறிந்து வாழாதான் வாழ்க்கை உளபோல**
இல்லாகித் தோன்றாக் கெடும்.

இருப்பது, இயற்றக்கூடியது, இனியும் ஈட்டக்கூடியது ஆகியவற்றின் அளவு அறிந்து செயல்திட்டங்களை வகுத்துக்கொள்ளாவிட்டால், வலிமையோ அல்லது வளமோ இருப்பது போல் தோன்றினாலும்கூட இல்லாமல் மறைந்து போய்விடும்.

480. **உளவரை தூக்காத ஒப்புர வாண்மை**
வளவரை வல்லைக் கெடும்.

தன்னிடமுள்ள பொருளின் அளவை ஆராய்ந்து பார்க்காமல் அளவின்றிக் கொடுத்துக் கொண்டேயிருந்தால் அவனது வளம் விரைவில் கெடும்.

49. காலமறிதல்

481. பகல்வெல்லுங் கூகையைக் காக்கை இகல்வெல்லும்
வேந்தர்க்கு வேண்டும் பொழுது.

பகல் நேரமாக இருந்தால் கோட்டானைக் காக்கை வென்று விடும். எனவே எதிரியை வீழ்த்துவதற்கு ஏற்ற காலத்தைத் தேர்ந்தெடுக்க வேண்டும்.

482. பருவத்தோ டொட்ட ஒழுகல் திருவினைத்
தீராமை ஆர்க்குங் கயிறு.

காலம் உணர்ந்து அதற்கேற்பச் செயல்படுதல், அந்த நற்செயலின் வெற்றியை நழுவவிடாமல் கட்டிப்பிணிக்கும் கயிறாக அமையும்.

483. அருவினை யென்ப உளவோ கருவியாற்
கால மறிந்து செயின்.

தேவையான சாதனங்களுடன் உரிய நேரத்தையும் அறிந்து செயல்பட்டால் முடியாதவை என்று எவையுமே இல்லை.

484. ஞாலங் கருதினுங் கைகூடுங் காலம்
கருதி இடத்தாற் செயின்.

உரிய காலத்தையும் இடத்தையும் ஆய்ந்தறிந்து செயல்பட்டால் உலகமேகூடக் கைக்குள் வந்துவிடும்.

485. காலங் கருதி இருப்பர் கலங்காது
ஞாலங் கருது பவர்.

கலக்கத்துக்கு இடம் தராமல் உரிய காலத்தை எதிர்பார்த்துப் பொறுமையாக இருப்பவர்கள் இந்த உலகத்தையேகூட வென்று காட்டுவார்கள்.

**486. ஊக்க முடையான் ஒடுக்கம் பொருதகர்
தாக்கற்குப் பேருந் தகைத்து.**

கொடுமைகளைக் கண்டும்கூட உறுதி படைத்தவர்கள் அமைதியாக இருப்பது அச்சத்தினால் அல்ல; அது ஆட்டுக்கடா ஒன்று தனது பகையைத் தாக்குவதற்குத் தன் கால்களைப் பின்னுக்கு வாங்குவதைப் போன்றதாகும்.

**487. பொள்ளென ஆங்கே புறம்வேரார் காலம்பார்த்
துள்வேர்ப்பர் ஒள்ளி யவர்.**

பகையை வீழ்த்திட அகத்தில் சினங்கொண்டாலும் அதனை வெளிப்படுத்தாமல் இடம் காலம் இரண்டுக்கும் காத்திருப்பதே அறிவுடையார் செயல்.

**488. செறுநரைக் காணிற் சுமக்க இறுவரை
காணிற் கிழக்காந் தலை.**

பகைவர்க்கு முடிவு ஏற்பட்டு அவர்கள் தாமாகவே தலைகீழாகக் கவிழ்ந்திடும் உரிய நேரம் வரும் வரையில் தங்களின் பகையுணர்வைப் பொறுமையுடன் தாங்கிக் கொள்ள வேண்டும்.

**489. எய்தற் கரிய தியைந்தக்கால் அந்நிலையே
செய்தற் கரிய செயல்.**

கிடைப்பதற்கு அரிய காலம் வாய்க்கும்போது அதைப் பயன்படுத்திக் கொண்டு அப்போதே செயற்கரிய செய்து முடிக்க வேண்டும்.

**490. கொக்கொக்க கூம்பும் பருவத்து மற்றதன்
குத்தொக்க சீர்த்த இடத்து.**

காலம் கைகூடும் வரையில் கொக்குப்போல் பொறுமையாகக் காத்திருக்கவேண்டும். காலம் வாய்ப்பாகக் கிடைத்ததும் அது குறி தவறாமல் குத்துவது போல் செய்து முடிக்க வேண்டும்.

50. இடனறிதல்

491. தொடங்கற்க எவ்வினையும் எள்ளற்க முற்றும்
இடங்கண்ட பின்னல் லது.

ஈடுபடும் செயல் ஒன்றும் பெரிதல்ல என இகழ்ச்சியாகக் கருதாமல், முற்றிலும் சரியான இடத்தைத் தேர்ந்தெடுத்து அச்செயலில் இறங்க வேண்டும்.

492. முரண்சேர்ந்த மொய்ம்பி னவர்க்கும் அரண்சேர்ந்தாம்
ஆக்கம் பலவுந் தரும்.

வரும்பகையை எதிர்க்கும் வலிமை இருப்பினும், அத்துடன் அரணைச் சார்ந்து போரிடும் வாய்ப்பும் இணையுமானால் பெரும்பயன் கிட்டும்.

493. ஆற்றாரும் ஆற்றி அடுப இடனறிந்து
போற்றார்கண் போற்றிச் செயின்.

தாக்குதல் நடத்துவதற்குரிய இடத்தையும் தேர்ந்து, தம்மையும் காத்துக்கொண்டு பகைவருடன் மோதினால் வலிமையில்லாதவர்க்கும் வலிமை ஏற்பட்டு வெற்றிகிட்டும்.

494. எண்ணியார் எண்ணம் இழப்பர் இடனறிந்து
துன்னியார் துன்னிச் செயின்.

ஏற்ற இடமறிந்து தொடர்ந்து தாக்கினால் பகைவர்கள், வெற்றி என்பதை நினைத்துக்கூடப் பார்க்க மாட்டார்கள்.

495. நெடும்புனலுள் வெல்லும் முதலை அடும்புனலின்
நீங்கின் அதனைப் பிற.

தண்ணீரில் இருக்கும் வரையில்தான் முதலைக்குப் பலம்; தண்ணீரைவிட்டு வெளியே வந்து விட்டால் ஒரு சாதாரண உயிர்கூட அதனை விரட்டி விடும்.

496. கடலோடா கால்வல் நெடுந்தேர் கடலோடும்
 நாவாயும் ஓடா நிலத்து.

> ஒரு செயலுக்குரிய இடத்தைத் தேர்ந்தெடுப்பவர் 'தேர் கடலிலே ஓடாது', 'கப்பல் நிலத்தில் போகாது' என்பதையாவது தெரிந்தவராக இருக்க வேண்டும்.

497. அஞ்சாமை யல்லால் துணைவேண்டா எஞ்சாமை
 எண்ணி யிடத்தாற் செயின்.

> ஒரு செயலுக்குரிய வழிமுறைகளைக் குறையின்றிச் சிந்தித்துச் செய்யுமிடத்து, அஞ்சாமை ஒன்றைத் தவிர, வேறு துணை தேவையில்லை.

498. சிறுபடையான் செல்லிடஞ் சேரின் உறுபடையான்
 ஊக்கம் அழிந்து விடும்.

> சிறிய படை என்றாலும் அது தனக்குரிய இடத்தில் இருந்து போரிட்டால் பெரிய படையை வென்று விட முடியும்.

499. சிறைநலனுஞ் சீரும் இலரெனினும் மாந்தர்
 உறைநிலத்தோ டொட்ட லரிது.

> பாதுகாப்புக்கான கோட்டையும், மற்றும் பல படைச் சிறப்புகளும் இல்லாதிருப்பினும், அப்பகைவர் வாழும் நிலையான இடத்திற்குப் படையெடுத்துச் சென்று தாக்குவது எளிதான செயல் அல்ல.

500. காலாழ் களரின் நரியடுங் கண்ணஞ்சா
 வேலாள் முகத்த களிறு.

> வேலேந்திய வீரர்களை வீழ்த்துகின்ற ஆற்றல் படைத்த யானை, சேற்றில் சிக்கி விட்டால் அதனை நரிகள் கூடக் கொன்று விடும்.

51. தெரிந்து தெளிதல்

501. அறம்பொருள் இன்பம் உயிரச்சம் நான்கின்
திறந்தெரிந்து தேறப் படும்.

அறவழியில் உறுதியானவனாகவும், பொருள் வகையில் நாணயமானவனாகவும், இன்பம் தேடி மயங்காதவனாகவும், தன்னுயிருக்கு அஞ்சாதவனாகவும் இருப்பவனையே ஆய்ந்தறிந்து ஒரு பணிக்கு அமர்த்த வேண்டும்.

502. குடிப்பிறந்து குற்றத்தின் நீங்கி வடுப்பரியும்
நாணுடையான் கட்டே தெளிவு.

குற்றமற்றவனாகவும், பழிச்செயல் புரிந்திட அஞ்சி நாணுகின்றவனாகவும் இருப்பவனையே உயர்குடியில் பிறந்தவன் எனத் தெளிவு கொள்ள வேண்டும்.

503. அரியகற் றாசற்றார் கண்ணுந் தெரியுங்கால்
இன்மை அரிதே வெளிறு.

அரிய நூல்கள் பல கற்றவர் என்றும், எக்குறையும் அற்றவர் என்றும் புகழப்படுவோரைக்கூட ஆழமாக ஆராய்ந்து பார்க்கும்போது அவரிடம் அறியாமை என்பது அறவே இல்லை எனக் கணித்து விட இயலாது.

504. குணநாடிக் குற்றமு நாடி அவற்றுள்
மிகைநாடி மிக்க கொளல்.

ஒருவரின் குணங்களையும், அவரது குறைகளையும் ஆராய்ந்து பார்த்து அவற்றில் மிகுதியாக இருப்பவை எவை என்பதைத் தெரிந்து அதன் பிறகு அவரைப் பற்றிய ஒரு தெளிவான முடிவுக்கு வரவேண்டும்.

505. பெருமைக்கும் ஏனைச் சிறுமைக்குந் தத்தங்
கருமமே கட்டளைக் கல்.

ஒருவர் செய்யும் காரியங்களையே உரைகல்லாகக் கொண்டு, அவர் தரமானவரா அல்லது தரங்கெட்டவரா என்பதைப் புரிந்து கொள்ளலாம்.

506. அற்றாரைத் தேறுதல் ஓம்புக மற்றவர்
பற்றிலர் நாணார் பழி.

நெறியற்றவர்களை ஒரு பணிக்குத் தேர்வு செய்வது கூடாது. அவர்கள் உலகத்தைப் பற்றிக் கவலைப்படாமல், பழிக்கு நாணாமல் செயல்படுவார்கள்.

507. காதன்மை கந்தா அறிவறியார்த் தேறுதல்
பேதைமை எல்லாந் தரும்.

அறிவில்லாதவரை அன்பு காரணமாகத் தேர்வு செய்வது அறியாமை மட்டுமல்ல; அதனால் பயனற்ற செயல்களே விளையும்.

508. தேரான் பிறனைத் தெளிந்தான் வழிமுறை
தீரா இடும்பை தரும்.

ஆராய்ந்து பார்க்காமல் ஒருவரைத் துணையாகத் தேர்வு செய்து, அமர்த்திக்கொண்டால் அவரால் வருங்காலத் தலைமுறையினர்க்கும் நீங்காத துன்பம் விளையும்.

509. தேறற்க யாரையுந் தேராது தேர்ந்தபின்
தேறுக தேறும் பொருள்.

நன்கு ஆராய்ந்து தெளிந்த பிறகு ஒருவரிடம் நம்பிக்கை வைக்க வேண்டும். ஆராய்ந்து பாராமல் யாரையும் நம்பி விடக் கூடாது.

510. தேரான் தெளிவுந் தெளிந்தான்கண் ஐயுறவும்
தீரா இடும்பை தரும்.

ஆராயாமல் ஒருவரைத் தேர்வு செய்து ஏற்றுக் கொள்வதும், ஆராய்ந்து தேர்வு செய்து ஏற்றுக்கொண்ட பின் அவரைச் சந்தேகப்படுவதும் தீராத துன்பத்தைத் தரும்.

52. தெரிந்து வினையாடல்

511. நன்மையும் தீமையும் நாடி நலம்புரிந்த
தன்மையான் ஆளப் படும்.

நன்மை எது தீமை எது என ஆராய்ந்து அறிந்து, நற்செயலில் மட்டுமே நாட்டங் கொண்டவர்கள் எப்பணியினை ஆற்றிடவும் தகுதி பெற்றவராவார்கள்.

512. வாரி பெருக்கி வளம்படுத் துற்றவை
ஆராய்வான் செய்க வினை.

வருமானம் வரக்கூடிய வழிகளை விரிவாக்கி, வளங்களையும் பெருக்கி, இடையூறுகளையும் ஆராய்ந்து நீக்கிட வல்லவனே செயலாற்றும் திறனுடையவன்.

513. அன்பறிவு தேற்றம் அவாவின்மை இந்நான்கும்
நன்குடையான் கட்டே தெளிவு.

அன்பு, அறிவு, செயலாற்றும் திறமை, பேராசைப் படாத குணம் ஆகிய நான்கு பண்புகளையும் நிலையாகப் பெற்றிருப்பவரைத் தேர்வு செய்வதே நலம்.

514. எனைவகையான் தேறியக் கண்ணும் வினைவகையான்
வேறாகும் மாந்தர் பலர்.

எவ்வளவுதான் வழிமுறைகளை ஆராய்ந்து தெளிந்து தேர்ந்தெடுத்தாலும் செயல்படும் பொழுது வேறுபடுகிறவர்கள் பலர் இருப்பர்.

515. அறிந்தாற்றிச் செய்கிற்பாற் கல்லால் வினைதான்
சிறந்தானென் றேவற்பாற் றன்று.

ஆய்ந்தறிந்து செய்து முடிக்கும் ஆற்றல் உள்ளவர்களை அல்லாமல் வேறொருவரைச் சிறந்தவர் எனக் கருதி ஒரு செயலில் ஈடுபடுத்தக் கூடாது.

516. செய்வானை நாடி வினைநாடிக் காலத்தோ
டெய்த உணர்ந்து செயல்.

செயலாற்ற வல்லவனைத் தேர்ந்து, செய்யப்பட வேண்டிய செயலையும் ஆராய்ந்து, காலமுணர்ந்து அதனைச் செயல்படுத்த வேண்டும்.

517. இதனை இதனால் இவன்முடிக்கும் என்றாய்ந்
ததனை அவன்கண் விடல்.

ஒரு காரியத்தை ஒருவர் எப்படிச் செய்து முடிப்பார் என்பதை ஆராய்ந்து பார்த்து, அதற்குப் பிறகு அந்தக் காரியத்தை அவரிடம் ஒப்படைக்க வேண்டும்.

518. வினைக்குரிமை நாடிய பின்றை அவனை
அதற்குரிய னாகச் செயல்.

ஒரு செயலில் ஈடுபடுவதற்கு ஏற்றவனா என்பதை ஆராய்ந்து அறிந்த பிறகே, அவனை அந்தச் செயலில் ஈடுபடுத்த வேண்டும்.

519. வினைக்கண் வினையுடையான் கேண்மைவே றாக
நினைப்பானை நீங்குந் திரு.

எடுத்த காரியத்தை முடிப்பதில் கண்ணும் கருத்துமாக இருப்பவரின் உறவைத் தவறாக எண்ணுபவரை விட்டுப் பெருமை அகன்று விடும்.

520. நாடோறும் நாடுக மன்னன் வினைசெய்வான்
கோடாமை கோடா துலகு.

உழைப்போர் உள்ளம் வாடாமல் இருக்கும் வரையில் உலகின் செழிப்பும் வாடாமல் இருக்கும். எனவே உழைப்போர் நிலையை ஒவ்வொரு நாளும் அரசினர் ஆய்ந்தறிந்து ஆவன செய்ய வேண்டும்.

53. சுற்றந் தழால்

521. பற்றற்ற கண்ணும் பழைமைபா ராட்டுதல்
சுற்றத்தார் கண்ணே உள.

ஒருவருக்கு வறுமை வந்த நேரத்திலும் அவரிடம் பழைய உறவைப் பாராட்டும் பண்பு உடையவர்களே சுற்றத்தார் ஆவார்கள்.

522. விருப்பறாச் சுற்றம் இயையின் அருப்பறா
ஆக்கம் பலவுந் தரும்.

எந்த நிலைமையிலும் அன்பு குறையாத சுற்றம் ஒருவருக்குக் கிடைத்தால் அது அவருக்கு ஆக்கமும், வளர்ச்சியும் அளிக்கக் கூடியதாக அமையும்.

523. அளவளா வில்லாதான் வாழ்க்கை குளவளாக்
கோடின்றி நீர்நிறைந் தற்று.

உற்றார் உறவினர் எனச் சூழ இருப்போருடன் அன்பு கலந்து மகிழ்ந்து பழகாதவனுடைய வாழ்க்கையானது; கரையில்லாத குளத்தில் நீர் நிறைந்ததைப் போலப் பயனற்றதாகி விடும்.

524. சுற்றத்தாற் சுற்றப் படவொழுகல் செல்வந்தான்
பெற்றத்தாற் பெற்ற பயன்.

தன் இனத்தார், அன்புடன் தன்னைச் சூழ்ந்து நிற்க வாழும் வாழ்க்கையே ஒருவன் பெற்ற செல்வத்தினால் கிடைத்திடும் பயனாகும்.

525. கொடுத்தலும் இன்சொல்லும் ஆற்றின் அடுக்கிய
சுற்றத்தாற் சுற்றப் படும்.

வள்ளல் தன்மையும், வாஞ்சைமிகு சொல்லும் உடையவனை அடுத்தடுத்துச் சுற்றத்தார் சூழ்ந்து கொண்டேயிருப்பார்கள்.

526. பெருங்கொடையான் பேணான் வெகுளி அவனின்
மருங்குடையார் மாநிலத் தில்.

பெரிய கொடையுள்ளம் கொண்டவனாகவும், வெகுண்டு எழும் சீற்றத்தை விலக்கியவனாகவும் ஒருவன் இருந்தால் அவனைப் போல் சுற்றம் சூழ இருப்போர் உலகில் யாரும் இல்லை எனலாம்.

527. காக்கை கரவா கரைந்துண்ணும் ஆக்கமும்
அன்னநீ ரார்க்கே உள.

தனக்குக் கிடைத்ததை மறைக்காமல் தனது சுற்றத்தைக் கூவி அழைத்துக் காக்கை உண்ணும். அந்தக் குணம் உடையவர்களுக்கு மட்டுமே உலகில் உயர்வு உண்டு.

528. பொதுநோக்கான் வேந்தன் வரிசையா நோக்கின்
அதுநோக்கி வாழ்வார் பலர்.

அனைத்து மக்களும் சமம் எனினும், அவரவர்க்குரிய ஆற்றலுக்கேற்ப அவர்களைப் பயன்படுத்திக் கொண்டால், அந்த அரசை அனைவரும் அரணாகச் சூழ்ந்து நிற்பர்.

529. தமராகித் தற்றுறந்தார் சுற்றம் அமராமைக்
காரண மின்றி வரும்.

உறவினராக இருந்து ஏதோ ஒரு காரணம் கூறிப் பிரிந்து சென்றவர்கள், அந்தக் காரணம் பொருந்தாது என்று உணரும்போது மீண்டும் உறவு கொள்ள வருவார்கள்.

530. உழைப்பிரிந்து காரணத்தின் வந்தானை வேந்தன்
இழைத்திருந் தெண்ணிக் கொளல்.

ஏதோ காரணம் கற்பித்துப் பிரிந்து போய், மீண்டும் தலைவனிடம் தக்க காரணத்தினால் வந்தவரை, நன்கு ஆராய்ந்து ஏற்றுக் கொள்ளல் வேண்டும்.

54. பொச்சாவாமை

531. இறந்த வெகுளியின் தீதே சிறந்த
உவகை மகிழ்ச்சியிற் சோர்வு.

அகமகிழ்ச்சியினால் ஏற்படும் மறதி, அடங்காத சினத்தினால் ஏற்படும் விளைவை விடத் தீமையானது.

532. பொச்சாப்புக் கொல்லும் புகழை அறிவினை
நிச்ச நிரப்புக்கொன் றாங்கு.

நாளும் தொடர்ந்து வாட்டுகின்ற வறுமை, அறிவை அழிப்பது போல மறதி, புகழை அழித்து விடும்.

533. பொச்சாப்பார்க் கில்லை புகழ்மை யதுவுலகத்
தெப்பானூ லோர்க்குந் துணிவு.

மறதி உடையவர்களுக்கு, மங்காப் புகழ் இல்லை என்பதே அனைத்தும் கற்றுணர்ந்த அறிஞர்களின் முடிவான கருத்தாகும்.

534. அச்ச முடையார்க் கரணில்லை ஆங்கில்லை
பொச்சாப் புடையார்க்கு நன்கு.

பயத்தினால் நடுங்குகிறவர்களுக்குத் தம்மைச் சுற்றிப் பாதுகாப்புக்கான அரண் கட்டப்பட்டிருந்தாலும் எந்தப் பயனுமில்லை. அதைப் போலவே என்னதான் உயர்ந்த நிலையில் இருந்தாலும் மறதி உடையவர்களுக்கு அந்த நிலையினால் எந்தப் பயனுமில்லை.

535. முன்னுறக் காவா திழுக்கியான் தன்பிழை
பின்னூ றிரங்கி விடும்.

முன்கூட்டியே சிந்தித்துத் தன்னைக் காத்துக் கொள்ளத் தவறியவன், துன்பம் வந்தபிறகு தன் பிழையை எண்ணிக் கவலைப்பட நேரிடும்.

536. இழுக்காமை யார்மாட்டும் என்றும் வழுக்காமை
வாயின் அதுவொப்ப தில்.

ஒருவரிடம், மறவாமை என்னும் பண்பு தவறாமல் பொருந்தியிருக்குமேயானால், அதைவிட அவருக்கு நன்மை தரக்கூடியது வேறு எதுவும் இருக்க முடியாது.

537. அரியவென் றாகாத இல்லைபொச் சாவாக்
கருவியாற் போற்றிச் செயின்.

மறதியில்லாமலும், அக்கறையுடனும் செயல்பட்டால், முடியாதது என்று எதுவுமே இல்லை.

538. புகழ்ந்தவை போற்றிச் செயல்வேண்டுஞ் செய்யா
திகழ்ந்தார்க் கெழுமையும் இல்.

புகழுக்குரிய கடமைகளைப் போற்றிச் செய்திடல் வேண்டும். அப்படிச் செய்யாமல் புறக்கணிப்பவர்களுக்கு வாழ்க்கையில் உயர்வே இல்லை.

539. இகழ்ச்சியிற் கெட்டாரை உள்ளுக தாந்தம்
மகிழ்ச்சியின் மைந்துறும் போழ்து.

மமதையால் பூரித்துப்போய்க் கடமைகளை மறந்திருப்பவர்கள், அப்படி மறந்துபோய் அழிந்து போனவர்களை நினைத்துப் பார்த்துத் திருந்திக் கொள்ள வேண்டும்.

540. உள்ளிய தெய்தல் எளிதுமன் மற்றுந்தான்
உள்ளிய துள்ளப் பெறின்.

கொண்ட குறிக்கோளில் ஊக்கத்துடன் இருந்து அதில் வெற்றி காண்பதிலேயே நாட்டமுடையவர்களுக்கு அந்தக் குறிக்கோளை அடைவது எளிதானதாகும்.

55. செங்கோன்மை

541. ஓர்ந்துகண் ணோடா திறைபுரிந் தியார்மாட்டும்
 தேர்ந்துசெய் வஃதே முறை.

 குற்றம் இன்னதென்று ஆராய்ந்து எந்தப் பக்கமும் சாயாமல் நடுவுநிலைமை தவறாமல் வழங்கப்படுவதே நீதியாகும்.

542. வானோக்கி வாழும் உலகெல்லாம் மன்னவன்
 கோனோக்கி வாழுங் குடி.

 உலகில் உள்ள உயிர்கள் வாழ்வதற்கு மழை தேவைப்படுவது போல ஒரு நாட்டின் குடிமக்கள் வாழ்வதற்கு நல்லாட்சி தேவைப்படுகிறது.

543. அந்தணர் நூற்கும் அறத்திற்கும் ஆதியாய்
 நின்றது மன்னவன் கோல்.

 ஓர் அரசின் செங்கோன்மைதான் அறவோர் நூல்களுக்கும் அறவழிச் செயல்களுக்கும் அடிப்படையாக அமையும்.

544. குடிதழீஇக் கோலோச்சு மாநில மன்னன்
 அடிதழீஇ நிற்கும் உலகு.

 குடிமக்களை அரவணைத்து ஆட்சி நடத்தும் நல்லரசின் அடிச்சுவட்டை நானிலமே போற்றி நிற்கும்.

545. இயல்புளிக் கோலோச்சு மன்னவ னாட்ட
 பெயலும் விளையுளுந் தொக்கு.

 நீதி வழுவாமல் ஓர் அரசு நாட்டில் இருக்குமேயானால் அது, பருவகாலத்தில் தவறாமல் பெய்யும் மழையினால் வளமான விளைச்சல் கிடைப்பதற்கு ஒப்பானதாகும்.

546. வேலன்று வென்றி தருவது மன்னவன்
கோலதூஉங் கோடா தெனின்.

ஓர் அரசுக்கு வெற்றியைத் தருவது பகைவரை வீழ்த்தும் வேலல்ல; குடிமக்களை வாழவைக்கும் வளையாத செங்கோல்தான்.

547. இறைகாக்கும் வையகம் எல்லாம் அவனை
முறைகாக்கும் முட்டாச் செயின்.

நீதி வழுவாமல் ஓர் அரசு நடைபெற்றால் அந்த அரசை அந்த நீதியே காப்பாற்றும்.

548. எண்பதத்தான் ஓரா முறைசெய்யா மன்னவன்
தண்பதத்தான் தானே கெடும்.

ஆடம்பரமாகவும், ஆராய்ந்து நீதி வழங்காமலும் நடைபெறுகிற அரசு தாழ்ந்த நிலையடைந்து தானாகவே கெட்டொழிந்து விடும்.

549. குடிபுறங் காத்தோம்பிக் குற்றங் கடிதல்
வடுவன்று வேந்தன் தொழில்.

குடிமக்களைப் பாதுகாத்துத் துணை நிற்பதும், குற்றம் செய்தவர்கள் யாராயினும் தனக்கு இழுக்கு வரும் என்று கருதாமல் தண்டிப்பதும் அரசின் கடமையாகும்.

550. கொலையிற் கொடியாரை வேந்தொறுத்தல் பைங்கூழ்
களைகட் டதனொடு நேர்.

கொலை முதலிய கொடுமைகள் புரிவோரை, ஓர் அரசு தண்டனைக்குள்ளாக்குவது பயிரின் செழிப்புக்காகக் களை எடுப்பது போன்றதாகும்.

56. கொடுங்கோன்மை

551. **கொலைமேற்கொண் டாரிற் கொடிதே அலைமேற்கொண்**
டல்லவை செய்தொழுகும் வேந்து.

அறவழி மீறிக் குடிமக்களைத் துன்புறுத்தும் அரசு, கொலையைத் தொழிலாகக் கொண்டவரைவிடக் கொடியதாகும்.

552. **வேலொடு நின்றான் இடுவென் றதுபோலும்**
கோலொடு நின்றான் இரவு.

ஆட்சிக்கோல் ஏந்தியிருப்பவர்கள் தமது குடிமக்களிடம் அதிகாரத்தைக் காட்டிப் பொருளைப் பறிப்பது, வேல் ஏந்திய கொள்ளைக்காரனின் மிரட்டலைப் போன்றது.

553. **நாடொறும் நாடி முறைசெய்யா மன்னவன்**
நாடொறும் நாடு கெடும்.

ஆட்சியினால் விளையும் நன்மை தீமைகளை நாள் தோறும் ஆராய்ந்து அவற்றிற்குத் தக்கவாறு நடந்து கொள்ளாத அரசு அமைந்த நாடு சீர்குலைந்து போய்விடும்.

554. **கூழுங் குடியும் ஒருங்கிழக்கும் கோல்கோடிச்**
சூழாது செய்யும் அரசு.

நாட்டுநிலை ஆராயாமல் கொடுங்கோல் புரியும் அரசு நிதி ஆதாரத்தையும் மக்களின் மதிப்பையும் இழந்துவிடும்.

555. **அல்லற்பட் டாற்றா தழுதகண் ணீரன்றே**
செல்வத்தைத் தேய்க்கும் படை.

கொடுமை பொறுக்க முடியாமல் மக்கள் சிந்தும் கண்ணீர் ஆட்சியை அழிக்கும் படைக்கருவியாகும்.

556. மன்னர்க்கு மன்னுதல் செங்கோன்மை அஃதின்றேல்
 மன்னாவாம் மன்னர்க் கொளி.

 நீதிநெறி தவறாத செங்கோன்மைதான் ஓர் அரசுக்குப் புகழைத் தரும். இல்லையேல் அந்த அரசின் புகழ் நிலையற்றுச் சரிந்து போகும்.

557. துளியின்மை ஞாலத்திற் கெற்றற்றே வேந்தன்
 அளியின்மை வாழும் உயிர்க்கு.

 மழையில்லாவிடில் துன்பமுறும் உலகத்தைப் போல் அருள் இல்லாத அரசினால் குடிமக்கள் தொல்லைப் படுவார்கள்.

558. இன்மையின் இன்னா துடைமை முறைசெய்யா
 மன்னவன் கோற்கீழ்ப் படின்.

 வறுமையின்றி வாழ்ந்தால்கூட அந்த வாழ்க்கை கொடுங்கோல் ஆட்சியின்கீழ் அமைந்துவிட்டால் வறுமைத் துன்பத்தை விட அதிகத் துன்பம் தரக்கூடியது.

559. முறைகோடி மன்னவன் செய்யின் உறைகோடி
 ஒல்லாது வானம் பெயல்.

 முறை தவறிச் செயல்படும் ஆட்சியில் நீரைத் தேக்கிப் பயனளிக்கும் இடங்கள் பாழ்பட்டுப் போகுமாதலால், வான் வழங்கும் மழையைத் தேக்கி வைத்து வளம் பெறவும் இயலாது.

560. ஆபயன் குன்றும் அறுதொழிலோர் நூல்மறப்பர்
 காவலன் காவான் எனின்.

 ஓர் அரசு நாட்டை முறைப்படி காக்கத் தவறினால் ஆக்கப்பணிகள் எதுவும் நடக்காது; முக்கியமான தொழில்களும் தேய்ந்து விடும்.

57. வெருவந்த செய்யாமை

561. தக்காங்கு நாடித் தலைச்செல்லா வண்ணத்தால்
ஒத்தாங் கொறுப்பது வேந்து.

நடைபெற்ற குற்றங்களை நடுநிலை தவறாமல் ஆராய்ந்தறிந்து, மீண்டும் அவை நிகழா வண்ணம் அக்குற்றங்களுக்கேற்பத் தண்டனை கிடைக்கச் செய்வதே அரசின் கடமையாகும்.

562. கடிதோச்சி மெல்ல வெறிக நெடிதாக்கம்
நீங்காமை வேண்டு பவர்.

குற்றங்கள் நிகழாமல் இருக்கக் கண்டிக்கும்போது கடுமை காட்டித் தண்டிக்கும்போது மென்மை காட்டுகிறவர்களின் செல்வாக்குதான் தொய்வின்றி நெடுநாள் நீடிக்கும்.

563. வெருவந்த செய்தொழுகும் வெங்கோல னாயின்
ஒருவந்தம் ஒல்லைக் கெடும்.

குடிமக்கள் அஞ்சும்படியாகக் கொடுங்கோல் நடத்தும் அரசு நிச்சயமாக விரைவில் அழியும்.

564. இறைகடியன் என்றுரைக்கும் இன்னாச்சொல் வேந்தன்
உறைகடுகி ஒல்லைக் கெடும்.

கடுஞ்சொல் உரைக்கும் கொடுங்கோல் என்று குடிமக்களால் கருதப்படும் அரசு, தனது பெருமையை விரைவில் இழக்கும்.

565. அருஞ்செவ்வி இன்னா முகத்தான் பெருஞ்செல்வம்
பேஎய்கண் டன்ன துடைத்து.

யாரும் எளிதில் காண முடியாதவனாகவும், கடுகடுத்த முகத்துடனும் இருப்பவனிடம் குவிந்துள்ள பெரும் செல்வம் பேய்த் தோற்றம் எனப்படும் அஞ்சத்தகும் தோற்றமேயாகும்.

566. கடுஞ்சொல்லன் கண்ணிலன் ஆயின் நெடுஞ்செல்வம்
நீடின்றி ஆங்கே கெடும்.

கடுஞ்சொல்லும், கருணையற்ற உள்ளமும் கொண்டவர்களின் பெருஞ்செல்வம் நிலைக்காமல் அழிந்து விடும்.

567. கடுமொழியுங் கையிகந்த தண்டமும் வேந்தன்
அடுமுரண் தேய்க்கும் அரம்.

கடுஞ்சொல்லும், முறைகடந்த தண்டனையும் ஓர் அரசின் வலிமையைத் தேய்த்து மெலியச் செய்யும் அரம் எனும் கருவியாக அமையும்.

568. இனத்தாற்றி எண்ணாத வேந்தன் சினத்தாற்றிச்
சீறிற் சிறுகுந் திரு.

கூட்டாளிகளிடம் கலந்து பேசாமல் சினத்திற்கு ஆளாகிக் கோணல் வழி நடக்கும் அரசு தானாகவே வீழ்ந்து விடும்.

569. செருவந்த போழ்திற் சிறைசெய்யா வேந்தன்
வெருவந்து வெய்து கெடும்.

முன்கூட்டியே உரிய பாதுகாப்பு இல்லாமல் இருக்கும் வேந்தன், போர் வந்துவிட்டால் அதற்கு அஞ்சி விரைவில் வீழ நேரிடும்.

570. கல்லார்ப் பிணிக்குங் கடுங்கோல் அதுவல்ல
தில்லை நிலக்குப் பொறை.

கொடுங்கோல் அரசு படிக்காதவர்களைத் தனக்குப் பக்க பலமாக்கிக் கொள்ளும், அதைப்போல் பூமிக்குப் பாரம் வேறு எதுவுமில்லை.

58. கண்ணோட்டம்

571. கண்ணோட்டம் என்னுங் கழிபெருங் காரிகை
உண்மையான் உண்டிவ் வுலகு.

இந்த உலகம், அன்பும் இரக்கமும் இணைந்த கண்ணோட்டம் எனப்படுகிற பெரும் அழகைக் கொண்டவர்கள் இருப்பதால்தான் பெருமை அடைகிறது.

572. கண்ணோட்டத் துள்ள துலகியல் அஃதிலார்
உண்மை நிலக்குப் பொறை.

அன்புடன் அரவணைத்து இரக்கம் காட்டும் கண்ணோட்டம் எனப்படும் உலகியலுக்கு, மாறாக இருப்பவர்கள் இந்தப் பூமிக்குச் சுமையாவார்கள்.

573. பண்ணென்னாம் பாடற் கியைபின்றேற் கண்ணென்னாங்
கண்ணோட்டம் இல்லாத கண்.

இரக்க உணர்வு, அன்பு எனும் கண்ணோட்டத்துடன் பொருந்தி வராத கண்ணும், பாடலுடன் பொருந்தி வராத இசையும் பயன் தராதவையாகும்.

574. உளபோல் முகத்தெவன் செய்யும் அளவினாற்
கண்ணோட்டம் இல்லாத கண்.

அகத்தில் அன்பையும் இரக்கத்தையும் சுரக்கச் செய்யாத கண்கள் முகத்தில் உள்ளவைபோல் தோன்றுவதைத் தவிர, வேறு எந்தப் பயனும் இல்லாதவைகளாகும்.

575. கண்ணிற் கணிகலங் கண்ணோட்டம் அஃதின்றேற்
புண்ணென் றுணரப் படும்.

கருணையுள்ளம் கொண்டவருடைய கண்ணே கண் என்று கூறப்படும். இல்லையானால் அது கண் அல்ல; புண்.

**576. மண்ணோ டியைந்த மரத்தனையர் கண்ணோ
டியைந்துகண் ணோடா தவர்.**

ஒருவர்க்குக் கண் இருந்தும்கூட அந்தக் கண்ணுக்குரிய அன்பும் இரக்கமும் இல்லாவிட்டால் அவர் மரத்துக்கு, ஒப்பானவரே ஆவார்.

**577. கண்ணோட்டம் இல்லவர் கண்ணிலர் கண்ணுடையார்
கண்ணோட்டம் இன்மையும் இல்.**

கருணை மனம் கொண்டவர்க்கு இருப்பதே கண்கள் எனப்படும்; கருணையற்றோர் கண்ணற்றோர் என்றே கருதப்படுவார்கள்.

**578. கருமஞ் சிதையாமற் கண்ணோட வல்லார்க்
குரிமை உடைத்திவ் வுலகு.**

கடமை தவறாமையிலும், கருணை பொழிவதிலும் முதன்மையாக இருப்போருக்கு இந்த உலகமே உரிமையுடையதாகும்.

**579. ஒறுத்தாற்றும் பண்பினார் கண்ணுங்கண் ணோடிப்
பொறுத்தாற்றும் பண்பே தலை.**

அழிக்க நினைத்திடும் இயல்புடையவரிடத்திலும் பொறுமை காட்டுவது மிக உயர்ந்த பண்பாகும்.

**580. பெயக்கண்டு நஞ்சுண் டமைவர் நயத்தக்க
நாகரிகம் வேண்டு பவர்.**

கருணை உள்ளமும் பண்பாடும் உள்ளவர்கள், தம்முடன் பழகியவர்கள் நஞ்சு கொடுத்தாலும் அதை அருந்திக் களிப்படைவார்கள்.

59. ஒற்றாடல்

581. ஒற்றும் உரைசான்ற நூலும் இவையிரண்டும்
தெற்றென்க மன்னவன் கண்.

நேர்மையும் திறனும் கொண்ட ஒற்றரும், நீதியுரைக்கும் அறநூலும் ஓர் அரசின் கண்களாகக் கருதப்பட வேண்டும்.

582. எல்லார்க்கும் எல்லாம் நிகழ்பவை எஞ்ஞான்றும்
வல்லறிதல் வேந்தன் தொழில்.

நண்பர், பகைவர், நடுநிலையாளர் ஆகிய எல்லாரிடத்திலும் நிகழும் எல்லா நிகழ்வுகளையும், எல்லாக் காலங்களிலும் ஒற்றரைக் கொண்டு விரைவாக அறிந்து கொள்வது அரசுக்குரிய கடமையாகும்.

583. ஒற்றினான் ஒற்றிப் பொருள்தெரியா மன்னவன்
கொற்றங் கொளக்கிடந்த தில்.

நாட்டு நிலவரத்தை ஒற்றர்களைக் கொண்டு அறிந்து அதன் விளைவுகளை ஆராய்ந்து நடந்திடாத அரசின் கொற்றம் தழைத்திட வழியே இல்லை.

584. வினைசெய்வார் தஞ்சுற்றம் வேண்டாதா ரென்றாங்
கனைவரையும் ஆராய்வ தொற்று.

ஓர் அரசில் உளவறியும் ஒற்றர் வேலை பார்ப்பவர்கள், வேண்டியவர், வேண்டாதவர், சுற்றத்தார் என்றெல்லாம் பாகுபாடு கருதாமல் பணிபுரிந்தால்தான் அவர்களை நேர்மையான ஒற்றர்கள் எனக் கூற முடியும்.

585. கடாஅ உருவொடு கண்ணஞ்சா தியாண்டும்
உகாஅமை வல்லதே ஒற்று.

சந்தேகப்பட முடியாத தோற்றத்துடனும் அப்படிச் சந்தேகப்பட்டுப் பார்ப்பவர்களுக்கு அஞ்சாமலும், என்ன நேர்ந்தாலும் மனத்தில் உள்ளதை வெளிப்படுத்தாமலும் உள்ளவர்களே ஒற்றர்களாகப் பணியாற்ற முடியும்.

586. துறந்தார் படிவத்த ராகி இறந்தாராய்ந்
 தென்செயினுஞ் சோர்வில தொற்று.

> ஆராய்ந்திட வந்த நிகழ்வில் தொடர்பற்றவரைப் போலக் காட்டிக் கொண்டு, அதனைத் தீர ஆராய்ந்து, அதில் எத்துணைத் துன்பம் வரினும் தாங்கிக் கொண்டு, தம்மை யாரென்று வெளிப்படுத்திக் கொள்ளாதவரே சிறந்த ஒற்றர்.

587. மறைந்தவை கேட்கவற் றாகி அறிந்தவை
 ஐயப்பா டில்லதே ஒற்று.

> மற்றவர்கள் மறைவாகக் கூடிச்செய்யும் காரியங்களை, அவர்களுடன் இருப்பவர் வாயிலாகக் கேட்டறிந்து அவற்றின் உண்மையைத் தெளிவாகத் தெரிந்து கொள்வதே உளவறியும் திறனாகும்.

588. ஒற்றொற்றித் தந்த பொருளையும் மற்றுமோர்
 ஒற்றினால் ஒற்றிக் கொளல்.

> ஓர் உளவாளி, தனது திறமையினால் அறிந்து சொல்லும் செய்தியைக் கூட மற்றோர் உளவாளி வாயிலாகவும் அறிந்து வரச் செய்து, இரு செய்திகளையும் ஒப்பிட்டுப் பார்த்த பிறகே அது, உண்மையா அல்லவா என்ற முடிவுக்கு வரவேண்டும்.

589. ஒற்றொற் றுணராமை யாள்க உடன்மூவர்
 சொற்றொக்க தேறப் படும்.

> ஓர் ஒற்றரை மற்றோர் ஒற்றர் அறியமுடியாதபடி மூன்று ஒற்றர்களை இயங்கவைத்து அம்மூவரும் சொல்வது ஒத்திருந்தால் அது உண்மையெனக் கொள்ளலாம்.

590. சிறப்பறிய ஒற்றின்கண் செய்யற்க செய்யிற்
 புறப்படுத்தான் ஆகும் மறை.

> ஓர் ஒற்றரின் திறனை வியந்து பிறர் அறியச் சிறப்புச் செய்தால், ஒளிவு மறைவாக இருக்கவேண்டிய செய்தியை, வெளிப்படுத்தியதாகிவிடும்.

60. ஊக்கம் உடைமை

591. உடையர் எனப்படுவ தூக்கமஃ; தில்லார்
உடைய துடையரோ மற்று.

ஊக்கம் உடையவரே உடையவர் எனப்படுவர். ஊக்கமில்லாதவர் வேறு எதை உடையவராக இருந்தாலும் அவர் உடையவர் ஆக மாட்டார்.

592. உள்ள முடைமை உடைமை பொருளுடைமை
நில்லாது நீங்கி விடும்.

ஊக்கம் எனும் ஒரு பொருளைத் தவிர, வேறு எதனையும் நிலையான உடைமை என்று கூற இயலாது.

593. ஆக்கம் இழந்தேமென் றல்லாவார் ஊக்கம்
ஒருவந்தங் கைத்துடை யார்.

ஊக்கத்தை உறுதியாகக் கொண்டிருப்பவர்கள், ஆக்கம் இழக்க நேர்ந்தாலும் அப்போதுகூட ஊக்கத்தை இழந்து கலங்க மாட்டார்கள்.

594. ஆக்கம் அதர்வினாய்ச் செல்லும் அசைவிலா
ஊக்க முடையா னுழை.

உயர்வு, உறுதியான ஊக்கமுடையவர்களைத் தேடிக் கண்டுபிடித்து அவர்களிடம் போய்ச் சேரும்.

595. வெள்ளத் தனைய மலர்நீட்டம் மாந்தர்தம்
உள்ளத் தனைய துயர்வு.

தண்ணீரின் அளவுதான் அதில் மலர்ந்துள்ள தாமரைத் தண்டினளவும் இருக்கும். அதுபோல மனிதரின் வாழ்க்கையின் உயர்வு அவர் மனத்தில் கொண்டுள்ள ஊக்கத்தின் அளவே இருக்கும்

596. உள்ளுவ தெல்லாம் உயர்வுள்ளல் மற்றது
தள்ளினுந் தள்ளாமை நீர்த்து.

நினைப்பதெல்லாம் உயர்ந்த நினைப்பாகவே இருக்க வேண்டும். அது கைகூடாவிட்டாலும் அதற்காக அந்த நினைப்பை விடக்கூடாது.

597. சிதைவிடத் தொல்கார் உரவோர் புதையம்பிற்
பட்டுப்பா டூன்றுங் களிறு.

உடல் முழுதும் அம்புகளால் துளைக்கப்பட்டாலும் யானையானது உறுதி தளராமல் இருப்பதுபோல, ஊக்கமுடையவர்கள், அழிவே வந்தாலும் அதற்காகக் கவலைப்படமாட்டார்கள்.

598. உள்ளம் இலாதவர் எய்தார் உலகத்து
வள்ளியம் என்னுஞ் செருக்கு.

அள்ளி வழங்கும் ஆர்வம் இல்லாத ஒருவர் தம்மை வள்ளல் எனப் பெருமைப்பட்டுக் கொள்ள வழியே இல்லை.

599. பரியது கூர்ங்கோட்ட தாயினும் யானை
வெரூஉம் புலிதாக் குறின்.

உருவத்தைவிட ஊக்கமே வலிவானது என்பதற்கு எடுத்துக்காட்டு: கொழுத்த உடம்பும் கூர்மையான கொம்புகளுங்கொண்ட யானை, தன்னைத் தாக்க வரும் புலியைக் கண்டு அஞ்சி நடுங்குவதுதான்.

600. உரமொருவற் குள்ள வெறுக்கையஃ தில்லார்
மரமக்க ளாதலே வேறு.

மனத்தில் உறுதியான ஊக்கமில்லாதவர்கள் உருவத்தில் மனிதர்களாகக் காணப்பட்டாலும் மரங்களுக்கும் அவர்களுக்கும் வேறுபாடு இல்லை.

61. மடி இன்மை

601. குடியென்னுங் குன்றா விளக்கம் மடியென்னும்
மாசூர மாய்ந்து கெடும்.

பிறந்த குடிப் பெருமை என்னதான் ஒளிமயமாக இருந்தாலும், சோம்பல் குடிகொண்டால் அது மங்கிப் போய் இருண்டு விடும்.

602. மடியை மடியா ஒழுகல் குடியைக்
குடியாக வேண்டு பவர்.

குலம் சிறக்க வேண்டுமானால், சோம்பலை ஒழித்து, ஊக்கத்துடன் முயற்சிகளை மேற்கொள்ள வேண்டும்.

603. மடிமடிக் கொண்டொழுகும் பேதை பிறந்த
குடிமடியுந் தன்னினு முந்து.

அறிவும் அக்கறையுமில்லாத சோம்பேறி பிறந்த குடி, அவனுக்கு முன் அழிந்துபோய் விடும்.

604. குடிமடிந்து குற்றம் பெருகும் மடிமடிந்து
மாண்ட உஞற்றி லவர்க்கு.

சோம்பேறித்தனமானவர்களின் வாழ்க்கையில் குற்றங்களும் பெருகிடும்; குடும்பப் பெருமையும் சீரழிந்து போய்விடும்.

605. நெடுநீர் மறவி மடிதுயில் நான்கும்
கெடுநீரார் காமக் கலன்.

காலம் தாழ்த்துதல், மறதி, சோம்பல், அளவுக்கு மீறிய தூக்கம் ஆகிய நான்கும், கெடுகின்ற ஒருவர் விரும்பியேறும் தோணிகளாம்!

606. படியுடையார் பற்றமைந்தக் கண்ணும் மடியுடையார்
மாண்பயன் எய்தல் அரிது.

தகுதியுடையவரின் அன்புக்குப் பாத்திரமானவராக இருப்பினும் சோம்பலுடையவர்கள் பெருமை எனும் பயனை அடைவதென்பது அரிதாகும்.

607. இடிபுரிந் தெள்ளுஞ்சொற் கேட்பர் மடிபுரிந்து
மாண்ட உஞற்றி லவர்.

முயற்சி செய்வதில் அக்கறையின்றிச் சோம்பேறிகளாய் வாழ்பவர்கள் இகழ்ச்சிக்கு ஆளாவார்கள்.

608. மடிமை குடிமைக்கண் தங்கிற்றன் னொன்னார்க்
கடிமை புகுத்தி விடும்.

பெருமைமிக்க குடியில் பிறந்தவராயினும், அவரிடம் சோம்பல் குடியேறி விட்டால் அதுவே அவரைப் பகைவர்களுக்கு அடிமையாக்கிவிடும்.

609. குடியாண்மை யுள்வந்த குற்றம் ஒருவன்
மடியாண்மை மாற்றக் கெடும்.

தன்னை ஆட்கொண்டுள்ள சோம்பலை ஒருவன் அகற்றி விட்டால், அவனது குடிப்பெருமைக்கும், ஆண்மைக்கும் சிறப்பு தானே வந்து சேரும்.

610. மடியிலா மன்னவன் எய்தும் அடியளந்தான்
தாஅய தெல்லாம் ஒருங்கு.

சோம்பல் இல்லாதவர் அடையும் பயன், சோர்வில்லாத ஒரு மன்னன், அவன் சென்ற இடமனைத்தையும் தனது காலடி எல்லைக்குள் கொண்டு வந்ததைப் போன்றதாகும்.

62. ஆள்வினை உடைமை

611. அருமை உடைத்தென் றசாவாமை வேண்டும்
 பெருமை முயற்சி தரும்.

நம்மால் முடியுமா என்று மனத்தளர்ச்சி அடையாமல், முடியும் என்ற நம்பிக்கையுடன் முயற்சி செய்தால் அதுவே பெரிய வலிமையாக அமையும்.

612. வினைக்கண் வினைகெடல் ஓம்பல் வினைக்குறை
 தீர்ந்தாரின் தீர்ந்தன் றுலகு.

எந்தச் செயலில் ஈடுபட்டாலும் அதனை முழுமையாகச் செய்து முடிக்க வேண்டும். இல்லையேல் அரைக்கிணறு தாண்டிய கதையாகி விடும்.

613. தாளாண்மை என்னுந் தகைமைக்கண் தங்கிற்றே
 வேளாண்மை என்னுஞ் செருக்கு.

பிறருக்கு உதவி புரியும் பெருமித உணர்வு, விடா முயற்சி மேற்கொள்ளக்கூடிய உயர்ந்த இயல்புடையவர்களிடம் நிலை பெற்றிருக்கும்.

614. தாளாண்மை இல்லாதான் வேளாண்மை பேடிகை
 வாளாண்மை போலக் கெடும்.

ஊக்கமில்லாதவர் உதவியாளராக இருப்பதற்கும், ஒரு பேடி, கையிலே வாள்தூக்கி வீசுவதற்கும் வேறுபாடு ஒன்றுமில்லை.

615. இன்பம் விழையான் வினைவிழைவான் தன்கேளிர்
 துன்பம் துடைத்தூன்றும் தூண்.

தன்னலம் விரும்பாமல், தான் மேற்கொண்ட செயலை நிறைவேற்ற விரும்புகின்றவன் தன்னைச் சூழ்ந்துள்ள சுற்றத்தார், நண்பர்கள், நாட்டு மக்கள் ஆகிய அனைவரின் துன்பம் துடைத்து, அவர்களைத் தாங்குகிற தூணாவான்.

616. முயற்சி திருவினை ஆக்கும் முயற்றின்மை
இன்மை புகுத்தி விடும்.

முயற்சி இல்லாமல் எதுவும் இல்லை. முயற்சிதான் சிறப்பான செயல்பாடுகளுக்குக் காரணமாக அமையும்.

617. மடியுளாள் மாமுகடி என்ப மடியிலான்
தாளுளாள் தாமரையி னாள்.

திருமகள், மூதேவி எனப்படும் சொற்கள் முறையே முயற்சியில் ஊக்கமுடையவரையும், முயற்சியில் ஊக்கமற்ற சோம்பேறியையும் சுட்டிக் காட்டப் பயன்படுவனவாகும்.

618. பொறியின்மை யார்க்கும் பழியன் றறிவறிந்
தாள்வினை இன்மை பழி.

விதிப்பயனால் பழி ஏற்படும் என்பது தவறு. அறிய வேண்டியவற்றை அறிந்து செயல்படாமல் இருப்பதே பெரும்பழியாகும்.

619. தெய்வத்தான் ஆகா தெனினும் முயற்சிதன்
மெய்வருத்தக் கூலி தரும்.

கடவுளே என்று கூவி அழைப்பதால் நடக்காத காரியம் ஒருவர் முயற்சியுடன் உழைக்கும்போது அந்த உழைப்புக்கேற்ற வெற்றியைத் தரும்.

620. ஊழையும் உப்பக்கங் காண்பர் உலைவின்றித்
தாழா துஞற்று பவர்.

"ஊழ்" என்பது வெல்ல முடியாத ஒன்று என்பார்கள். சோர்வில்லாமல் முயற்சி மேற்கொள்பவர்கள் அந்த ஊழையும் தோல்வி அடையச் செய்வார்கள்.

63. இடுக்கண் அழியாமை

621. இடுக்கண் வருங்கால் நகுக அதனை
 அடுத்தூர்வ தஃதொப்ப தில்.

சோதனைகளை எதிர்த்து வெல்லக் கூடியது, அந்தச் சோதனைகளைக் கண்டு கலங்காமல் மகிழ்வுடன் இருக்கும் மனம்தான்.

622. வெள்ளத் தனைய இடும்பை அறிவுடையான்
 உள்ளத்தின் உள்ளக் கெடும்.

வெள்ளம்போல் துன்பம் வந்தாலும் அதனை வெல்லும் வழி யாது என்பதை அறிவுடையவர்கள் நினைத்த மாத்திரத்திலேயே அத்துன்பம் விலகி ஓடி விடும்.

623. இடும்பைக் கிடும்பை படுப்பர் இடும்பைக்
 கிடும்பை படாஅ தவர்.

துன்பம் சூழும்போது, துவண்டு போகாதவர்கள் அந்தத் துன்பத்தையே துன்பத்தில் ஆழ்த்தி அதனைத் தோல்வியுறச் செய்வார்கள்.

624. மடுத்தவா யெல்லாம் பகடன்னான் உற்ற
 இடுக்கண் இடர்ப்பா டுடைத்து.

தடங்கல் நிறைந்த கரடுமுரடான பாதையில் பெரும் பாரத்தை எருது இழுத்துக் கொண்டு போவது போல, விடாமுயற்சியுடன் செயல்பட்டால் துன்பங்களுக்கு முடிவு ஏற்பட்டு வெற்றி கிட்டும்.

625. அடுக்கி வரினும் அழிவிலான் உற்ற
 இடுக்கண் இடுக்கட் படும்.

துன்பங்களைக் கண்டு கலங்காதவனை, விடாமல் தொடரும் துன்பங்கள், துன்பப்பட்டு அழிந்து விடும்.

626. அற்றேமென் றல்லற் படுபவோ பெற்றேமென்
 றோம்புதல் தேற்றா தவர்.

 இத்தனை வளத்தையும் பெற்றுள்ளோமேயென்று மகிழ்ந்து அதைக் காத்திட வேண்டுமென்று கருதாதவர்கள் அந்த வளத்தை இழக்க நேரிடும்போது மட்டும் அதற்காகத் துவண்டுபோய் விடுவார்களா?

627. இலக்கம் உடம்பிடும்பைக் கென்று கலக்கத்தைக்
 கையாறாக் கொள்ளாதா மேல்.

 துன்பம் என்பது உயிருக்கும் உடலுக்கும் இயல்பானதே என்பதை உணர்ந்த பெரியோர், துன்பம் வரும்போது அதனைத் துன்பமாகவே கருத மாட்டார்கள்.

628. இன்பம் விழையான் இடும்பை இயல்பென்பான்
 துன்ப முறுதல் இலன்.

 இன்பத்தைத் தேடி அலையாமல், துன்பம் வந்தாலும் அதை இயல்பாகக் கருதிக்கொள்பவன் அந்தத் துன்பத்தினால் துவண்டு போவதில்லை.

629. இன்பத்துள் இன்பம் விழையாதான் துன்பத்துள்
 துன்ப முறுதல் இலன்.

 இன்பம் வரும்பொழுது அதற்காக ஆட்டம் போடாதவர்கள், துன்பம் வரும்பொழுதும் அதற்காக வாட்டம் கொள்ள மாட்டார்கள். இரண்டையும் ஒன்றுபோல் கருதும் உறுதிக்கு இது எடுத்துக்காட்டு.

630. இன்னாமை இன்பம் எனக்கொளின் ஆகுந்தன்
 ஒன்னார் விழையுஞ் சிறப்பு.

 துன்பத்தை இன்பமாகக் கருதும் மன உறுதி கொண்டவர்களுக்கு, அவர்களது பகைவர்களும் பாராட்டுகிற பெருமை வந்து சேரும்.

அமைச்சியல்

64. அமைச்சு

631. **கருவியும் காலமும் செய்கையும் செய்யும்**
அருவினையும் மாண்ட தமைச்சு.

உரிய கருவி, உற்ற காலம், ஆற்றும் வகை, ஆற்றிடும் பணி ஆகியவற்றை ஆய்ந்தறிந்து செயல்படுபவனே சிறந்த அமைச்சன்.

632. **வன்கண் குடிகாத்தல் கற்றறிதல் ஆள்வினையோ**
டைந்துடன் மாண்ட தமைச்சு.

அமைச்சரவை என்பது, துணிவுடன் செயல்படுதல், குடிகளைப் பாதுகாத்தல், அறநூல்களைக் கற்றல், ஆவன செய்திட அறிதல், அயராத முயற்சி ஆகிய ஐந்தும் கொண்டதாக விளங்க வேண்டும்.

633. **பிரித்தலும் பேணிக் கொளலும் பிரிந்தார்ப்**
பொருத்தலும் வல்ல தமைச்சு.

அமைச்சருக்குரிய ஆற்றல் என்பது (நாட்டின் நலனுக்காக) பகைவர்க்குத் துணையானவர்களைப் பிரித்தல், நாட்டுக்குத் துணையாக இருப்போரின் நலன் காத்தல், பிரிந்து சென்று பின்னர் திருந்தியவர்களைச் சேர்த்துக் கொளல் எனும் செயல்களில் காணப்படுவதாகும்.

634. **தெரிதலுந் தேர்ந்து செயலும் ஒருதலையாச்**
சொல்லலும் வல்ல தமைச்சு.

ஒரு செயலைத் தேர்ந்தெடுத்தலும், அதனை நிறைவேற்றிட வழிவகைகளை ஆராய்ந்து ஈடுபடுதலும், முடிவு எதுவாயினும் அதனை உறுதிபடச் சொல்லும் ஆற்றல் படைத்திருத்தலும் அமைச்சருக்குரிய சிறப்பாகும்.

635. **அறனறிந் தான்றமைந்த சொல்லானெஞ் ஞான்றுந்**
திறனறிந்தான் தேர்ச்சித் துணை.

அறநெறி உணர்ந்தவராகவும், சொல்லாற்றல் கொண்டவராகவும். செயல்திறன் படைத்தவராகவும் இருப்பவரே ஆலோசனைகள் கூறக்கூடிய துணையாக விளங்க முடியும்.

636. மதிநுட்ப நூலோ டுடையார்க் கதிநுட்பம்
யாவுள முன்னிற் பவை.

நூலறிவுடன் இயற்கையான மதி நுட்பமும் உள்ளவர்களுக்கு முன்னால் எந்த சூழ்ச்சிதான் எதிர்த்து நிற்க முடியும்? முடியாது.

637. செயற்கை அறிந்தக் கடைத்து முலகத்
தியற்கை அறிந்து செயல்.

செயலாற்றல் பற்றிய நூலறிவைப் பெற்றிருந்தாலும், உலக நடைமுறைகளை உணர்ந்து பார்த்தே அதற்கேற்றவாறு அச்செயல்களை நிறைவேற்ற வேண்டும்.

638. அறிகொன் றறியான் எனினும் உறுதி
உழையிருந்தான் கூறல் கடன்.

சொன்னதையும் கேட்காமல், சொந்த அறிவும் இல்லாமல் இருப்போர்க்கு, அருகிலுள்ள அமைச்சர்கள்தான் துணிவோடு நல்ல யோசனைகளைக் கூற வேண்டும்.

639. பழுதெண்ணும் மந்திரியிற் பக்கத்துள் தெவ்வோர்
எழுபது கோடி உறும்.

தவறான வழிமுறைகளையே சிந்தித்துச் செயல்படுகிற அமைச்சர் ஒருவர் அருகிலிருப்பதை விட எழுபது கோடி எதிரிகள் பக்கத்தில் இருப்பது எவ்வளவோ மேலாகும்.

640. முறைப்படச் சூழ்ந்து முடிவிலவே செய்வர்
திறப்பா டிலாஅ தவர்.

முறைப்படி தீட்டப்படும் திட்டங்கள்கூடச் செயல் திறன் இல்லாதவர்களிடம் சிக்கினால் முழுமையாகாமல் முடங்கித்தான் கிடக்கும்.

65. சொல்வன்மை

641. நாநல மென்னும் நலனுடைமை அந்நலம்
யாநலத் துள்ளதூம் அன்று.

சொல்வன்மைக்கு உள்ள சிறப்பு வேறு எதற்குமில்லை. எனவே அது செல்வங்களில் எல்லாம் சிறந்த செல்வமாகும்.

642. ஆக்கமுங் கேடும் அதனால் வருதலாற்
காத்தோம்பல் சொல்லின்கட் சோர்வு.

ஆக்கமும் அழிவும் சொல்லால் ஏற்படும் என்பதால், எந்தவொரு சொல்லிலும் குறைபாடு நேராமல் கவனமாக இருக்க வேண்டும்.

643. கேட்டார்ப் பிணிக்கும் தகையவாய்க் கேளாரும்
வேட்ப மொழிவதாம் சொல்.

கேட்போரைக் கவரும் தன்மையுடையதாகவும், கேட்காதவரும் தேடிவந்து விரும்பிக் கேட்கக் கூடியதாகவும் அமைவதே சொல்வன்மை எனப்படும்.

644. திறனறிந்து சொல்லுக சொல்லை அறனும்
பொருளும் அதனினூஉங் கில்.

காரணத்தைத் தெளிவாக அறிந்து ஒன்றைச் சொல்ல வேண்டும். அந்தச் சொல் வன்மையைப் போன்ற அறமும், உண்மைப் பொருளும் வேறெதுவும் இல்லை.

645. சொல்லுக சொல்லைப் பிறிதோர்சொல் அச்சொல்லை
வெல்லுஞ்சொல் இன்மை அறிந்து.

இந்தச் சொல்லை இன்னொரு சொல் வெல்லாது என்று உணர்ந்த பிறகே அந்தச் சொல்லைப் பயன்படுத்த வேண்டும்.

646. வேட்பத்தாஞ் சொல்லிப் பிறர்சொற் பயன்கோடல்
மாட்சியின் மாசற்றார் கோள்.

மற்றவர்கள் விரும்பிக் கேட்டு உணரும்படியாகக் கருத்துகளைச் சொல்வதும், மற்றவர்கள் கூறும் சொற்களின் பயனை ஆராய்ந்து ஏற்றுக் கொள்வதும் அறிவுடையார் செயலாகும்.

647. சொலல்வல்லன் சோர்விலன் அஞ்சா னவனை
இகல்வெல்லல் யார்க்கும் அரிது.

சொல்லாற்றல் படைத்தவனாகவும், சோர்வு அறியாதவனாகவும், அஞ்சா நெஞ்சங் கொண்டவனாகவும் இருப்பவனை எதிர்த்து எவராலும் வெல்ல முடியாது.

648. விரைந்து தொழில்கேட்கும் ஞாலம் நிரந்தினிது
சொல்லுதல் வல்லார்ப் பெறின்.

வகைப்படுத்தியும், சுவையாகவும் கருத்துகளைச் சொல்லும் வல்லமையுடையோர் சுட்டிக்காட்டும் பணியை, உலகத்தார் உடனடியாக நிறைவேற்ற முனைவார்கள்.

649. பலசொல்லக் காமுறுவர் மன்றமா சற்ற
சிலசொல்லல் தேற்றா தவர்.

குறையில்லாத சில சொற்களைக் கொண்டு தெளிவான விளக்கம் தந்திட இயலாதவர்கள்தான் பல சொற்களைத் திரும்பத் திரும்பக் கூறிக் கொண்டிருப்பார்கள்.

650. இணரூழ்த்தும் நாறா மலரனையர் கற்ற
துணர விரிந்துரையா தார்.

கற்றதைப் பிறர் உணர்ந்து கொள்ளும் வகையில் விளக்கிச் சொல்ல முடியாதவர், கொத்தாக மலர்ந்திருந்தாலும் மணம் கமழாத மலரைப் போன்றவர்.

66. வினைத் தூய்மை

651. துணைநலம் ஆக்கந் தரூஉம் வினைநலம்
வேண்டிய எல்லாந் தரும்.

ஒருவருக்குக் கிடைக்கும் துணைவர்களால் வலிமை பெருகும்; அவர்களுடன் கூடி ஆற்றிடும் நற்செயல்களால் எல்லா நலன்களும் கிட்டும்.

652. என்றும் ஒருவுதல் வேண்டும் புகழொடு
நன்றி பயவா வினை.

புகழையும், நன்மையையும் தராத தூய்மையற்ற செயல்களை எந்த நிலையிலும் செய்யாமல் அவற்றை விட்டொழிக்க வேண்டும்.

653. ஓஒதல் வேண்டும் ஒளிமாழ்குஞ் செய்வினை
ஆஅது மென்னு மவர்.

மேன்மேலும் உயர்ந்திட வேண்டுமென விரும்புகின்றவர்கள், தம்முடைய செயல்களால் தமது புகழ் கெடாமல் கவனமாக இருந்திட வேண்டும்.

654. இடுக்கண் படினும் இளிவந்த செய்யார்
நடுக்கற்ற காட்சி யவர்.

தெளிவான அறிவும் உறுதியும் கொண்டவர்கள் துன்பத்திலிருந்து விடுபடுவதற்காகக்கூட இழிவான செயலில் ஈடுபட மாட்டார்கள்.

655. எற்றென் றிரங்குவ செய்யற்க செய்வானேல்
மற்றன்ன செய்யாமை நன்று.

'என்ன தவறு செய்துவிட்டோம்' என நினைத்துக் கவலைப்படுவதற்குரிய காரியங்களைச் செய்யக்கூடாது. ஒருக்கால் அப்படிச் செய்து விட்டாலும் அச்செயலை மீண்டும் தொடராதிருப்பதே நன்று.

656. ஈன்றாள் பசிகாண்பான் ஆயினுஞ் செய்யற்க
சான்றோர் பழிக்கும் வினை.

பசியால் துடிக்கும் தனது தாயின் வேதனையைத் தணிப்பதற்காகக்கூட இழிவான செயலில் ஈடுபடக் கூடாது.

657. பழிமலைந் தெய்திய ஆக்கத்திற் சான்றோர்
கழிநல் குரவே தலை.

பழிக்கு அஞ்சாமல் இழிவான செயல்களைப் புரிந்து செல்வந்தராக வாழ்வதைவிட, கொடிய வறுமை தாக்கினாலும் கவலைப்படாமல் நேர்மையாளராக வாழ்வதே மேலானதாகும்.

658. கடிந்த கடிந்தொரார் செய்தார்க் கவைதாம்
முடிந்தாலும் பீழை தரும்.

தகாதவை என ஒதுக்கப்பட்ட செயல்களை ஒதுக்கிவிடாமல் செய்பவர்களுக்கு ஒருவேளை அச்செயல்கள் நிறைவேறினாலும் துன்பமே ஏற்படும்.

659. அழக்கொண்ட எல்லாம் அழப்போம் இழப்பினும்
பிற்பயக்கும் நற்பா லவை.

பிறர் அழத் திரட்டிய செல்வம் அழ அழப் போய்விடும். நல்வழியில் வந்த செல்வமென்றால் அதனை இழந்தாலும் மீண்டும் வந்து பயன் தரும்.

660. சலத்தாற் பொருள்செய்தே மார்த்தல் பசுமண்
கலத்துணீர் பெய்திரீஇ யற்று.

தவறான வழிகளில் பொருளைச் சேர்த்து அதைக் காப்பாற்ற நினைப்பது, பச்சை மண்ணால் செய்யப்பட்ட பாத்திரத்தில் நீரை ஊற்றி, அதைப் பாதுகாக்க நினைப்பதைப் போன்றதுதான்.

67. வினைத்திட்பம்

**661. வினைத்திட்பம் என்ப தொருவன் மனத்திட்பம்
மற்றைய எல்லாம் பிற.**

மற்றவை எல்லாம் இருந்தும் ஒருவரது மனத்தில் உறுதி மட்டும் இல்லாவிட்டால் அவரது செயலிலும் உறுதி இருக்காது.

**662. ஊறொரால் உற்றபின் ஒல்காமை இவ்விரண்டின்
ஆறென்பர் ஆய்ந்தவர் கோள்.**

இடையூறு வருவதற்கு முன்பே அதனை நீக்கிட முனைவது, மீறி வந்து விடுமேயானால் மனம் தளராது இருப்பது ஆகிய இரண்டு வழிகளுமே அறிவுடையோர் கொள்கையாம்.

**663. கடைக்கொட்கச் செய்தக்க தாண்மை இடைக்கொட்கின்
எற்றா விழுமந் தரும்.**

செய்து முடிக்கும் வரையில் ஒரு செயலைப்பற்றி வெளிப்படுத்தாமலிருப்பதே செயலாற்றும் உறுதி எனப்படும். இடையில் வெளியே தெரிந்துவிட்டால் அச்செயலை நிறைவேற்ற முடியாத அளவுக்கு இடையூறு ஏற்படக்கூடும்.

**664. சொல்லுதல் யார்க்கும் எளிய அரியவாம்
சொல்லிய வண்ணம் செயல்.**

சொல்லுவது எல்லோருக்கும் எளிது; சொல்லியதைச் செய்து முடிப்பதுதான் கடினம்.

**665. வீறெய்தி மாண்டார் வினைத்திட்பம் வேந்தன்கண்
ஊறெய்தி உள்ளப் படும்.**

செயல் திறனால் சிறப்புற்ற மாண்புடையவரின் வினைத்திட்பமானது, ஆட்சியாளரையும் கவர்ந்து பெரிதும் மதித்துப் போற்றப்படும்.

666. எண்ணிய எண்ணியாங் கெய்துப எண்ணியார்
திண்ணியர் ஆகப் பெறின்.

எண்ணியதைச் செயல்படுத்துவதில் உறுதி உடையவர்களாக இருந்தால் அவர்கள் எண்ணியவாறே வெற்றி பெறுவார்கள்.

667. உருவுகண் டெள்ளாமை வேண்டும் உருள்பெருந்தேர்க்
கச்சாணி யன்னார் உடைத்து.

உருவத்தால் சிறியவர்கள் என்பதற்காக யாரையும் கேலி செய்து அலட்சியப்படுத்தக் கூடாது. பெரிய தேர் ஓடுவதற்குக் காரணமான அச்சாணி உருவத்தால் சிறியதுதான் என்பதை உணர வேண்டும்.

668. கலங்காது கண்ட வினைக்கண் துளங்காது
தூக்கங் கடிந்து செயல்.

மனக்குழப்பமின்றித் தெளிவாக முடிவு செய்யப்பட்ட ஒரு செயலைத் தளர்ச்சியும், தாமதமும் இடையே ஏற்படாமல் விரைந்து நிறைவேற்ற வேண்டும்.

669. துன்பம் உறவரினும் செய்க துணிவாற்றி
இன்பம் பயக்கும் வினை.

இன்பம் தரக்கூடிய செயல் என்பது, துன்பம் வந்தாலும் அதனைப் பொருட்படுத்தாமல் துணிவுடன் நிறைவேற்றி முடிக்கக் கூடியதேயாகும்.

670. எனைத்திட்ப மெய்தியக் கண்ணும் வினைத்திட்பம்
வேண்டாரை வேண்டா துலகு.

எவ்வளவுதான் வலிமையுடையவராக இருப்பினும் அவர் மேற்கொள்ளும் செயலில் உறுதியில்லாதவராக இருந்தால், அவரை உலகம் மதிக்காது.

68. வினை செயல்வகை

671. சூழ்ச்சி முடிவு துணிவெய்தல் அத்துணிவு
தாழ்ச்சியுள் தங்குதல் தீது.

ஒரு செயலில் ஈடுபட முடிவெடுக்கும்போது அச்செயலால் விளையும் சாதக பாதகங்கள் பற்றிய ஆராய்ச்சியும் முடிவடைந்திருக்க வேண்டும். முடிவெடுத்த பிறகு காலந்தாழ்த்துவது தீதாக முடியும்.

672. தூங்குக தூங்கிச் செயற்பால தூங்கற்க
தூங்காது செய்யும் வினை.

நிதானமாகச் செய்ய வேண்டிய காரியங்களைத் தாமதித்துச் செய்யலாம்; ஆனால் விரைவாகச் செய்ய வேண்டிய காரியங்களில் தாமதம் கூடாது.

673. ஒல்லும்வா யெல்லாம் வினைநன்றே ஒல்லாக்கால்
செல்லும்வாய் நோக்கிச் செயல்.

இயலும் இடங்களில் எல்லாம் செயல் முடிப்பது நலம் தரும். இயலாத இடமாயின் அதற்கேற்ற வழியை அறிந்து அந்தச் செயலை முடிக்க வேண்டும்.

674. வினைபகை யென்றிரண்டின் எச்சம் நினையுங்கால்
தீயெச்சம் போலத் தெறும்.

ஏற்ற செயலையோ, எதிர்கொண்ட பகையையோ முற்றாக முடிக்காமல் விட்டுவிட்டால் அது நெருப்பை அரை குறையாக அணைத்தது போலக் கேடு விளைவிக்கும்.

675. பொருள்கருவி காலம் வினையிடனொ டைந்தும்
இருள்தீர எண்ணிச் செயல்.

ஒரு காரியத்தில் ஈடுபடுவதற்கு முன்பு, அதற்குத் தேவையான பொருள், ஏற்ற கருவி, காலம், மேற்கொள்ளப் போகும் செயல்முறை, உகந்த இடம் ஆகிய ஐந்தையும் குறையில்லாமல் பார்த்துக் கொள்ள வேண்டும்.

676. **முடிவும் இடையூறும் முற்றியாங் கெய்தும்
 படுபயனும் பார்த்துச் செயல்.**

 ஈடுபடக்கூடிய ஒரு செயலால் எதிர்பார்க்கப்படும் பயன், அதற்கான முயற்சிக்கு இடையே வரும் தடைகள், அச்செயலாற்றுவதற்கான முறை ஆகிய அனைத்தையும் முதலில் ஆராய்ந்து அறிந்து கொள்ள வேண்டும்.

677. **செய்வினை செய்வான் செயன்முறை அவ்வினை
 உள்ளறிவான் உள்ளங் கொளல்.**

 ஒரு செயலில் ஈடுபடுகிறவன், அச் செயல்குறித்து முழுமையாக உணர்ந்தவனின் கருத்தினை முதலில் அறிந்துகொள்ள வேண்டும்.

678. **வினையான் வினையாக்கிக் கோடல் நனைகவுள்
 யானையால் யானையாத் தற்று.**

 ஒரு செயலில் ஈடுபடும்போது, அச்செயலின் தொடர்பாக மற்றொரு செயலையும் முடித்துக் கொள்வது ஒரு யானையைப் பயன்படுத்தி மற்றொரு யானையைப் பிடிப்பது போன்றதாகும்.

679. **நட்டார்க்கு நல்ல செயலின் விரைந்ததே
 ஒட்டாரை ஒட்டிக் கொளல்.**

 நண்பருக்கு நல்லுதவி செய்வதைக் காட்டிலும் பகைவராயிருப்பவரைத் தம்முடன் பொருந்துமாறு சேர்த்துக் கொள்ளுதல் விரைந்து செய்யத் தக்கதாகும்.

680. **உறைசிறியார் உண்ணடுங்கல் அஞ்சிக் குறைபெறிற்
 கொள்வர் பெரியார்ப் பணிந்து.**

 தம்மைவிட வலிமையானவர்களை எதிர்ப்பதற்குத் தம்முடன் இருப்பவர்களே அஞ்சும்போது தாம் எதிர்பார்க்கும் பலன் கிட்டுமானால் அவர்கள் வலியோரை வணங்கி ஏற்றுக் கொள்வார்கள்.

அமைச்சியல்   கலைஞர் உரை

69. தூது

681. **அன்புடைமை ஆன்ற குடிப்பிறத்தல் வேந்தவாம்**
பண்புடைமை தூதுரைப்பான் பண்பு.

அன்பான குணமும், புகழ்வாய்ந்த குடிப்பிறப்பும், அரசினர் பாராட்டக்கூடிய நல்ல பண்பாடும் பெற்றிருப்பதே தூதருக்குரிய தகுதிகளாகும்.

682. **அன்பறி வாராய்ந்த சொல்வன்மை தூதுரைப்பார்க்**
கின்றி யமையாத மூன்று.

தூது செல்பவருக்குத் தேவைப்படும் மூன்று முக்கியமான பண்புகள் அன்பு, அறிவு, ஆராய்ந்து பேசும் சொல்வன்மை.

683. **நூலாருள் நூல்வல்லன் ஆகுதல் வேலாருள்**
வென்றி வினையுரைப்பான் பண்பு.

வேற்று நாட்டாரிடம், தனது நாட்டுக்கு வெற்றி ஏற்படும் வண்ணம் செய்தி உரைத்திடும் தூதுவன், நூலாய்ந்து அறிந்தவர்களிலேயே வல்லவனாக இருத்தல் வேண்டும்.

684. **அறிவுரு வாராய்ந்த கல்வியிம் மூன்றன்**
செறிவுடையான் செல்க வினைக்கு.

தூது உரைக்கும் செயலை மேற்கொள்பவர் அறிவு, தோற்றப் பொலிவு, ஆய்ந்து தெளிந்த கல்வி ஆகிய மூன்றும் நிறைந்தவராக இருத்தல் வேண்டும்.

685. **தொகச்சொல்லித் தூவாத நீக்கி நகச்சொல்லி**
நன்றி பயப்பதாந் தூது.

சினத்தைத் தூண்டாமல் மகிழத்தக்க அளவுக்குச் செய்திகளைத் தொகுத்தும், தேவையற்ற செய்திகளை ஒதுக்கியும், நல்ல பயனளிக்கும் விதமாகச் சொல்லுவதே சிறந்த தூதருக்கு அழகாகும்.

686. கற்றுக்கண் அஞ்சான் செலச்சொல்லிக் காலத்தால்
தக்க தறிவதாந் தூது.

கற்றறிவாளனாகவும், பகைவரின் கனல்கக்கும் பார்வைக்கு அஞ்சாதவனாகவும், உள்ளத்தில் பதியுமாறு உரைப்பவனாகவும், உரிய நேரத்தில் உணரவேண்டியதை உணர்ந்து கொள்வபனாகவும் இருப்பவனே சிறந்த தூதனாவான்.

687. கடனறிந்து காலங் கருதி இடனறிந்
தெண்ணி உரைப்பான் தலை.

ஆற்றவேண்டிய கடமையை அறிந்து, அதற்குரிய காலத்தையும் இடத்தையும் தேர்ந்து, சொல்ல வேண்டியதைத் தெளிவாகச் சிந்தித்துச் சொல்பவனே சிறந்த தூதனாவான்.

688. தூய்மை துணைமை துணிவுடைமை இம்மூன்றின்
வாய்மை வழியுரைப்பான் பண்பு.

துணிவு, துணை, தூய ஒழுக்கம் ஆகிய இம்மூன்றும் தூதுவர்க்குத் தேவையானவைகளாகும்.

689. விடுமாற்றம் வேந்தர்க் குரைப்பான் வடுமாற்றம்
வாய்சோரா வன்க ணவன்.

ஓர் அரசின் கருத்தை மற்றோர் அரசுக்கு எடுத்துரைக்கும் தூதன், வாய்தவறிக்கூட, குற்றம் தோய்ந்த சொற்களைக் கூறிடாத உறுதி படைத்தவனாக இருத்தல் வேண்டும்.

690. இறுதி பயப்பினும் எஞ்சா திறைவற்
குறுதி பயப்பதாம் தூது.

தனக்கு அழிவே தருவதாக இருந்தாலும், அதை எண்ணிப் பயந்து விடாமல் உறுதியுடன் கடமையாற்றுகிறவனே தன்னுடைய தலைவனுக்கு நம்பிக்கையான தூதனாவான்.

70. மன்னரைச் சேர்ந்து ஒழுகல்

691. அகலா தணுகாது தீக்காய்வார் போல்க
இகல்வேந்தர்ச் சேர்ந்தொழுகு வார்.

முடிமன்னருடன் பழகுவோர் நெருப்பில் குளிர் காய்வதுபோல அதிகமாக நெருங்கிவிடாமலும், அதிகமாக நீங்கிவிடாமலும் இருப்பார்கள்.

692. மன்னர் விழைப விழையாமை மன்னரான்
மன்னிய ஆக்கந் தரும்.

மன்னர் விரும்புகின்றவைகளைத் தமக்கு வேண்டுமெனத் தாமும் விரும்பாமலிருத்தல் அவர்க்கு அந்த மன்னர் வாயிலாக நிலையான ஆக்கத்தை அளிக்கும்.

693. போற்றின் அரியவை போற்றல் கடுத்தபின்
தேற்றுதல் யார்க்கும் அரிது.

தமக்கு மேலேயுள்ளவர்களிடத்திலிருந்து தம்மைக் காத்துக் கொள்ள விரும்புகிறவர்கள், பொறுத்துக் கொள்ள முடியாத குற்றங்களைச் செய்யாமல் இருக்கவேண்டும். அப்படிச் செய்து விட்டால் அதன் பிறகு தம்மீது ஏற்பட்ட சந்தேகத்தை நீக்குவது எளிதான காரியமல்ல.

694. செவிச்சொல்லுஞ் சேர்ந்த நகையும் அவித்தொழுகல்
ஆன்ற பெரியா ரகத்து.

ஆற்றல் வாய்ந்த பெரியவர்கள் முன்னே, மற்றவர்கள் காதுக்குள் பேசுவதையும், அவர்களுடன் சேர்ந்து சிரிப்பதையும் தவிர்த்து, அடக்கமெனும் பண்பைக் காத்திடல் வேண்டும்.

695. எப்பொருளும் ஓரார் தொடரார்மற் றப்பொருளை
விட்டக்கா ற் கேட்க மறை.

பிறருடன் மறைவாகப் பேசிக் கொண்டிருக்கும்போது அதை ஒட்டுக் கேட்கவும் கூடாது; அது என்னவென்று வினவிடவும் கூடாது. அவர்களே அதுபற்றிச் சொன்னால் மட்டுமே கேட்டுக்கொள்ள வேண்டும்.

696. குறிப்பறிந்து காலங் கருதி வெறுப்பில்
 வேண்டுப வேட்பச் சொலல்.

> ஒருவரின் மனநிலை எவ்வாறு உள்ளது என்பதை அறிந்து, தக்க காலத்தைத் தேர்ந்தெடுத்து, வெறுப்புக் குரியவைகளை விலக்கி, விரும்பத் தக்கதை மட்டுமே, அவர் விரும்பும் வண்ணம் சொல்ல வேண்டும்.

697. வேட்பன சொல்லி வினையில எஞ்ஞான்றும்
 கேட்பினும் சொல்லா விடல்.

> விரும்பிக் கேட்டாலும் கூட, பயனுள்ளவற்றை மட்டுமே சொல்லிப் பயனற்றவைகளைச் சொல்லாமல் விட்டுவிட வேண்டும்.

698. இளையர் இனமுறையர் என்றிகழார் நின்ற
 ஒளியோ டொழுகப் படும்.

> எமக்கு இளையவர்தான்; இன்ன முறையில் உறவுடையவர்தான் என்று ஆட்சிப் பொறுப்பில் இருப்போரை இகழ்ந்துரைக்காமல், அவர்கள் அடைந்துள்ள பெருமைக்கேற்பப் பண்புடன் நடந்து கொள்ள வேண்டும்.

699. கொளப்பட்டேம் என்றெண்ணிக் கொள்ளாத செய்யார்
 துளக்கற்ற காட்சி யவர்.

> ஆட்சியால் நாம் ஏற்றுக் கொள்ளப்பட்டவராயிற்றே என்ற துணிவில், ஏற்றுக்கொள்ள முடியாத காரியங்களைத் தெளிந்த அறிவுடையவர்கள் செய்ய மாட்டார்கள்.

700. பழையம் எனக்கருதிப் பண்பல்ல செய்யும்
 கெழுதகைமை கேடு தரும்.

> நெடுங்காலமாக நெருங்கிப் பழகுகிற காரணத்தினாலேயே தகாத செயல்களைச் செய்திட உரிமை எடுத்துக்கொள்வது கேடாகவே முடியும்.

71. குறிப்பறிதல்

701. கூறாமை நோக்கிக் குறிப்பறிவான் எஞ்ஞான்றும்
மாறாநீர் வையக் கணி.

ஒருவர் எதுவும் பேசாமலிருக்கும்போதே அவர் என்ன நினைக்கிறார் என்பதை முகக்குறிப்பால் உணருகிறவன் உலகத்திற்கு அணியாவான்.

702. ஐயப் படாஅ தகத்த துணர்வானைத்
தெய்வத்தோ டொப்பக் கொளல்.

ஒருவன் மனத்தில் உள்ளதைத் தெளிவாக உணர்ந்து கொள்ளக்கூடிய சக்தி தெய்வத்திற்கே உண்டு என்று கூறினால், அந்தத் திறமை படைத்த மனிதனையும் அத்தெய்வத்தோடு ஒப்பிடலாம்.

703. குறிப்பிற் குறிப்புணர் வாரை உறுப்பினுள்
யாது கொடுத்துங் கொளல்.

ஒருவரின் முகக் குறிப்பைக் கொண்டே அவரது உள்ளக் குறிப்பை அறிந்து கொள்ளக்கூடிய ஆற்றலுடையவரை, எந்தப் பொறுப்பைக் கொடுத்தாவது துணையாக்கிக் கொள்ள வேண்டும்.

704. குறித்தது கூறாமைக் கொள்வாரோ டேனை
உறுப்போ ரனையரால் வேறு.

உறுப்புகளால் வேறுபடாத தோற்றமுடையவராக இருப்பினும், ஒருவர் மனத்தில் உள்ளதை, அவர் கூறாமலே உணரக்கூடியவரும், உணர முடியாதவரும் அறிவினால் வேறுபட்டவர்களேயாவார்கள்.

705. குறிப்பிற் குறிப்புணரா ஆயின் உறுப்பினுள்
என்ன பயத்தவோ கண்.

ஒருவரது முகக்குறிப்பு, அவரது உள்ளத்தில் இருப்பதைக் காட்டி விடும் என்கிறபோது, அந்தக் குறிப்பை உணர்ந்து கொள்ள முடியாத கண்கள் இருந்தும் என்ன பயன்?

706. **அடுத்தது காட்டும் பளிங்குபோல் நெஞ்சம்
கடுத்தது காட்டும் முகம்.**

கண்ணாடி, தனக்கு எதிரில் உள்ளதைக் காட்டுவதுபோல ஒருவரது மனத்தில் உள்ளதை அவரது முகம் காட்டி விடும்.

707. **முகத்தின் முதுக்குறைந்த துண்டோ உவப்பினும்
காயினும் தான்முந் துறும்.**

உள்ளத்தில் உள்ள விருப்பு வெறுப்புகளை முந்திக் கொண்டு வெளியிடுவதில் முகத்தைப் போல அறிவு மிக்கது வேறெதுவுமில்லை.

708. **முகநோக்கி நிற்க அமையும் அகநோக்கி
உற்ற துணர்வார்ப் பெறின்.**

அகத்தில் உள்ளதை உணர்ந்து கொள்ளும் திறமையிருப்பின், அவர், ஒருவரின் முகத்துக்கு எதிரில் நின்றாலே போதுமானது.

709. **பகைமையும் கேண்மையும் கண்ணுரைக்கும் கண்ணின்
வகைமை உணர்வார்ப் பெறின்.**

பார்வையின் வேறுபாடுகளைப் புரிந்துகொள்ளக் கூடியவர்கள், ஒருவரின் கண்களைப் பார்த்தே அவர் மனத்தில் இருப்பது நட்பா, பகையா என்பதைக் கூறிவிடுவார்கள்.

710. **நுண்ணியம் என்பார் அளக்குங்கோல் காணுங்கால்
கண்ணல்ல தில்லை பிற.**

நுண்ணறிவாளர் எனப்படுவோர்க்குப் பிறரின் மனத்தில் உள்ளதை அளந்தறியும் கோலாகப் பயன்படுவது அவரது கண் அல்லாமல் வேறு எதுவுமில்லை.

72. அவை அறிதல்

711. அவையறிந் தாராய்ந்து சொல்லுக சொல்லின்
தொகையறிந்த தூய்மை யவர்.

ஒவ்வொரு சொல்லின் தன்மையையும் உணர்ந்துள்ள நல்ல அறிஞர்கள், அவையில் கூடியிருப்போரின் தன்மையையும் உணர்ந்து அதற்கேற்ப ஆராய்ந்து பேசுவார்கள்.

712. இடைதெரிந்து நன்குணர்ந்து சொல்லுக சொல்லின்
நடைதெரிந்த நன்மை யவர்.

சொற்களின் வழிமுறையறிந்த நல்லறிவாளர்கள் அவையின் நேரத்தையும், நிலைமையையும் உணர்ந்து உரையாற்ற வேண்டும்.

713. அவையறியார் சொல்லல்மேற் கொள்பவர் சொல்லின்
வகையறியார் வல்லதூஉம் இல்.

அவையின் தன்மை அறியாமல் சொற்களைப் பயன் படுத்துகிறவர்களுக்கு அந்தச் சொற்களின் வகையும் தெரியாது; பேசும் திறமையும் கிடையாது.

714. ஒளியார்முன் ஒள்ளிய ராதல் வெளியார்முன்
வான்சுதை வண்ணங் கொளல்.

அறிவாளிகளுக்கு முன்னால் அவர்களையொத்த பாலின் தூய்மையுடன் விளங்கும் அறிஞர்கள், அறிவில்லாதவர்கள் முன்னால் வெண்சுண்ணாம்பு போல் தம்மையும் அறிவற்றவர்களாய்க் காட்டிக் கொள்ள வேண்டும்.

715. நன்றென் றவற்றுள்ளும் நன்றே முதுவருள்
முந்து கிளவாச் செறிவு.

அறிவாளிகள் கூடியிருக்கும் இடத்தில் முந்திரிக் கொட்டை போல் பேசாமல் இருக்கிற அடக்கமானது எல்லா நலன்களிலும் சிறந்த நலனாகும்.

716. ஆற்றின் நிலைதளர்ந் தற்றே வியன்புலம்
 ஏற்றுணர்வார் முன்னர் இழுக்கு.

 அறிவுத்திறனால் பெருமை பெற்றோர் முன்னிலையில் ஆற்றிடும் உரையில் குற்றம் ஏற்படுமானால், அது ஒழுக்க நெறியிலிருந்து தளர்ந்து வீழ்ந்து விட்டதற்கு ஒப்பானதாகும்.

717. கற்றறிந்தார் கல்வி விளங்கும் கசடறச்
 சொற்றெரிதல் முன்னர் இழுக்கு.

 மாசற்ற சொற்களைத் தேர்ந்தெடுத்து உரை நிகழ்த்துவோரிடமே அவர் கற்றுத் தேர்ந்த கல்வியின் பெருமை விளங்கும்.

718. உணர்வ துடையார்முன் சொல்லல் வளர்வதன்
 பாத்தியுள் நீர்சொரிந் தற்று.

 உணர்ந்து கொள்ளக்கூடிய ஆற்றல் உள்ளவர்களின் முன்னிலையில் பேசுதல், தானே வளரக்கூடிய பயிர் உள்ள பாத்தியில் நீர் பாய்ச்சுவது போலப் பயன் விளைக்கும்.

719. புல்லவையுள் பொச்சாந்தும் சொல்லற்க நல்லவையுள்
 நன்கு செலச்சொல்லு வார்.

 நல்லோர் நிறைந்த அவையில் மனத்தில் பதியும்படி கருத்துகளைச் சொல்லும் வல்லமை பெற்றவர்கள், அறிவற்ற பொல்லாதோர் உள்ள அவையில் அறவே பேசாமலிருப்பதே நலம்.

720. அங்கணத்துள் உக்க அமிழ்தற்றால் தங்கணத்தர்
 அல்லார்முன் கோட்டி கொளல்.

 அறிவுள்ளவர்கள், அறிவில்லாதவர்களின் அவையில் பேசுவது, தூய்மையில்லாத முற்றத்தில் சிந்திடும் அமிழ்தம்போல் வீணாகிவிடும்.

73. அவை அஞ்சாமை

721. வகையறிந்து வல்லவை வாய்சோரார் சொல்லின்
தொகையறிந்த தூய்மை யவர்.

சொற்களை அளவறிந்து உரைத்திடும் தூயவர்கள் அவையிலிருப்போரின் வகையறியும் ஆற்றல் உடையவராயிருப்பின் பிழை நேருமாறு பேச மாட்டார்கள்.

722. கற்றாருள் கற்றார் எனப்படுவர் கற்றார்முன்
கற்ற செலச்சொல்லு வார்.

கற்றவரின் முன் தாம் கற்றவற்றை அவருடைய மனத்தில் பதியுமாறு சொல்ல வல்லவர், கற்றவர் எல்லாரினும் மேலானவராக மதித்துச் சொல்லப்படுவார்.

723. பகையகத்துச் சாவார் எளியர் அரியர்
அவையகத் தஞ்சா தவர்.

அமர்க்களத்தில் சாவுக்கும் அஞ்சாமல் போரிடுவது பலருக்கும் எளிதான செயல். அறிவுடையோர் நிறைந்த அவைக்களத்தில் அஞ்சாமல் பேசக்கூடியவர் சிலரேயாவர்.

724. கற்றார்முன் கற்ற செலச்சொல்லித் தாங்கற்ற
மிக்காருள் மிக்க கொளல்.

அறிஞர்களின் அவையில் நாம் கற்றவைகளை அவர்கள் ஏற்றுக் கொள்ளும் அளவுக்கு எடுத்துச் சொல்லி நம்மைவிட அதிகம் கற்றவரிடமிருந்து மேலும் பலவற்றை நாம் அறிந்து கொள்ள வேண்டும்.

725. ஆற்றின் அளவறிந்து கற்க அவையஞ்சா
மாற்றங் கொடுத்தற் பொருட்டு.

அவையில் பேசும்பொழுது குறுக்கீடுகளுக்கு அஞ்சாமல் மறுமொழி சொல்வதற்கு ஏற்ற வகையில் இலக்கணமும், தருக்கமெனப்படும் அளவைத் திறமும் கற்றிருக்க வேண்டும்.

726. வாளொடன் வன்கண்ண ரல்லார்க்கு நூலொடென்
 நுண்ணவை அஞ்சு பவர்க்கு.

 கோழைகளுக்குக் கையில் வாள் இருந்தும் பயனில்லை; அவையில் பேசிட அஞ்சுவோர் பலநூல் கற்றும் பயனில்லை.

727. பகையகத்துப் பேடிகை ஒள்வாள் அவையகத்
 தஞ்சு மவன்கற்ற நூல்.

 அவை நடுவில் பேசப் பயப்படுகிறவன், என்னதான் அரிய நூல்களைப் படித்திருந்தாலும் அந்த நூல்கள் அனைத்தும் போர்க்களத்தில் ஒரு பேடியின் கையில் உள்ள கூர்மையான வாளைப் போலவே பயனற்றவைகளாகி விடும்.

728. பல்லவை கற்றும் பயமிலரே நல்லவையுள்
 நன்கு செலச்சொல்லா தார்.

 அறிவுடையோர் நிறைந்த அவையில், அவர்கள் மனத்தில் பதியும் அளவுக்குக் கருத்துகளைச் சொல்ல இயலாவிடின், என்னதான் நூல்களைக் கற்றிருந்தாலும் பயன் இல்லை.

729. கல்லா தவரிற் கடையென்ப கற்றறிந்தும்
 நல்லா ரவையஞ்சு வார்.

 ஆன்றோர் நிறைந்த அவையில் பேசுவதற்கு அஞ்சுகின்றவர்கள், எத்தனை நூல்களைக் கற்றிருந்த போதிலும், அவர்கள் கல்லாதவர்களைவிட இழிவானவர்களாகவே கருதப்படுவார்கள்.

730. உளரெனினும் இல்லாரொ டொப்பர் களனஞ்சிக்
 கற்ற செலச்சொல்லா தார்.

 தாம் கற்றவைகளைக் கேட்போரைக் கவரும் வண்ணம் கூற இயலாமல் அவைக்கு அஞ்சுவோர், உயிரோடு இருந்தாலும்கூட இறந்தவருக்குச் சமமானவராகவே கருதப்படுவார்கள்.

அரணியல்

74. நாடு

731. தள்ளா விளையுளும் தக்காரும் தாழ்விலாச்
செல்வருஞ் சேர்வது நாடு.

செழிப்புக் குறையாத விளைபொருள்களும், சிறந்த பெருமக்களும், செல்வத்தைத் தீயவழியில் செலவிடாதவர்களும் அமையப்பெற்றதே நல்ல நாடாகும்.

732. பெரும்பொருளாற் பெட்டக்க தாகி அருங்கேட்டால்
ஆற்ற விளைவது நாடு.

பொருள் வளம் நிறைந்ததாகவும், பிறர் போற்றத் தக்கதாகவும், கேடற்றதாகவும், நல்ல விளைச்சல் கொண்டதாகவும் அமைவதே சிறந்த நாடாகும்.

733. பொறையொருங்கு மேல்வருங்கால் தாங்கி இறைவற்
கிறையொருங்கு நேர்வது நாடு.

புதிய சுமைகள் ஒன்றுதிரண்டு வரும்போதும் அவற்றைத் தாங்கிக் கொண்டு, அரசுக்குரிய வரி வகைகளைச் செலுத்துமளவுக்கு வளம் படைத்ததே சிறந்த நாடாகும்.

734. உறுபசியும் ஓவாப் பிணியும் செறுபகையும்
சேரா தியல்வது நாடு.

பசியும், பிணியும், பகையுமற்ற நாடுதான் சிறந்த நாடு எனப் பாராட்டப்படும்.

735. பல்குழுவும் பாழ்செய்யும் உட்பகையும் வேந்தலைக்கும்
கொல்குறும்பும் இல்லது நாடு.

பல குழுக்களாகப் பிரிந்து பாழ்படுத்தும் உட்பகையும் அரசில் ஆதிக்கம் செலுத்தும் கொலைகாரர்களால் விளையும் பொல்லாங்கும் இல்லாததே சிறந்த நாடாகும்.

736. கேடறியாக் கெட்ட இடத்தும் வளங்குன்றா
நாடென்ப நாட்டின் தலை.

எந்த வகையிலும் கெடுதலை அறியாமல், ஒருவேளை கெடுதல் ஏற்படினும் அதனைச் சீர் செய்யுமளவுக்கு வளங்குன்றா நிலையில் உள்ள நாடுதான், நாடுகளிலேயே தலைசிறந்ததாகும்.

737. இருபுனலும் வாய்ந்த மலையும் வருபுனலும்
வல்லரணும் நாட்டிற் குறுப்பு.

ஆறு, கடல் எனும் இருபுனலும், வளர்ந்தோங்கி நீண்டமைந்த மலைத் தொடரும், வருபுனலாம் மழையும், வலிமைமிகு அரணும், ஒரு நாட்டின் சிறந்த உறுப்புகளாகும்.

738. பிணியின்மை செல்வம் விளைவின்பம் ஏமம்
அணியென்ப நாட்டிற்கிவ் வைந்து.

மக்களுக்கு நோயற்ற வாழ்வு, விளைச்சல் மிகுதி, பொருளாதார வளம், இன்ப நிலை, உரிய பாதுகாப்பு ஆகிய ஐந்தும் ஒரு நாட்டுக்கு அழகு எனக் கூறப்படுபவைகளாகும்.

739. நாடென்ப நாடா வளத்தன நாடல்ல
நாட வளந்தரும் நாடு.

இடைவிடாமல் முயற்சி மேற்கொண்டு வளம் பெறும் நாடுகளை விட, இயற்கையிலேயே எல்லா வளங்களையும் உடைய நாடுகள் சிறந்த நாடுகளாகும்.

740. ஆங்கமை வெய்தியக் கண்ணும் பயமின்றே
வேந்தமை வில்லாத நாடு.

நல்ல அரசு அமையாத நாட்டில் எல்லாவித வளங்களும் இருந்தாலும் எந்தப் பயனும் இல்லாமற் போகும்.

75. அரண்

741\. **ஆற்று பவர்க்கும் அரண்பொருள் அஞ்சித்தற்**
போற்று பவர்க்கும் பொருள்.

பகைவர்மீது படையெடுத்துச் செல்பவர்க்கும் கோட்டை பயன்படும்; பகைவர்க்கு அஞ்சித் தம்மைப் பாதுகாத்துக் கொள்ள முனைவோர்க்கும் கோட்டை பயன்படும்.

742\. **மணிநீரும் மண்ணும் மலையும் அணிநிழற்**
காடும் உடைய தரண்.

ஆழமும் அகலமும் கொண்ட அகழ், பரந்த நிலம், உயர்ந்து நிற்கும் மலைத்தொடர், அடர்ந்திருக்கும் காடு ஆகியவற்றை உடையதே அரணாகும்.

743\. **உயர்வகலந் திண்மை அருமையிந் நான்கின்**
அமைவரண் என்றுரைக்கும் நூல்.

உயரம், அகலம், உறுதி, பகைவரால் அழிக்க இயலாத அமைப்பு ஆகிய நான்கும் அமைந்திருப்பதே அரணுக்குரிய இலக்கணமாகும்.

744\. **சிறுகாப்பிற் பேரிடத்த தாகி உறுபகை**
ஊக்கம் அழிப்ப தரண்.

உட்பகுதி பரந்த இடமாக அமைந்து, பாதுகாக்கப் படவேண்டிய பகுதி சிறிய இடமாக அமைந்து, கடும் பகையின் ஆற்றலை அழிக்கக் கூடியதே அரண் எனப்படும்.

745\. **கொளற்கரிதாய்க் கொண்டகூழ்த் தாகி அகத்தார்**
நிலைக்கெளிதாம் நீர தரண்.

முற்றுகையிட்டுக் கைப்பற்ற முடியாமல், உள்ளேயிருக்கும் படையினர்க்கும் மக்களுக்கும் வேண்டிய உணவுடன், எதிரிகளுடன் போர் புரிவதற்கு எளிதானதாக அமைக்கப்பட்டுள்ளதே அரண் ஆகும்.

746. எல்லாப் பொருளும் உடைத்தா யிடத்துதவும்
நல்லா ளுடைய தரண்.

போருக்குத் தேவையான எல்லாப் பொருள்களும் கொண்டதாகவும், களத்தில் குதிக்கும் வலிமை மிக்க வீரர்களை உடையதாகவும் இருப்பதே அரண் ஆகும்.

747. முற்றியும் முற்றா தெறிந்தும் அறைப்படுத்தும்
பற்றற் கரிய தரண்.

முற்றுகையிட்டோ, முற்றுகையிடாமலோ அல்லது வஞ்சனைச் சூழ்ச்சியாலோ பகைவரால் கைப்பற்றப்பட முடியாத வலிமையுடையதே அரண் எனப்படும்.

748. முற்றாற்றி முற்றி யவரையும் பற்றாற்றிப்
பற்றியார் வெல்வ தரண்.

முற்றுகையிடும் வலிமைமிக்க படையை எதிர்த்து, உள்ளேயிருந்து கொண்டே போர் செய்து வெல்வதற்கு ஏற்ற வகையில் அமைந்ததே அரண் ஆகும்.

749. முனைமுகத்து மாற்றலர் சாய வினைமுகத்து
வீறெய்தி மாண்ட தரண்.

போர் முனையில் பகைவரை வீழ்த்துமளவுக்கு உள்ளேயிருந்து கொண்டே தாக்குதல் நடத்தும் வண்ணம் தனிச்சிறப்புப் பெற்றுத் திகழ்வதே அரண் ஆகும்.

750. எனைமாட்சித் தாகியக் கண்ணும் வினைமாட்சி
இல்லார்கண் இல்ல தரண்.

கோட்டைக்குத் தேவையான எல்லாவிதச் சிறப்புகளும் இருந்தாலுங்கூட உள்ளிருந்து செயல்படுவோர் திறமையற்றவர்களாக இருந்தால் எந்தப் பயனும் கிடையாது.

கூழியல்

76. பொருள் செயல்வகை

751. பொருளல் லவரைப் பொருளாகச் செய்யும்
     பொருளல்ல தில்லை பொருள்.

     மதிக்கத் தகாதவர்களையும் மதிக்கக்கூடிய அளவுக்கு உயர்த்திவிடுவது அவர்களிடம் குவிந்துள்ள பணத்தைத் தவிர வேறு எதுவும் இல்லை.

752. இல்லாரை எல்லாரும் எள்ளுவர் செல்வரை
     எல்லாரும் செய்வர் சிறப்பு.

     பொருள் உள்ளவர்களைப் புகழ்ந்து போற்றுவதும் இல்லாதவர்களை இகழ்ந்து தூற்றுவதும்தான் இந்த உலக நடப்பாக உள்ளது.

753. பொருளென்னும் பொய்யா விளக்கம் இருளறுக்கும்
     எண்ணிய தேயத்துச் சென்று.

     பொருள் என்னும் அணையா விளக்கு மட்டும் கையில் இருந்துவிட்டால் நினைத்த இடத்துக்குச் சென்று இருள் என்னும் துன்பத்தைத் துரத்தி விட முடிகிறது.

754. அறனீனும் இன்பமும் ஈனும் திறனறிந்து
     தீதின்றி வந்த பொருள்.

     தீய வழியை மேற்கொண்டு திரட்டப்படாத செல்வம்தான் ஒருவருக்கு அறநெறியை எடுத்துக்காட்டி, அவருக்கு இன்பத்தையும் தரும்.

755. அருளொடும் அன்பொடும் வாராப் பொருளாக்கம்
     புல்லார் புரள விடல்.

     பெரும் செல்வமாக இருப்பினும் அது அருள் நெறியிலோ அன்பு வழியிலோ வராதபோது அதனைப் புறக்கணித்துவிட வேண்டும்.

756. **உறுபொருளும் உல்கு பொருளுந்தன் ஒன்னார்த்**
தெறுபொருளும் வேந்தன் பொருள்.

வரியும், சுங்கமும், வெற்றி கொள்ளப்பட்ட பகை நாடு செலுத்தும் கப்பமும் அரசுக்குரிய பொருளாகும்.

757. **அருளென்னும் அன்பீன் குழவி பொருளென்னும்**
செல்வச் செவிலியால் உண்டு.

அன்பு என்கிற அன்னை பெற்றெடுக்கும் அருள் என்கிற குழந்தை, பொருள் என்கிற செவிலித் தாயால் வளரக் கூடியதாகும்.

758. **குன்றேறி யானைப்போர் கண்டற்றால் தன்கைத்தொன்**
றுண்டாகச் செய்வான் வினை.

தன் கைப்பொருளைக்கொண்டு ஒரு தொழில் செய்வது என்பது யானைகள் ஒன்றோடொன்று போரிடும் போது இடையில் சிக்கிக் கொள்ளாமல் அந்தப் போரை ஒரு குன்றின்மீது நின்று காண்பதைப் போன்று இலகுவானது.

759. **செய்க பொருளைச் செறுநர் செருக்கறுக்கும்**
எஃதனிற் கூரிய தில்.

பகைவரின் செருக்கை அழிக்கும் தகுதியான கருவி பொருளைத் தவிர வேறொன்றும் இல்லாததால் அதனைச் சேமிக்க வேண்டியுள்ளது.

760. **ஒண்பொருள் காழ்ப்ப இயற்றியார்க் கெண்பொருள்**
ஏனை இரண்டும் ஒருங்கு.

அறம் பொருள் இன்பம் எனும் மூன்றினுள் பொருந்தும் வழியில் பொருளை மிகுதியாக ஈட்டியவர்களுக்கு ஏனைய இரண்டும் ஒன்றாகவே எளிதில் வந்து சேரும்.

படையியல்

77. படை மாட்சி

**761. உறுப்பமைந் தூறஞ்சா வெல்படை வேந்தன்
வெறுக்கையுள் எல்லாம் தலை.**

எல்லா வகைகளும் நிறைந்ததாகவும், இடையூறுகளுக்கு அஞ்சாமல் போரிடக்கூடியதாகவும் உள்ள படை ஓர் அரசின் மிகச் சிறந்த செல்வமாகும்.

**762. உலைவிடத் தூறஞ்சா வன்கண் தொலைவிடத்துத்
தொல்படைக் கல்லால் அரிது.**

போரில் சேதமுற்று வலிமை குன்றியபோதும், எவ்வித இடையூறுகளுக்கும் அஞ்சாத நெஞ்சுறுதி, பழம்பெருமை கொண்ட படைக்கு அல்லாமல் வேறு எந்தப் படைக்கும் இருக்க முடியாது.

**763. ஒலித்தக்கால் என்னாம் உவரி எலிப்பகை
நாகம் உயிர்ப்பக் கெடும்.**

எலிகள் கூடி கடல்போல முழங்கிப் பகையைக் கக்கினாலும், நாகத்தின் மூச்சொலிக்கு முன்னால் நிற்க முடியுமா? அதுபோலத்தான் வீரன் வெகுண்டு எழுந்தால் வீணர்கள் வீழந்துபடுவார்கள்.

**764. அழிவின் றறைபோகா தாகி வழிவந்த
வன்க ணதுவே படை.**

எந்த நிலையிலும் அழியாததும், சூழ்ச்சிக்கு இரையாகாததும், பரம்பரையாகவே பயமற்ற உறுதி உடையதும்தான் உண்மையான படை எனப்படும்.

**765. கூற்றுடன்று மேல்வரினும் கூடி எதிர்நிற்கும்
ஆற்ற லதுவே படை.**

உயிரைப் பறிக்கும் சாவு எதிர்கொண்டு வந்தாலும் அஞ்சாமல் ஒன்றுபட்டு எதிர்த்து நிற்கும் ஆற்றல் உடையதற்கே படை என்ற பெயர் பொருந்தும்.

766. மறமானம் மாண்ட வழிச்செலவு தேற்றம்
எனநான்கே ஏமம் படைக்கு.

வீரம், மான உணர்வு, முன்னோர் சென்ற வழி நடத்தல், தலைவனின் நம்பிக்கையைப் பெறுதல் ஆகிய நான்கும் படையைப் பாதுகாக்கும் பண்புகளாகும்.

767. தார்தாங்கிச் செல்வது தானை தலைவந்த
போர்தாங்கும் தன்மை அறிந்து.

களத்தில், முதலில் எதிர்கொள்ளும் போரைத் தாங்கித் தகர்க்கும் ஆற்றலை அறிந்திருப்பின், அதுவே வெற்றி மாலை தாங்கிச் செல்லக்கூடிய சிறந்த படையாகும்.

768. அடல்தகையும் ஆற்றலும் இல்லெனினும் தானை
படைத்தகையால் பாடு பெறும்.

போர் புரியும் வீரம், எதிர்த்து நிற்கும் வல்லமை ஆகிய இரண்டையும்விட ஒரு படையின் அணிவகுப்புத் தோற்றம் சிறப்புடையதாக அமைய வேண்டும்.

769. சிறுமையும் செல்லாத் துனியும் வறுமையும்
இல்லாயின் வெல்லும் படை.

சிறுத்துவிடாமலும், தலைவனை வெறுத்துவிடாமலும், பயன்படாத நிலை இல்லாமலும் உள்ள படைதான் வெற்றி பெற முடியும்.

770. நிலைமக்கள் சால உடைத்தெனினும் தானை
தலைமக்கள் இல்வழி இல்.

உறுதிவாய்ந்த வீரர்களை அதிகம் உடையதாக இருந்தாலும் தலைமை தாங்கும் தலைவர்கள் இல்லாவிட்டால் அந்தப் படை நிலைத்து நிற்க முடியாது.

78. படைச் செருக்கு

771. என்ஐமுன் நில்லன்மின் தெவ்விர் பலரென்ஐ
முன்னின்று கல்நின் றவர்.

போர்க்களத்து வீரன் ஒருவன், "பகைவர்களே, என் தலைவனை எதிர்த்து நிற்காதீர்; அவனை எதிர்த்து நடுகல்லாய்ப் போனவர்கள் பலர்" என முழங்குகிறான்.

772. கான முயலெய்த அம்பினில் யானை
பிழைத்தவேல் ஏந்தல் இனிது

வலிவு மிகுந்த யானைக்குக் குறிவைத்து, அந்தக் குறி தப்பினாலும்கூட அது, வலிவற்ற முயலுக்குக் குறிவைத்து அதனை வீழ்த்துவதைக் காட்டிலும் சிறப்புடையது.

773. பேராண்மை என்ப தறுகனொன் றுற்றக்கால்
ஊராண்மை மற்றதன் எஃகு.

பகைவர்க்கு அஞ்சாத வீரம் பெரும் ஆண்மை என்று போற்றப்படும். அந்தப் பகைவர்க்கு ஒரு துன்பம் வரும்போது அதைத் தீர்க்க உதவிடுவது ஆண்மையின் உச்சம் எனப் புகழப்படும்.

774. கைவேல் களிற்றொடு போக்கி வருபவன்
மெய்வேல் பறியா நகும்.

கையிலிருந்த வேலினை யானையின்மீது வீசி விட்டதால் களத்தில் போரினைத் தொடர வேறு வேல் தேடுகிற வீரன், தன் மார்பின்மீதே ஒரு வேல் பாய்ந்திருப்பது கண்டு மகிழ்ந்து அதனைப் பறித்துப் பகையை எதிர்த்திடுகின்றான்.

775. விழித்தகண் வேல்கொண் டெறிய அழித்திமைப்பின்
ஓட்டன்றோ வன்க ணவர்க்கு.

களத்தில் பகைவர் வீசிடும் வேல் பாயும்போது விழிகளை இமைத்து விட்டால்கூட அது புறமுதுகுகாட்டி ஓடுவதற்கு ஒப்பாகும்.

776. விழுப்புண் படாதநாள் எல்லாம் வழுக்கினுள்
வைக்குந்தன் நாளை எடுத்து.

ஒரு வீரன், தான் வாழ்ந்த நாட்களைக் கணக்குப் பார்த்து அந்த நாட்களில் தன்னுடலில் விழுப்புண்படாத நாட்களையெல்லாம் வீணான நாட்கள் என்று வெறுத்து ஒதுக்குவான்.

777. சுழலும் இசைவேண்டி வேண்டா உயிரார்
கழல்யாப்புக் காரிகை நீர்த்து.

சூழ்ந்து பரவிடும் புகழை மட்டுமே விரும்பி உயிரைப் பற்றிக் கவலைப்படாத வீரர்களின் காலில் கட்டப்படும் வீரக்கழல் தனிப் பெருமை உடையதாகும்.

778. உறினுயிர் அஞ்சா மறவர் இறைவன்
செறினுஞ்சீர் குன்றல் இலர்.

தலைவன் சினந்தாலும் சிறப்புக் குறையாமல் கடமை ஆற்றுபவர்கள்தான், போர்க்களத்தில் உயிரைப்பற்றிக் கலங்காத வீர மறவர்கள் எனப் போற்றப்படுவர்.

779. இழைத்த திகவாமைச் சாவாரை யாரே
பிழைத்த தொறுக்கிற் பவர்.

சபதம் செய்தவாறு களத்தில் சாவதற்குத் துணிந்த வீரனை யாராவது இழித்துப் பேச முடியுமா? முடியாது.

780. புரந்தார்கண் நீர்மல்கச் சாகிற்பின் சாக்கா
டிரந்துகோட் டக்க துடைத்து.

தன்னைக் காத்த தலைவனுடைய கண்களில் நீர் பெருகுமாறு வீரமரணம் அடைந்தால், அத்தகைய மரணத்தை யாசித்தாவது பெற்றுக் கொள்வதில் பெருமை உண்டு.

நட்பியல்

79. நட்பு

781. செயற்கரிய யாவுள நட்பின் அதுபோல்
வினைக்கரிய யாவுள காப்பு.

நட்பு கொள்வது போன்ற அரிய செயல் இல்லை. அதுபோல் பாதுகாப்புக்கு ஏற்ற செயலும் வேறொன்றில்லை.

782. நிறைநீர நீரவர் கேண்மை பிறைமதிப்
பின்னீர பேதையார் நட்பு.

அறிவுள்ளவர்களுடன் கொள்ளும் நட்பு பிறைநிலவாகத் தொடங்கி முழுநிலவாக வளரும். அறிவில்லாதவர்களுடன் கொள்ளும் நட்போ முழுமதிபோல் முளைத்துப் பின்னர் தேய்பிறையாகக் குறைந்து மறைந்து போகும்.

783. நவில்தொறும் நூனயம் போலும் பயில்தொறும்
பண்புடை யாளர் தொடர்பு.

படிக்கப் படிக்க இன்பம் தரும் நூலின் சிறப்பைப் போல் பழகப் பழக இன்பம் தரக்கூடியது பண்புடையாளர்களின் நட்பு.

784. நகுதற் பொருட்டன்று நட்டல் மிகுதிக்கண்
மேற்சென் றிடித்தற் பொருட்டு.

நட்பு என்பது சிரித்து மகிழ்வதற்காக அல்ல; நண்பர்கள் நல்வழி தவறிச் செல்லும்பொழுது இடித்துரைத்துத் திருத்துவதற்காகும்.

785. புணர்ச்சி பழகுதல் வேண்டா உணர்ச்சிதான்
நட்பாங் கிழமை தரும்.

இருவருக்கிடையே நட்புரிமை முகிழ்ப்பதற்கு ஏற்கனவே தொடர்பும் பழக்கமும் வேண்டுமென்பதில்லை. இருவரின் ஒத்த மன உணர்வே போதுமானது.

786. முகநக நட்பது நட்பன்று நெஞ்சத்
அகநக நட்பது நட்பு.

இன்முகம் காட்டுவது மட்டும் நட்புக்கு அடையாளமல்ல: இதயமார நேசிப்பதே உண்மையான நட்பாகும்.

787. அழிவி னவைநீக்கி ஆறுய்த் தழிவின்கண்
அல்லல் உழப்பதாம் நட்பு.

நண்பனைத் தீயவழி சென்று கெட்டுவிடாமல் தடுத்து, அவனை நல்வழியில் நடக்கச் செய்து, அவனுக்குத் தீங்கு வருங்காலத்தில் அந்தத் தீங்கின் துன்பத்தைப் பகிர்ந்து கொள்வதே உண்மையான நட்பாகும்.

788. உடுக்கை இழந்தவன் கைபோல ஆங்கே
இடுக்கண் களைவதாம் நட்பு.

அணிந்திருக்கும் உடை உடலைவிட்டு நழுவும்போது எப்படிக் கைகள் உடனடியாகச் செயல்பட்டு அதனைச் சரிசெய்ய உதவுகின்றனவோ அதைப்போல நண்பனுக்கு வரும் துன்பத்தைப் போக்கத் துடித்துச் செல்வதே நட்புக்கு இலக்கணமாகும்.

789. நட்பிற்கு வீற்றிருக்கை யாதெனிற் கொட்பின்றி
ஒல்லும்வாய் ஊன்றும் நிலை.

மனவேறுபாடு கொள்ளாமல் தன்னால் இயலும் வழிகளிலெல்லாம் துணைநின்று நண்பனைத் தாங்குவது தான் நட்பின் சிறப்பாகும்.

790. இனையர் இவரெமக் கின்னம்யாம் என்று
புனையினும் புல்லென்னும் நட்பு.

நண்பர்கள் ஒருவருக்கொருவர் "இவர் எமக்கு இத்தன்மையுடையவர்; யாம் இவருக்கு இத்தன்மையுடையோம்" என்று செயற்கையாகப் புகழ்ந்து பேசினாலும் அந்த நட்பின் பெருமை குன்றிவிடும்.

80. நட்பாராய்தல்

791. நாடாது நட்டலிற் கேடில்லை நட்டபின்
வீடில்லை நட்பாள் பவர்க்கு.

ஆராய்ந்து பாராமல் கொண்டிடும் தீய நட்பு, அந்த நட்பிலிருந்து விடுபட முடியாத அளவுக்குக் கேடுகளை உண்டாக்கும்.

792. ஆய்ந்தாய்ந்து கொள்ளாதான் கேண்மை கடைமுறை
தான்சாம் துயரம் தரும்.

திரும்பத் திரும்ப ஆராய்ந்து பார்க்காமல் ஏற்படுத்திக் கொள்கிற நட்பு, கடைசியாக ஒருவர் சாவுக்குக் காரணமாகிற அளவுக்குத் துயரத்தை உண்டாக்கி விடும்.

793. குணனும் குடிமையும் குற்றமும் குன்றா
இனனும் அறிந்தியாக்க நட்பு.

குணமென்ன? குடிப்பிறப்பு எத்தகையது? குற்றங்கள் யாவை? குறையாத இயல்புகள் எவை? என்று அனைத்தையும் அறிந்தே ஒருவருடன் நட்பு கொள்ள வேண்டும்.

794. குடிப்பிறந்து தன்கண் பழிநாணு வானைக்
கொடுத்தும் கொளல்வேண்டும் நட்பு.

பழிவந்து சேரக் கூடாது என்ற அச்ச உணர்வுடன் நடக்கும் பண்பார்ந்த குடியில் பிறந்தவருடைய நட்பை எந்த வகையிலாவது பெற்றிருப்பது பெரும் சிறப்புக் குரியதாகும்.

795. அழச்சொல்லி அல்ல திடித்து வழக்கறிய
வல்லார்நட் பாய்ந்து கொளல்.

தவறு செய்கின்றவர் கண்ணீர் விடுமளவுக்குக் கண்டித்து, அறிவுரை வழங்கக் கூடிய ஆற்றலுடையவரின் நட்பையே தெளிவான நட்பாக எண்ண வேண்டும்.

796. **கேட்டினும் உண்டோர் உறுதி கிளைஞரை**
நீட்டி அளப்பதோர் கோல்

தீமை வந்தால் அதிலும் ஒரு நன்மை உண்டு. அந்தத் தீமைதான் நண்பர்கள் எப்படிப்பட்டவர்கள் என்று அளந்து காட்டும் கருவியாகிறது.

797. **ஊதியம் என்ப தொருவற்குப் பேதையார்**
கேண்மை ஒரீஇ விடல்.

ஒருவருக்குக் கிடைத்த நற்பயன் என்பது அவர் அறிவில்லாத ஒருவருடன் கொண்டிருந்த நட்பைத் துறந்து விடுவதேயாகும்.

798. **உள்ளற்க உள்ளஞ் சிறுகுவ கொள்ளற்க**
அல்லற்கண் ஆற்றறுப்பார் நட்பு.

ஊக்கத்தைச் சிதைக்கக்கூடிய செயல்களையும், துன்பம் வரும்போது விலகிவிடக் கூடிய நண்பர்களையும் நினைத்துப் பார்க்காமலே இருந்து விட வேண்டும்.

799. **கெடுங்காலைக் கைவிடுவார் கேண்மை அடுங்காலை**
உள்ளினும் உள்ளஞ் சுடும்.

ஒருவர் கொலைக்கு ஆளாகும் போதுகூட, தனக்குக் கேடு வந்த நேரம் கைவிட்டு ஒதுங்கி ஓடிவிட்ட நண்பர்களை நினைத்து விட்டால் அந்த நினைப்பு அவரது நெஞ்சத்தைச் சுட்டுப் பொசுக்கும்.

800. **மருவுக மாசற்றார் கேண்மையொன் றீத்தும்**
ஒருவுக ஒப்பிலார் நட்பு.

மனத்தில் மாசு இல்லாதவர்களையே நண்பர்களாகப் பெற வேண்டும். மாசு உள்ளவர்களின் நட்பை, விலைகொடுத்தாவது விலக்கிடவேண்டும்.

81. பழைமை

801. பழைமை எனப்படுவ தியாதெனின் யாதும்
 கிழமையைக் கீழ்ந்திடா நட்பு.

 பழைமை பாராட்டுவது என்னவென்றால், பழகிய நண்பர்கள், தங்களின் உறவை அழியாமல் பாதுகாப்பதுதான்.

802. நட்பிற் குறுப்புக் கெழுதகைமை மற்றதற்
 குப்பாதல் சான்றோர் கடன்.

 பழைமையான நண்பர்களின் உரிமையைப் பாராட்டுகிற சான்றோர்க்குரிய கடமைதான் உண்மையான நட்புக்கு அடையாளமாகும்.

803. பழகிய நட்பெவன் செய்யுங் கெழுதகைமை
 செய்தாங் கமையாக் கடை.

 பழைய நண்பர்கள் உரிமையோடு செய்த காரியங்களைத் தாமே செய்ததுபோல உடன்பட்டு இருக்காவிட்டால், அதுவரை பழகிய நட்பு பயனற்றுப் போகும்.

804. விழைதகையான் வேண்டி இருப்பர் கெழுதகையாற்
 கேளாது நட்டார் செயின்.

 பழகிய நட்பின் உரிமை காரணமாகத் தமது நண்பர் தம்மைக் கேளாமலே ஒரு செயல் புரிந்து விட்டாலும்கூட நல்ல நண்பராயிருப்பவர் அதனை ஏற்றுக் கொள்ளவே செய்வார்.

805. பேதைமை ஒன்றோ பெருங்கிழமை என்றுணர்க
 நோதக்க நட்டார் செயின்.

 வருந்தக் கூடிய செயலை நண்பர்கள் செய்தால் அது அறியாமையினாலோ அல்லது உரிமையின் காரணமாகவோ செய்யப்பட்டது என்றுதான் எடுத்துக் கொள்ள வேண்டும்.

806. எல்லைக்கண் நின்றார் துறவார் தொலைவிடத்தும்
 தொல்லைக்கண் நின்றார் தொடர்பு.

 நீண்டகால நண்பர்கள் தமக்குக் கேடு தருவதாக இருந்தால்கூட நட்பின் இலக்கணம் உணர்ந்தவர்கள் அவர்களது நட்பைத் துறக்க மாட்டார்கள்.

807. அழிவந்த செய்யினும் அன்பறார் அன்பின்
 வழிவந்த கேண்மை யவர்.

 தம்முடன் பழகியவர்கள் தமக்கே எதிராக அழிவுதரும் காரியத்தைச் செய்தாலும்கூட அன்பின் அடிப்படையில் நட்பு கொண்டவர் அதற்காக அந்த அன்பை விலக்கிக் கொள்ள மாட்டார்.

808. கேளிழுக்கங் கேளாக் கெழுதகைமை வல்லார்க்கு
 நாளிழுக்கம் நட்டார் செயின்.

 நண்பர்கள் செய்யும் குற்றத்தைப் பிறர்கூறி அதனை ஏற்றுக் கொள்ளாத அளவுக்கு நம்பிக்கையான நட்புரிமை கொண்டவரிடத்திலேயே அந்த நண்பர்கள் தவறாக நடந்து கொண்டால் அவர்களுடன் நட்பு கொண்டிருந்த நாளெல்லாம் வீணான நாளாகும்.

809. கெடாஅ வழிவந்த கேண்மையார் கேண்மை
 விடாஅர் விழையும் உலகு.

 தொன்றுதொட்டு உரிமையுடன் பழகிய நட்புறவைக் கைவிடாமல் இருப்பவரை உலகம் போற்றும்.

810. விழையார் விழையப் படுப பழையார்கண்
 பண்பின் தலைப்பிரியா தார்.

 பழமையான நண்பர்கள் தவறு செய்த போதிலும், அவர்களிடம் தமக்குள்ள அன்பை நீக்கிக் கொள்ளாதவர்களைப் பகைவரும் விரும்பிப் பாராட்டுவார்கள்.

82. தீ நட்பு

**811. பருகுவார் போலினும் பண்பிலார் கேண்மை
பெருகலிற் குன்றல் இனிது.**

நல்ல பண்பு இல்லாதவர்கள் அன்பு வெள்ளத்தில் நம்மை மூழ்கடிப்பதுபோல் தோன்றினாலும் அவர்களது நட்பை, மேலும் வளர்த்துக் கொள்ளாமல் குறைத்துக் கொள்வதே நல்லது.

**812. உறினட் டறினொரூஉம் ஒப்பிலார் கேண்மை
பெறினும் இழப்பினும் என்.**

தமக்குப் பயன்கிடைக்கும்போது நண்பராக இருந்து விட்டுப் பயனில்லாதபோது பிரிந்து விடுகின்றவர்களின் நட்பு இருந்தால் என்ன? இழந்தால்தான் என்ன?

**813. உறுவது சீர்தூக்கும் நட்பும் பெறுவது
கொள்வாரும் கள்வரும் நேர்.**

பயனை எண்ணிப்பார்த்து அதற்காகவே நட்பு கொள்பவரும், விலைமகளிரும், கள்வரும் ஆகிய இந்த மூவரும், ஒரே மாதிரியானவர்களே ஆவார்கள்.

**814. அமரகத் தாற்றறுக்கும் கல்லாமா அன்னார்
தமரின் தனிமை தலை.**

போர்க்களத்தில் கீழே தள்ளி விட்டுத் தப்பித்து ஓடிப்போகும் குதிரையைப் போன்றவர்களின் நட்பைப் பெறுவதைக் காட்டிலும் தனித்து இருப்பது எவ்வளவோ சிறப்புடையதாகும்.

**815. செய்தேமஞ் சாராச் சிறியவர் புன்கேண்மை
எய்தலின் எய்தாமை நன்று.**

கீழ்மக்களின் நட்பு, பாதுகாப்பாக அமையாத தீயதன்மை கொண்டது என்பதால், அவர்களுடன் நட்பு ஏற்படுவதைவிட, ஏற்படாமல் இருப்பதே நலம்.

816. **பேதை பெருங்கெழீஇ நட்பின் அறிவுடையார்**
 ஏதின்மை கோடி உறும்.

அறிவில்லாதவனிடம் நெருங்கிய நட்பு கொண்டிருப்பதை விட, அறிவுடைய ஒருவரிடம் பகை கொண்டிருப்பது கோடி மடங்கு மேலானதாகும்.

817. **நகைவகைய ராகிய நட்பின் பகைவரால்**
 பத்தடுத்த கோடி உறும்.

சிரித்துப் பேசி நடிப்பவர்களின் நட்பைக் காட்டிலும், பகைவர்களால் ஏற்படும் துன்பம் பத்துக்கோடி மடங்கு நன்மையானது என்று கருதப்படும்.

818. **ஒல்லும் கருமம் உடற்று பவர்கேண்மை**
 சொல்லாடார் சோர விடல்.

நிறைவேற்றக் கூடிய செயலை, நிறைவேற்ற முடியாமல் கெடுப்பவரின் உறவை, அவருக்குத் தெரியாமலேயே மெல்ல மெல்ல விட்டு விட வேண்டும்.

819. **கனவினும் இன்னாது மன்னோ வினைவேறு**
 சொல்வேறு பட்டார் தொடர்பு.

சொல்லுக்கும் செயலுக்கும் தொடர்பில்லாதவரின் நட்பு, கனவிலே கூடத் துன்பத்தைத்தான் கொடுக்கும்.

820. **எனைத்துங் குறுகுதல் ஓம்பல் மனைக்கெழீஇ**
 மன்றிற் பழிப்பார் தொடர்பு.

தனியாகச் சந்திக்கும்போது இனிமையாகப் பழகி விட்டுப் பொது மன்றத்தில் பழித்துப் பேசுபவரின் நட்பு, தம்மை அணுகாமல் விலக்கிக் கொள்ளப்பட வேண்டும்.

83. கூடா நட்பு

821. சீரிடங் காணின் எறிதற்குப் பட்டடை
நேரா நிரந்தவர் நட்பு.

மனதார இல்லாமல் வெளியுலகிற்கு நண்பரைப்போல் நடிப்பவரின் நட்பானது, ஒரு கேடு செய்வதற்குச் சரியான சந்தர்ப்பம் கிடைக்கும்போது இரும்பைத் துண்டாக்கத் தாங்கு பலகை போல் இருக்கும் பட்டடைக் கல்லுக்கு ஒப்பாகும்.

822. இனம்போன் றினமல்லார் கேண்மை மகளிர்
மனம்போல வேறு படும்.

உற்றாராக இல்லாமல் உற்றார் போல நடிப்பவர்களின் நட்பு, மகளிருக்குரிய நற்பண்பு இல்லாமல் அப்பண்பு உள்ளவர் போல நடிக்கும் விலை மகளிரின் மனம்போல உள்ளொன்றும் புறமொன்றுமாக இருக்கும்.

823. பலநல்ல கற்றக் கடைத்து மனநல்லர்
ஆகுதல் மாணார்க் கரிது.

அரிய நூல்கள் பலவற்றைக் கற்றிருந்த போதிலும், பகையுணர்வு படைத்தோர் மனம் திருந்தி நடப்பதென்பது அரிதான காரியமாகும்.

824. முகத்தின் இனிய நகாஅ அகத்தின்னா
வஞ்சரை அஞ்சப் படும்.

சிரித்துப் பேசி நம்மைச் சீரழிக்க நினைக்கும் வஞ்சகரின் நட்புக்கு அஞ்சி ஒதுங்கிட வேண்டும்.

825. மனத்தின் அமையா தவரை எனைத்தொன்றும்
சொல்லினால் தேறற்பாற் றன்று.

மனம் வேறு செயல் வேறாக இருப்பவர்களின் வார்த்தைகளை நம்பி எந்தவொரு தெளிவான முடிவையும் எடுக்க இயலாது.

826. நட்டார்போல் நல்லவை சொல்லினும் ஒட்டார்சொல்
ஒல்லை உணரப் படும்.

பகைவர், நண்பரைப்போல இனிமையாகப் பேசினாலும், அந்தச் சொற்களில் கிடக்கும் சிறுமைக் குணம் வெளிப்பட்டே தீரும்.

827. சொல்வணக்கம் ஒன்னார்கண் கொள்ளற்க வில்வணக்கம்
தீங்கு குறித்தமை யான்.

பகைவரிடம் காணப்படும் சொல்வணக்கம் என்பது வில்லின் வணக்கத்தைப் போல் தீங்கு விளைவிக்கக் கூடியது என்பதால், அதனை நம்பக் கூடாது.

828. தொழுதகை யுள்ளும் படையொடுங்கும் ஒன்னார்
அழுதகண் ணீரும் அனைத்து.

பகைவர்கள் வணங்குகின்ற போதுகூட அவர்களின் கைக்குள்ளே கொலைக்கருவி மறைந்திருப்பது போலவே, அவர்களின் கண்ணீர் கொட்டி அழுதிடும் போதும் சதிச்செயலே அவர்களின் நெஞ்சில் நிறைந்திருக்கும்.

829. மிகச்செய்து தம்மெள்ளு வாரை நகச்செய்து
நட்பினுட் சாப்புல்லற் பாற்று.

வெளித்தோற்றத்திற்கு நண்பரைப்போல் நகைமுகம் காட்டி மகிழ்ந்து, உள்ளுக்குள் பகையுணர்வுடன் இகழ்பவரின் நட்பை, நலிவடையுமாறு செய்திட நாமும் அதே முறையைக் கடைப்பிடிக்க வேண்டும்.

830. பகைநட்பாங் காலம் வருங்கால் முகநட்
டகநட் பொரீஇ விடல்.

பகைவருடன் பழகிடும் காலம் வருமேயானால் அகத்தளவில் இல்லாமல் முகத்தளவில் மட்டும் நட்பு செய்து பின்னர் அந்த நட்பையும் விட்டு விட வேண்டும்.

84. பேதைமை

831. பேதைமை என்பதொன் றியாதெனின் ஏதங்கொண்
டூதியம் போக விடல்.

கேடு விளைவிப்பது எது? நன்மை தருவது எது? என்று தெளிவடையாமல் நன்மையை விடுத்துத் தீமையை நாடுவதே பேதைமை என்பதற்கான எடுத்துக்காட்டாகும்.

832. பேதைமையுள் எல்லாம் பேதைமை காதன்மை
கையல்ல தன்கண் செயல்.

தன்னால் இயலாத செயல்களை விரும்பி, அவற்றில் தலையிடுவது என்பது பேதைமைகளில் எல்லாம் மிகப்பெரிய பேதைமையாகும்.

833. நாணாமை நாடாமை நாரின்மை யாதொன்றும்
பேணாமை பேதை தொழில்.

வெட்கப்பட வேண்டியதற்கு வெட்கப்படாமலும், தேடவேண்டியதைத் தேடிப் பெறாமலும், அன்புகாட்ட வேண்டியவரிடத்தில் அன்பு காட்டாமலும், பேணிப் பாதுகாக்கப்பட வேண்டியவற்றைப் பாதுகாக்காமலும் இருப்பது பேதைகளின் இயல்பாகும்.

834. ஓதி உணர்ந்தும் பிறர்க்குரைத்தும் தானடங்காப்
பேதையிற் பேதையார் இல்.

படித்தும், படித்ததை உணர்ந்தும், உணர்ந்ததைப் பலருக்கு உணர்த்திடவும் கூடியவர்கள், தாங்கள் மட்டும் அவ்வாறு நடக்காமலிருந்தால் அவர்களைவிடப் பேதைகள் யாரும் இருக்க முடியாது.

835. ஒருமைச் செயலாற்றும் பேதை எழுமையும்
தான்புக் கழுந்தும் அளறு.

தன்னிச்சையாகச் செயல்படும் பேதை, எக் காலத்திலும் துன்பமெனும் சகதியில் அழுந்திக் கிடக்க நேரிடும்.

836. **பொய்படும் ஒன்றோ புனைபூணும் கையறியாப்
பேதை வினைமேற் கொளின்.**

நேர்மை வழி அறியாத மூடர், மேற்கொண்ட செயலைத் தொடர முடியாமல், அதனால் அச்செயலும் கெட்டுத் தம்மையும் தண்டித்துக் கொள்வர்.

837. **ஏதிலார் ஆரத் தமர்பசிப்பர் பேதை
பெருஞ்செல்வம் உற்றக் கடை.**

அறிவில்லாப் பேதைகளிடம் குவியும் செல்வம், அயலார் சுருட்டிக் கொள்ளப் பயன்படுமேயல்லாமல், பசித்திருக்கும் பாசமுள்ள சுற்றத்தாருக்குப் பயன்படாது.

838. **மையல் ஒருவன் களித்தற்றாற் பேதைதன்
கையொன் றுடைமை பெறின்.**

நல்லது கெட்டது தெரியாதவன் பேதை; அந்தப் பேதையின் கையில் ஒரு பொருளும் கிடைத்துவிட்டால், பித்துப் பிடித்தவர்கள் கள்ளையும் குடித்துவிட்ட கதையாக ஆகிவிடும்.

839. **பெரிதினிது பேதையார் கேண்மை பிரிவின்கண்
பீழை தருவதொன் றில்.**

அறிவற்ற பேதைகளுடன் கொள்ளும் நட்பு மிகவும் இனிமையானது; ஏனென்றால் அவர்களிடமிருந்து பிரியும்போது எந்தத் துன்பமும் ஏற்படுவதில்லை.

840. **கழாஅக்கால் பள்ளியுள் வைத்தற்றாற் சான்றோர்
குழாஅத்துப் பேதை புகல்.**

அறிஞர்கள் கூடியுள்ள மன்றத்தில் ஒரு முட்டாள் நுழைவது என்பது, அசுத்தத்தை மிதித்த காலைக் கழுவாமலே படுக்கையில் வைப்பதைப் போன்றது.

13

85. புல்லறிவாண்மை

841. அறிவின்மை இன்மையுள் இன்மை பிறிதின்மை
இன்மையா வையா துலகு.

அறிவுப் பஞ்சம்தான் மிகக் கொடுமையான பஞ்சமாகும். மற்ற பஞ்சங்களைக்கூட உலகம் அவ்வளவாகப் பொருட்படுத்தாது.

842. அறிவிலான் நெஞ்சுவந் தீதல் பிறிதியாதும்
இல்லை பெறுவான் தவம்.

அறிவில்லாத ஒருவன் வள்ளலைப்போல ஒரு பொருளை மகிழ்ச்சியுடன் வழங்குவதற்குக் காரணம் வேறொன்றுமில்லை; அது அப்பொருளைப் பெறுகிறவன் பெற்றபேறு என்றுதான் கருத வேண்டும்.

843. அறிவிலார் தாந்தம்மைப் பீழிக்கும் பீழை
செறுவார்க்கும் செய்தல் அரிது.

எதிரிகளால்கூட வழங்க முடியாத வேதனையை, அறிவில்லாதவர்கள் தங்களுக்குத் தாங்களே வழங்கிக் கொள்வார்கள்.

844. வெண்மை எனப்படுவ தியாதெனின் ஒண்மை
உடையம்யாம் என்னும் செருக்கு.

ஒருவன் தன்னைத்தானே அறிவுடையவனாக மதித்துக் கொள்ளும் ஆணவத்திற்குப் பெயர்தான் அறியாமை எனப்படும்.

845. கல்லாத மேற்கொண் டொழுகல் கசடற
வல்லதூஉம் ஐயம் தரும்.

அறிந்து கொள்ளாதவைகளையும் அறிந்தவர் போல ஒருவர் போலித்தனமாகக் காட்டிக் கொள்ளும்போது, அவர் ஏற்கனவே எந்தத் துறையில் திறமையுடையவராக இருக்கிறாரோ அதைப் பற்றிய சந்தேகமும் மற்றவர்களுக்கு உருவாகும்.

846. அற்ற மறைத்தலோ புல்லறிவு தம்வயின்
குற்றம் மறையா வழி.

தமது குற்றத்தை உணர்ந்து அதை நீக்காமல் உடலை மறைக்க மட்டும் உடை அணிவது மடமையாகும்.

847. அருமறை சோரும் அறிவிலான் செய்யும்
பெருமிறை தானே தனக்கு.

நல்வழிக்கான அறிவுரைகளைப் போற்றி அவ்வழி நடக்காத அறிவிலிகள், தமக்குத் தாமே பெருந் துன்பத்தைத் தேடிக் கொள்வார்கள்.

848. ஏவவுஞ் செய்கலான் தான்தேறான் அவ்வுயிர்
போஒம் அளவுமோர் நோய்.

சொந்தப் புத்தியும் இல்லாமல் சொல் புத்தியும் கேட்காதவருக்கு அதுவே அவர் வாழ்நாள் முழுதும் அவரை விட்டு நீங்காத நோயாகும்.

849. காணாதான் காட்டுவான் தான்காணான் காணாதான்
கண்டானாம் தான்கண்ட வாறு.

அறிவற்ற ஒருவன், தான் அறிந்ததை மட்டும் வைத்துக் கொண்டு, தன்னை அறிவுடையவனாகக் காட்டிக் கொள்வான். அவனை உண்மையிலேயே அறிவுடையவனாக்க முயற்சி செய்பவன் தன்னையே அறிவற்ற நிலைக்கு ஆளாக்கிக் கொள்வான்.

850. உலகத்தார் உண்டென்ப தில்லென்பான் வையத்
தலகையா வைக்கப் படும்.

ஆதாரங்களைக் காட்டி இதுதான் உண்மை என்று தெளிவாகக் கூறப்படுகிற ஒன்றை, வேண்டுமென்றே இல்லை என மறுத்துரைப்பவரைப் "பேய்"களின் பட்டியலில்தான் வைக்க வேண்டும்.

86. இகல்

851. இகலென்ப எல்லா உயிர்க்கும் பகலென்னும்
பண்பின்மை பாரிக்கும் நோய்.

மனமாறுபாடு காரணமாக ஏற்படுகிற பகையுணர்வு மக்களை ஒன்று சேர்ந்து வாழ முடியாமல் செய்கிற தீய பண்பாகும்.

852. பகல்கருதிப் பற்றா செயினும் இகல்கருதி
இன்னாசெய் யாமை தலை.

வேற்றுமை கருதி வெறுப்பான செயல்களில் ஒருவன் ஈடுபடுகிறான் என்றாலும் அவனோடு கொண்டுள்ள மாறுபாடு காரணமாக அவனுக்குத் துன்பம் தரும் எதனையும் செய்யாதிருப்பதே சிறந்த பண்பாகும்.

853. இகலென்னும் எவ்வநோய் நீக்கின் தவலில்லாத்
தாவில் விளக்கம் தரும்.

மனமாறுபாடு என்னும் நோயை யார் தங்கள் மனத்தை விட்டு அகற்றி விடுகிறார்களோ அவர்களுக்கு மாசற்ற நீடித்த புகழ் உண்டாகும்.

854. இன்பத்துள் இன்பம் பயக்கும் இகலென்னும்
துன்பத்துள் துன்பங் கெடின்.

துன்பத்திலேயே பெருந்துன்பம் பகையுணர்வுதான். அந்த உணர்வை ஒருவன் அகற்றி விடுவானேயானால், அது இன்பத்திலேயே பெரும் இன்பமாகும்.

855. இகலெதிர் சாய்ந்தொழுக வல்லாரை யாரே
மிகலூக்கும் தன்மை யவர்.

மனத்தில் மாறுபாடான எண்ணம் உருவானால் அதற்கு இடம் தராமல் நடக்கக்கூடிய ஆற்றலுடையவர்களை வெல்லக்கூடியவர்கள் யாருமில்லை.

856. **இகலின் மிகலினி தென்பவன் வாழ்க்கை
தவலும் கெடலும் நணித்து.**

மாறுபாடு கொண்டு எதிர்ப்பதால் வெற்றி பெறுவது எளிது என எண்ணிச் செயல்படுபவரின் வாழ்க்கை, விரைவில் தடம்புரண்டு கெட்டொழியும்.

857. **மிகல்மேவல் மெய்ப்பொருள் காணார் இகல்மேவல்
இன்னா அறிவி னவர்.**

பகை உணர்வு கொள்ளும் தீய அறிவுடையவர்கள் வெற்றிக்கு வழிகாட்டும் உண்மைப் பொருளை அறியமாட்டார்கள்.

858. **இகலிற் கெதிர்சாய்தல் ஆக்கம் அதனை
மிகலூக்கின் ஊக்குமாங் கேடு.**

மனத்தில் தோன்றும் மாறுபாட்டை எதிர்கொண்டு நீக்கிக் கொண்டால் நன்மையும், அதற்கு மாறாக அதனை மிகுதியாக ஊக்கப்படுத்தி வளர்த்துக் கொண்டால் தீமையும் விளையும்.

859. **இகல்காணான் ஆக்கம் வருங்கால் அதனை
மிகல்காணும் கேடு தரற்கு.**

ஒருவன் தனக்கு நன்மை வரும்போது மாறுபாட்டை நினைக்காமலே இருப்பான். ஆனால் தனக்குத் தானே கேடு தேடிக் கொள்வதென்றால் அந்த மாறுபாட்டைப் பெரிதுபடுத்திக் கொள்வான்.

860. **இகலானாம் இன்னாத எல்லாம் நகலானாம்
நன்னயம் என்னும் செருக்கு.**

மனமாறுபாடு கொண்டு பகையுணர்வைக் காட்டுவோரைத் துன்பங்கள் தொடரும். நட்புணர்வோடு செயல்படுவோர்க்குப் பெரு மகிழ்ச்சி எனும் நற்பயன் விளையும்.

87. பகை மாட்சி

861. வலியார்க்கு மாறேற்றல் ஓம்புக ஓம்பா
 மெலியார்மேல் மேக பகை.

 மெலியோரை விடுத்து, வலியோரை எதிர்த்துப் போரிட விரும்புவதே பகைமாட்சி எனப் போற்றப்படும்.

862. அன்பிலன் ஆன்ற துணையிலன் தான்றுவ்வான்
 என்பரியும் ஏதிலான் துப்பு.

 உடனிருப்போரிடம் அன்பு இல்லாமல், வலிமையான துணையுமில்லாமல், தானும் வலிமையற்றிருக்கும்போது பகையை எப்படி வெல்ல முடியும்?

863. அஞ்சும் அறியான் அமைவிலன் ஈகலான்
 தஞ்சம் எளியன் பகைக்கு.

 அச்சமும், மடமையும் உடையவனாகவும், இணைந்து வாழும் இயல்பும், இரக்க சிந்தையும் இல்லாதவனாகவும் ஒருவன் இருந்தால், அவன் பகைவரால் எளிதில் வெல்லப்படுவான்.

864. நீங்கான் வெகுளி நிறையிலன் எஞ்ஞான்றும்
 யாங்கணும் யார்க்கும் எளிது.

 சினத்தையும் மனத்தையும் கட்டுப்படுத்த முடியாதவர்களை, எவர் வேண்டுமானாலும் எப்போது வேண்டுமானாலும், எங்கு வேண்டுமானாலும் எளிதில் தோற்கடித்து விடலாம்.

865. வழிநோக்கான் வாய்ப்பன செய்யான் பழிநோக்கான்
 பண்பிலன் பற்றார்க் கினிது.

 நல்வழி நாடாமல், பொருத்தமானதைச் செய்யாமல், பழிக்கு அஞ்சாமல், பண்பும் இல்லாமல் ஒருவன் இருந்தால் அவன் பகைவரால் எளிதில் வெல்லப்படுவான்.

866. காணாச் சினத்தான் கழிபெருங் காமத்தான்
 பேணாமை பேணப் படும்.

 சிந்திக்காமலே சினம் கொள்பவனாகவும், பேராசைக்காரனாகவும் இருப்பவனின் பகையை ஏற்று எதிர் கொள்ளலாம்.

867. கொடுத்துங் கொளல்வேண்டும் மன்ற அடுத்திருந்து
 மாணாத செய்வான் பகை.

 தன்னோடு இருந்துகொண்டே தனக்குப் பொருந்தாத காரியங்களைச் செய்து கொண்டிருப்பவனைப் பொருள் கொடுத்தாவது பகைவனாக்கிக் கொள்ள வேண்டும்.

868. குணனிலனாய்க் குற்றம் பலவாயின் மாற்றார்க்
 கினனிலனாம் ஏமாப் புடைத்து.

 குணக்கேடராகவும், குற்றங்கள் மலிந்தவராகவும் ஒருவர் இருந்தால், அவர் பக்கத் துணைகளை இழந்து பகைவரால் எளிதாக வீழ்த்தப்படுவார்.

869. செறுவார்க்குச் சேணிகவா இன்பம் அறிவிலா
 அஞ்சும் பகைவர்ப் பெறின்.

 அஞ்சிடும் கோழைகளாகவும், அறிவில்லாக் கோழைகளாகவும் பகைவர்கள் இருப்பின் அவர்களை எதிர்ப்போரை விடுத்து வெற்றியெனும் இன்பம் விலகாமலே நிலைத்து நிற்கும்.

870. கல்லான் வெகுளும் சிறுபொருள் எஞ்ஞான்றும்
 ஒல்லானை ஒல்லா தொளி.

 போர்முறை கற்றிடாத பகைவர்களைக்கூட எதிர்ப்பதற்குத் தயக்கம் காட்டுகிறவர்கள், உண்மையான வீரர்களை எப்படி எதிர்கொள்வார்கள் எனக் கேலிபுரிந்தால், புகழ் அவர்களை அணுகாமலே விலகிப் போய்விடும்.

88. பகைத்திறம் தெரிதல்

871. பகையென்னும் பண்பி லதனை ஒருவன்
நகையேயும் வேண்டற்பாற் றன்று

பகை உணர்வு என்பது பண்புக்கு மாறுபாடானது என்பதால் அதனை வேடிக்கை விளையாட்டாகக்கூட ஒருவன் கொள்ளக் கூடாது.

872. வில்லேர் உழவர் பகைகொளினும் கொள்ளற்க
சொல்லேர் உழவர் பகை.

படைக்கலன்களை உடைய வீரர்களிடம்கூடப் பகை கொள்ளலாம். ஆனால் சொல்லாற்றல் மிக்க அறிஞர் பெருமக்களுடன் பகை கொள்ளக் கூடாது.

873. ஏமுற் றவரினும் ஏழை தமியனாய்ப்
பல்லார் பகைகொள் பவன்.

தனியாக நின்று பலரின் பகையைத் தேடிக் கொள்பவனை ஆணவம் பிடித்தவன் என்பதைவிட அறிவிலி என்பதே பொருத்தமாகும்.

874. பகைநட்பாக் கொண்டொழுகும் பண்புடை யாளன்
தகைமைக்கண் தங்கிற் றுலகு.

பகைவர்களையும் நண்பர்களாகக் கருதிப் பழகுகின்ற பெருந்தன்மையான பண்பை இந்த உலகமே போற்றிப் புகழும்.

875. தன்றுணை இன்றால் பகையிரண்டால் தானொருவன்
இன்றுணையாக் கொள்கவற்றின் ஒன்று.

தனது பகைவர்கள் இரு பிரிவினராக இயங்கும் நிலையில் தனக்குத் துணையாக யாருமின்றித் தனியாக இருப்பவர், அந்தப் பகைவர்களில் ஒருவரைத் துணையாகக் கொள்ள வேண்டும்.

876. தேறினுந் தேறா விடினும் அழிவின்கண்
தேறான் பகாஅன் விடல்.

பகைவரைப்பற்றி ஆராய்ந்து தெளிவடைந்திருந்தாலும், இல்லா விட்டாலும் அதற்கிடையே ஒரு கேடு வரும்போது அந்தப் பகைவருடன் அதிகம் நெருங்காமல் நட்புக் காட்டியும் அவர்களைப் பிரிந்து விடாமலேயே பகைகொண்டும் இருப்பதே நலமாகும்.

877. நோவற்க நொந்த தறியார்க்கு மேவற்க
மென்மை பகைவர் அகத்து.

தனது துன்பத்தைப் பற்றி அதனை அறியாமல் இருக்கும் நண்பர்களிடம் சொல்லக்கூடாது. தனது பலவீனத்தைப் பகைவரிடம் வெளிப்படுத்திவிடக் கூடாது.

878. வகையறிந்து தற்செய்து தற்காப்ப மாயும்
பகைவர்கண் பட்ட செருக்கு.

வழிவகை உணர்ந்து, தன்னையும் வலிமைப்படுத்திக் கொண்டு, தற்காப்பும் தேடிக் கொண்டவரின் முன்னால் பகையின் ஆணவம் தானாகவே ஒடுங்கி விடும்.

879. இளைதாக முள்மரம் கொல்க களையுநர்
கைகொல்லும் காழ்த்த இடத்து.

முள்மரத்தை, அது சிறிய கன்றாக இருக்கும்போதே கிள்ளி எறிவது போல், பகையையும், அது முற்றுவதற்குமுன்பே வீழ்த்திவிட வேண்டும்.

880. உயிர்ப்ப உளரல்லர் மன்ற செயிர்ப்பவர்
செம்மல் சிதைக்கலா தார்.

பகைவரின் ஆணவத்தைக் குலைக்க முடியாதவர்கள், சுவாசிக்கிற காரணத்தினாலேயே உயிரோடிருப்பதாக நிச்சயமாகச் சொல்ல முடியாது.

89. உட்பகை

881. நிழல்நீரும் இன்னாத இன்னா தமர்நீரும்
இன்னாவாம் இன்னா செயின்.

இனிமையாகத் தெரியும் நிழலும் நீரும்கூடக் கேடு விளைவிக்கக் கூடியவையாக இருந்தால் அவை தீயவைகளாகவே கருதப்படும். அதுபோலவேதான் உற்றார் உறவினராக உள்ளவர்களின் உட்பகையும் ஆகும்.

882. வாள்போல் பகைவரை அஞ்சற்க அஞ்சுக
கேள்போல் பகைவர் தொடர்பு.

வெளிப்படையாக எதிரே வரும் பகைவர்களைவிட உறவாடிக் கெடுக்க நினைப்பவர்களிடம்தான் எச்சரிக்கையாக இருக்கவேண்டும்.

883. உட்பகை அஞ்சித்தற் காக்க உலைவிடத்து
மட்பகையின் மாணத் தெறும்.

உட்பகைக்கு அஞ்சி ஒருவன் தன்னைப் பாதுகாத்துக் கொள்ள வேண்டும். இல்லாவிட்டால் ஒரு சோதனையான நேரத்தில் பச்சை மண்பாண்டத்தை அறுக்கும் கருவிபோல அந்த உட்பகை அழிவு செய்துவிடும்.

884. மனமாணா உட்பகை தோன்றின் இனமாணா
ஏதம் பலவும் தரும்.

மனம் திருந்தாத அளவுக்கு உட்பகை விளைவிக்கும் உணர்வு ஒருவனுக்கு ஏற்பட்டுவிடுமானால், அது அவனைச் சேர்ந்தவர்களையே பகைவராக்கும் கேட்டினை உண்டாக்கி விடும்.

885. உறல்முறையான் உட்பகை தோன்றின் இறல்முறையான்
ஏதம் பலவும் தரும்.

நெருங்கிய உறவினருக்கிடையே தோன்றும் உட்பகையானது அவர்களுக்குக் கேடு விளைவிக்கக் கூடிய பல துன்பங்களை உண்டாக்கும்.

886. ஒன்றாமை ஒன்றியார் கட்படின் எஞ்ஞான்றும்
பொன்றாமை ஒன்றல் அரிது.

ஒன்றி இருந்தவர்களிடையே உட்பகை தோன்றி
விடுமானால், அதனால் ஏற்படும் அழிவைத் தடுப்பது
என்பது எந்தக் காலத்திலும் அரிதான செயலாகும்.

887. செப்பின் புணர்ச்சிபோற் கூடினும் கூடாதே
உட்பகை உற்ற குடி.

செப்பு எனப்படும் சிமிழில் அதன் மூடி
பொருந்தியிருப்பது போல வெளித்தோற்றத்துக்கு
மட்டுமே தெரியும். அவ்வாறே உட்பகையுள்ளவர்கள்
உளமாரப் பொருந்தியிருக்க மாட்டார்கள்.

888. அரம்பொருத பொன்போலத் தேயும் உரம்பொரு
துட்பகை உற்ற குடி.

அரத்தினால் தேய்க்கப்படும் இரும்பின் வடிவமும்
வலிமையும் குறைவதைப் போல, உட்பகை உண்டான
குலத்தின் வலிமையும் தேய்ந்து குறைந்து விடும்.

889. எட்பக வன்ன சிறுமைத்தே ஆயினும்
உட்பகை உள்ளதாங் கேடு.

எள்ளின் பிளவுபோன்று சிறிதாக இருந்தாலும்
உட்பகையால் பெருங்கேடு விளையும்.

890. உடம்பா டிலாதவர் வாழ்க்கை குடங்கருள்
பாம்போ டுடனுறைந் தற்று.

உள்ளத்தால் ஒன்றுபடாதவர்கள் கூடிவாழ்வது என்பது
ஒரு சிறிய குடிலுக்குள் பாம்புடன் இருப்பது போன்று
ஒவ்வொரு நொடியும் அச்சம் தருவதாகும்.

90. பெரியாரைப் பிழையாமை

891. **ஆற்றுவார் ஆற்றல் இகழாமை போற்றுவார்**
போற்றலுள் எல்லாம் தலை.

ஒரு செயலைச் செய்து முடிக்க வல்லவரின் ஆற்றலை இகழாது இருந்தால், அதுவே தம்மைக் காத்திடும் காவல்கள் அனைத்தையும்விடச் சிறந்த காவலாக அமையும்.

892. **பெரியாரைப் பேணா தொழுகிற் பெரியாரால்**
பேரா இடும்பை தரும்.

பெரியோர்களை மதிக்காமல் நடந்து கொண்டால் நீங்காத பெருந்துன்பத்தை அடைய நேரிடும்.

893. **கெடல்வேண்டிற் கேளாது செய்க அடல்வேண்டின்**
ஆற்று பவர்கண் இழுக்கு.

ஒருவன், தன்னைத்தானே கெடுத்துக் கொள்ள விரும்பினால் பகையை நினைத்த மாத்திரத்தில் அழிக்கக் கூடிய ஆற்றலுடையவர்களை யார் பேச்சையும் கேட்காமலே இழித்துப் பேசலாம்.

894. **கூற்றத்தைக் கையால் விளித்தற்றால் ஆற்றுவார்க்**
காற்றாதார் இன்னா செயல்.

எந்தத் துன்பத்தையும் தாங்கக் கூடிய ஆற்றல் படைத்தவர்களுடன், சிறு துன்பத்தையும் தாங்க முடியாதவர்கள் மோதினால் அவர்களே தங்களின் முடிவுகாலத்தைக் கையசைத்துக் கூப்பிடுகிறார்கள் என்று தான் பொருள்.

895. **யாண்டுச்சென் றுயாண்டும் உளராகார் வெந்துப்பின்**
வேந்து செறப்பட் டவர்.

மிக்க வலிமை பொருந்திய அரசின் கோபத்திற்கு ஆளானவர்கள் தப்பித்து எங்கே சென்றாலும் அங்கு அவர்களால் உயிர் வாழ முடியாது.

896. எரியாற் சுடப்படினும் உய்வுண்டாம் உய்யார்
பெரியார்ப் பிழைத்தொழுகு வார்.

நெருப்புச் சூழ்ந்து சுட்டாலும்கூட ஒருவர் பிழைத்துக் கொள்ள முடியும்; ஆனால் ஆற்றல் மிகுந்த பெரியோரிடம் தவறிழைப்போர் தப்பிப் பிழைப்பது முடியாது.

897. வகைமாண்ட வாழ்க்கையும் வான்பொருளும் என்னாம்
தகைமாண்ட தக்கார் செறின்.

பெருஞ்செல்வம் குவித்துக்கொண்டு என்னதான் வகைவகையான வாழ்க்கைச் சுகங்களை அனுபவித்தாலும், தகுதி வாய்ந்த பெரியோரின் கோபத்துக்கு முன்னால் அவையனைத்தும் பயனற்றுப் போகும்.

898. குன்றன்னார் குன்ற மதிப்பிற் குடியொடு
நின்றன்னார் மாய்வர் நிலத்து.

மலை போன்றவர்களின் பெருமையைக் குலைப்பதற்கு நினைப்பவர்கள், நிலைத்த பெரும் செல்வமுடையவர்களாக இருப்பினும் அடியோடு அழிந்து போய் விடுவார்கள்.

899. ஏந்திய கொள்கையார் சீறின் இடைமுரிந்து
வேந்தனும் வேந்து கெடும்.

உயர்ந்த கொள்கை உறுதி கொண்டவர்கள் சீறி எழுந்தால், அடக்குமுறை ஆட்சி நிலை குலைந்து அழிந்துவிடும்.

900. இறந்தமைந்த சார்புடையர் ஆயினும் உய்யார்
சிறந்தமைந்த சீரார் செறின்.

என்னதான் எல்லையற்ற வசதிவாய்ப்புகள், வலிமையான துணைகள் உடையவராக இருப்பினும், தகுதியிற் சிறந்த சான்றோரின் சினத்தை எதிர்த்துத் தப்பிப் பிழைக்க முடியாது.

91. பெண்வழிச்சேறல்

901. மனைவிழைவார் மாண்பயன் எய்தார் வினைவிழைவார்
வேண்டாப் பொருளும் அது.

கடமையுடன் கூடிய செயல்புரியக் கிளம்பியவர்கள் இல்லற சுகத்தைப் பெரிதெனக் கருதினால் சிறப்பான புகழைப் பெற மாட்டார்கள்.

902. பேணாது பெண்விழைவான் ஆக்கம் பெரியதோர்
நாணாக நாணுத் தரும்.

ஏற்றுக்கொண்ட கொள்கையினைப் பேணிக் காத்திடாமல் பெண்ணை நாடி அவள் பின்னால் திரிபவனுடைய நிலை வெட்கித் தலைகுனிய வேண்டியதாக ஆகிவிடும்.

903. இல்லாள்கண் தாழ்ந்த இயல்பின்மை எஞ்ஞான்றும்
நல்லாருள் நாணுத் தரும்.

நற்குணமில்லாத மனைவியைத் திருத்த முனையாமல் பணிந்து போகிற கணவன், நல்லோர் முன்னிலையில் நாணமுற்று நிற்கும் நிலைக்கு ஆளாக நேரிடும்.

904. மனையாளை யஞ்சும் மறுமையி லாளன்
வினையாண்மை வீறெய்த லின்று.

மணம் புரிந்து புதுவாழ்வின் பயனை அடையாமல் குடும்பம் நடத்த அஞ்சுகின்றவனின் செயலாற்றல் சிறப்பாக அமைவதில்லை.

905. இல்லாளை யஞ்சுவா னஞ்சுமற் றெஞ்ஞான்றும்
நல்லார்க்கு நல்ல செயல்.

எப்போதுமே நல்லோர்க்கு நன்மை செய்வதில் தவறு ஏற்பட்டுவிடக்கூடாதே என்று அஞ்சுகிறவன் தவறு நேராமல் கண்காணிக்கும் மனைவிக்கு அஞ்சி நடப்பான்.

906. இமையாரின் வாழினும் பாடிலரே யில்லாள்
அமையார்தோ ளஞ்சு பவர்.

அறிவும் பண்பும் இல்லாத மனைவி, அழகாக இருக்கிறாள் என்பதற்காக மட்டும் அவளுக்கு அடங்கி நடப்பவர்கள், தங்களைத் தேவாம்சம் படைத்தவர்கள் என்று கற்பனையாகக் காட்டிக் கொண்டாலும், அவர்களுக்கு உண்மையில் எந்தப் பெருமையும் கிடையாது.

907. பெண்ணேவல் செய்தொழுகும் ஆண்மையின் நாணுடைப்
பெண்ணே பெருமை உடைத்து.

ஒரு பெண்ணின் காலைச் சுற்றிக் கொண்டு கிடக்கும் ஒருவனின் ஆண்மையைக் காட்டிலும், மான உணர்வுள்ள ஒருத்தியின் பெண்மையே பெருமைக்குரியதாகும்.

908. நட்டார் குறைமுடியார் நன்றாற்றார் நன்னுதலாள்
பெட்டாங் கொழுகு பவர்.

ஒரு பெண்ணின் அழகுக்காகவே அவளிடம் மயங்கி அறிவிழந்து நடப்பவர்கள், நண்பர்களைப்பற்றியும் கவலைப்படமாட்டார்கள்; நற்பணிகளையும் ஆற்றிடமாட்டார்கள்.

909. அறவினையும் ஆன்ற பொருளும் பிறவினையும்
பெண்ணேவல் செய்வார்கண் இல்.

ஆணவங்கொண்ட பெண்கள் இடுகின்ற ஆணைகளுக்கு அடங்கி இயங்குகின்ற பெண்பித்தர்களிடம் அறநெறிச் செயல்களையோ சிறந்த அறிவாற்றலையோ எதிர்பார்க்க முடியாது.

910. எண்சேர்ந்த நெஞ்சத் திடனுடையார்க் கெஞ்ஞான்றும்
பெண்சேர்ந்தாம் பேதைமை இல்.

சிந்திக்கும் ஆற்றலும் நெஞ்சுறுதியும் கொண்டவர்கள் காமாந்தக்காரர்களாகப் பெண்களையே சுற்றிக்கொண்டு கிடக்க மாட்டார்கள்.

92. வரைவின் மகளிர்

911. அன்பின் விழையார் பொருள்விழையும் ஆய்தொடியார்
இன்சொல் இழுக்குத் தரும்.

அன்பே இல்லாமல் பொருள் திரட்டுவதையே குறிக்கோளாகக் கொண்ட பொதுமகளிர் இனிமையாகப் பேசுவதை நம்பி ஏமாறுகிறவர்களுக்கு இறுதியில் துன்பமே வந்து சேரும்.

912. பயன்தூக்கிப் பண்புரைக்கும் பண்பின் மகளிர்
நயன்தூக்கி நள்ளா விடல்.

ஆதாயத்தைக் கணக்கிட்டு அதற்கேற்றவாறு பாகு மொழிபேசும் பொதுமகளிர் உறவை ஒருபோதும் நம்பி ஏமாறக்கூடாது.

913. பொருட்பெண்டிர் பொய்ம்மை முயக்கம் இருட்டறையில்
ஏதில் பிணந்தழீஇ அற்று.

விலைமாதர்கள் பணத்துக்காக மட்டுமே ஒருவரைத் தழுவிப் பொய்யன்பு காட்டி நடிப்பது, இருட்டறையில் ஓர் அந்நியப் பிணத்தை அணைத்துக் கிடப்பது போன்றதாகும்.

914. பொருட்பொருளார் புன்னலந் தோயார் அருட்பொருள்
ஆயும் அறிவி னவர்.

அருளை விரும்பி ஆராய்ந்திடும் அறிவுடையவர்கள் பொருளை மட்டுமே விரும்பும் விலைமகளிரின் இன்பத்தை இழிவானதாகக் கருதுவார்கள்.

915. பொதுநலத்தார் புன்னலந் தோயார் மதிநலத்தின்
மாண்ட அறிவி னவர்.

இயற்கையறிவும் மேலும் கற்றுணர்ந்த அறிவும் கொண்டவர்கள் பொதுமகளிர் தரும் இன்பத்தில் மூழ்கமாட்டார்கள்.

916. தந்நலம் பாரிப்பார் தோயார் தகைசெருக்கிப்
 புன்னலம் பாரிப்பார் தோள்.

புகழ்ச்சிக்குரிய சான்றோர் எவரும், இகழ்ச்சிக்குரிய இன்பவல்லிகளின் தோளில் சாய்ந்து கிடக்க மாட்டார்.

917. நிறைநெஞ்சம் இல்லவர் தோய்வர் பிறநெஞ்சிற்
 பேணிப் புணர்பவர் தோள்.

உள்ளத்தில் அன்பு இல்லாமல் தன்னலத்துக்காக உடலுறவு கொள்ளும் பொதுமகளிர் தோளை, உறுதியற்ற மனம் படைத்தோர் மட்டும் நம்பிக் கிடப்பர்.

918. ஆயும் அறிவினர் அல்லார்க் கணங்கென்ப
 மாய மகளிர் முயக்கு.

வஞ்சக எண்ணங்கொண்ட "பொதுமகள்" ஒருத்தி யிடம் மயங்குவதை அறிவில்லாதவனுக்கு ஏற்பட்ட "மோகினி மயக்கம்" என்று கூறுவார்கள்.

919. வரைவிலா மாணிழையார் மென்தோள் புரையிலாப்
 பூரியர்கள் ஆழும் அளறு.

விலைமகளை விரும்பி அவள் பின்னால் போவதற்கும் "நரகம்" எனச் சொல்லப்படும் சகதியில் விழுவதற்கும் வேறுபாடே இல்லை.

920. இருமனப் பெண்டிரும் கள்ளும் கவறும்
 திருநீக்கப் பட்டார் தொடர்பு.

இருமனம் கொண்ட பொதுமகளிருடனும், மதுவுடனும், சூதாட்டத்தினிடமும் தொடர்பு கொண்டு உழல்வோரை விட்டு வாழ்வில் அமைய வேண்டிய சிறப்பு அகன்றுவிடும்.

93. கள்ளுண்ணாமை

921. உட்கப் படாஅர் ஒளியிழப்பர் எஞ்ஞான்றும்
கட்காதல் கொண்டொழுகு வார்.

மதுப் பழக்கத்திற்கு அடிமையானவர்கள் தமது சிறப்பை இழப்பது மட்டுமல்ல, மாற்றாரும் அவர்களைக் கண்டு அஞ்சு மாட்டார்கள்.

922. உண்ணற்க கள்ளை உணிலுண்க சான்றோரான்
எண்ணப் படவேண்டா தார்.

மது அருந்தக் கூடாது; சான்றோர்களின் நன் மதிப்பைப் பெறவிரும்பாதவர் வேண்டுமானால் அருந்தலாம்.

923. ஈன்றாள் முகத்தேயும் இன்னாதால் என்மற்றுச்
சான்றோர் முகத்துக் களி.

கள்ளருந்தி மயங்கிடும் தன் மகனை, அவன் குற்றங்களை மன்னிக்கக் கூடிய தாயே காணச் சகிக்கமாட்டாள் என்கிறபோது ஏனைய சான்றோர்கள் அவனை எப்படிச் சகித்துக் கொள்வார்கள்.

924. நாணென்னும் நல்லாள் புறங்கொடுக்கும் கள்ளென்னும்
பேணாப் பெருங்குற்றத் தார்க்கு.

மது மயக்கம் எனும் வெறுக்கத்தக்க பெருங் குற்றத்திற்கு ஆளாகியிருப்போரின் முன்னால் நாணம் என்று சொல்லப்படும் நற்பண்பு நிற்காமல் ஓடிவிடும்.

925. கையறி யாமை உடைத்தே பொருள்கொடுத்து
மெய்யறி யாமை கொளல்.

ஒருவன் தன்னிலை மறந்து மயங்கியிருப்பதற்காகப் போதைப் பொருளை விலை கொடுத்து வாங்குதல் விவரிக்கவே முடியாத மூடத்தனமாகும்.

926. துஞ்சினார் செத்தாரின் வேறல்லர் எஞ்ஞான்றும்
நஞ்சுண்பார் கள்ளுண் பவர்.

மது அருந்துவோர்க்கும் நஞ்சு அருந்துவோர்க்கும் வேறுபாடு கிடையாது என்பதால் அவர்கள் தூங்குவதற்கும் இறந்து கிடப்பதற்கும்கூட வேறுபாடு கிடையாது என்று கூறலாம்.

927. உள்ளொற்றி உள்ளூர் நகப்படுவர் எஞ்ஞான்றும்
கள்ளொற்றிக் கண்சாய் பவர்.

மறைந்திருந்து மதுவருந்தினாலும் மறைக்க முடியாமல் அவர்களது கண்கள் சுழன்று மயங்குவதைக் கண்டு ஊரார் எள்ளி நகையாடத்தான் செய்வார்கள்.

928. களித்தறியேன் என்பது கைவிடுக நெஞ்சத்
தொளித்ததூஉம் ஆங்கே மிகும்.

மது அருந்துவதே இல்லை என்று ஒருவன் பொய் சொல்ல முடியாது; காரணம், அவன் மது மயக்கத்தில் இருக்கும்போது அந்த உண்மையைச் சொல்லி விடுவான்.

929. களித்தானைக் காரணம் காட்டுதல் கீழ்நீர்க்
குளித்தானைத் தீத்துரீஇ அற்று.

குடிபோதைக்கு அடிமையாகி விட்டவனைத் திருத்த அறிவுரை கூறுவதும், தண்ணீருக்குள் மூழ்கிவிட்டவனைத் தேடிக்கண்டுபிடிக்கத் தீப்பந்தம் கொளுத்திக் கொண்டு செல்வதும் ஒன்றுதான்.

930. கள்ளுண்ணாப் போழ்திற் களித்தானைக் காணுங்கால்
உள்ளான்கொல் உண்டதன் சோர்வு.

ஒரு குடிகாரன், தான் குடிக்காமல் இருக்கும்போது மற்றொரு குடிகாரன் மது மயக்கத்தில் தள்ளாடுவதைப் பார்த்த பிறகாவது அதன் கேட்டினை எண்ணிப் பார்க்க மாட்டானா?

94. சூது

931. வேண்டற்க வென்றிடினும் சூதினை வென்றதூஉம்
தூண்டிற்பொன் மீன்விழுங்கி அற்று.

வெற்றியே பெறுவதாயினும் சூதாடும் இடத்தை நாடக்கூடாது. அந்த வெற்றி, தூண்டிலின் இரும்பு முள்ளில் கோத்த இரையை மட்டும் விழுங்குவதாக நினைத்து மீன்கள் இரும்பு முள்ளையே கௌவிக் கொண்டது போலாகிவிடும்.

932. ஒன்றெய்தி நூறிழக்கும் சூதர்க்கும் உண்டாங்கொல்
நன்றெய்தி வாழ்வதோர் ஆறு.

ஒரு வெற்றியைப் பெற்ற மகிழ்ச்சியில் தொடர்ந்து ஆடி நூறு தோல்விகளைத் தழுவிக்கொள்ளும் சூதாடிகளின் வாழ்க்கையில் நலம் ஏற்பட வழி ஏது?

933. உருளாயம் ஓவாது கூறிற் பொருளாயம்
போஒய்ப் புறமே படும்.

பணையம் வைத்து இடைவிடாமல் சூதாடுவதை ஒருவன் பழக்கமாகவே கொள்வானேயானால் அவன் செல்வமும் அந்தச் செல்வத்தை ஈட்டும் வழிமுறையும் அவனைவிட்டு நீங்கிவிடும்.

934. சிறுமை பலசெய்து சீரழிக்கும் சூதின்
வறுமை தருவதொன் றில்.

பல துன்பங்களுக்கு ஆளாக்கி, புகழைக் கெடுத்து, வறுமையிலும் ஆழ்த்துவதற்குச் சூதாட்டத்தைப் போன்ற தீமையான செயல் வேறொன்றும் இல்லை.

935. கவறும் கழகமும் கையும் தருக்கி
இவறியார் இல்லாகி யார்.

சூதாடும் இடம், அதற்கான கருவி, அதற்குரிய முயற்சி ஆகியவற்றைக் கைவிட மனமில்லாதவர்கள் எதுவும் இல்லாதவர்களாகவே ஆகிவிடுவார்கள்.

936. அகடாரார் அல்லல் உழப்பர்சூ தென்னும்
முகடியான் மூடப்பட் டார்.

சூது எனப்படும் தீமையின் வலையில் விழுந்தவர்கள் வயிறார உண்ணவும் விரும்பாமல் துன்பத்திலும் உழன்று வருந்துவார்கள்.

937. பழகிய செல்வமும் பண்பும் கெடுக்கும்
கழகத்துக் காலை புகின்.

சூதாடும் இடத்திலேயே ஒருவர் தமது காலத்தைக் கழிப்பாரேயானால், அது அவருடைய மூதாதையர் தேடிவைத்த சொத்துக்களையும் நற்பண்பையும் நாசமாக்கிவிடும்.

938. பொருள்கெடுத்துப் பொய்மேற் கொளீஇ அருள்கெடுத்
தல்லல் உழப்பிக்கும் சூது.

பொருளைப் பறித்துப் பொய்யனாக ஆக்கி, அருள் நெஞ்சத்தையும் மாற்றித் துன்ப இருளில் ஒருவனை உழலச் செய்வது சூது.

939. உடைசெல்வம் ஊணொளி கல்வியென் றைந்தும்
அடையாவாம் ஆயங் கொளின்.

சூதாட்டத்திற்கு அடிமையாக்கி விட்டவர்களை விட்டுப் புகழும், கல்வியும், செல்வமும், உணவும், உடையும் அகன்று ஒதுங்கி விடும்.

940. இழத்தொறூஉம் காதலிக்கும் சூதேபோல் துன்பம்
உழத்தொறூஉம் காதற் றுயிர்.

பொருளை இழக்க இழக்கச் சூதாட்டத்தின்மீது ஏற்படுகிற ஆசையும், உடலுக்குத் துன்பம் தொடர்ந்து வரவர உயிர்மீது கொள்கிற ஆசையும் ஒன்றேதான்.

95. மருந்து

941. மிகினும் குறையினும் நோய்செய்யும் நூலோர்
 வளிமுதலா எண்ணிய மூன்று.

 வாதம், பித்தம், சிலேத்துமம் என்று மருத்துவ நூலோர் கணித்துள்ள மூன்றில் ஒன்று அளவுக்கு அதிகமானாலும் குறைந்தாலும் நோய் உண்டாகும்.

942. மருந்தென வேண்டாவாம் யாக்கைக் கருந்திய
 தற்றது போற்றி உணின்.

 உண்ட உணவு செரிப்பதற்கான கால இடைவெளி தந்து, உணவு அருந்துகிறவர்களின் உடலுக்கு வேறு மருந்தே தேவையில்லை.

943. அற்றால் அளவறிந் துண்க அஃதுடம்பு
 பெற்றான் நெடிதுய்க்கும் ஆறு.

 உண்ட உணவு செரித்ததையும், உண்ணும் உணவின் அளவையும் அறிந்து உண்பது நீண்டநாள் வாழ்வதற்கு வழியாகும்.

944. அற்ற தறிந்து கடைப்பிடித்து மாறல்ல
 துய்க்க துவரப் பசித்து.

 உண்டது செரித்ததா என்பதை உணர்ந்து, நன்கு பசியெடுத்த பிறகு உடலுக்கு ஒத்துவரக்கூடிய உணவை அருந்த வேண்டும்.

945. மாறுபா டில்லாத உண்டி மறுத்துண்ணின்
 ஊறுபா டில்லை உயிர்க்கு.

 உடலுக்கு ஒத்துவரக்கூடிய உணவைக்கூட அதிகமாகும்போது மறுத்து அளவுடன் உண்டால், உயிர் வாழ்வதற்குத் தொல்லை எதுவுமில்லை.

946. இழிவறிந் துண்பான்கண் இன்பம்போல் நிற்கும்
கழிபேர் இரையான்கண் நோய்.

அளவோடு உண்பவர் உடல் நலமுடன் வாழ்வதும் அதிகம் உண்பவர் நோய்க்கு ஆளாவதும் இயற்கை.

947. தீயள வன்றித் தெரியான் பெரிதுண்ணின்
நோயள வின்றிப் படும்.

பசியின் அளவு அறியாமலும், ஆராயாமலும் அதிகம் உண்டால் நோய்களும் அளவின்றி வரும்.

948. நோய்நாடி நோய்முதல் நாடி அதுதணிக்கும்
வாய்நாடி வாய்ப்பச் செயல்.

நோய் என்ன? நோய்க்கான காரணம் என்ன? நோய் தீர்க்கும் வழி என்ன? இவற்றை முறையாக ஆராய்ந்து சிகிச்சை செய்யவேண்டும் (உடல் நோய்க்கு மட்டுமின்றி சமுதாய நோய்க்கும் இது பொருந்தும்).

949. உற்றான் அளவும் பிணியளவும் காலமும்
கற்றான் கருதிச் செயல்.

நோயாளியின் வயது, நோயின் தன்மை, மருத்துவம் செய்வதற்குரிய நேரம் என்பனவற்றை எல்லாம் மருத்துவம் கற்றவர் எண்ணிப் பார்த்தே செயல்பட வேண்டும்.

950. உற்றவன் தீர்ப்பான் மருந்துழைச் செல்வானென்
றப்பானாற் கூற்றே மருந்து.

நோயாளி, மருத்துவர், மருந்து, அருகிருந்து துணைபுரிபவர் என மருத்துவமுறை நான்கு வகையாக அமைந்துள்ளது.

குடியியல்

96. குடிமை

951. இற்பிறந்தார் கண்ணல்ல தில்லை இயல்பாகச்
செப்பமும் நாணும் ஒருங்கு.

நடுநிலை தவறாத பண்பும், ஆரவாரமற்ற அடக்க உணர்வும் கொண்டவர்களையல்லாமல் மற்றவர்களை உயர்ந்த குடியில் பிறந்தவர்களாகக் கருத முடியாது.

952. ஒழுக்கமும் வாய்மையும் நாணுமிம் மூன்றும்
இழுக்கார் குடிப்பிறந் தார்.

ஒழுக்கம், வாய்மை, மானம் ஆகிய இந்த மூன்றிலும் நிலைதவறி நடக்காதவர்களே உயர்ந்த குடியில் பிறந்தவர்களாகக் கருதப்படுவார்கள்.

953. நகையீகை இன்சொல் இகழாமை நான்கும்
வகையென்ப வாய்மைக் குடிக்கு.

முகமலர்ச்சி, ஈகைக்குணம், இனியசொல், பிறரை இகழாத பண்பாடு ஆகிய நான்கு சிறப்புகளும் உள்ளவர்களையே வாய்மையுள்ள குடிமக்கள் என்று வகைப்படுத்த முடியும்.

954. அடுக்கிய கோடி பெறினும் குடிப்பிறந்தார்
குன்றுவ செய்தல் இலர்.

பலகோடிப் பொருள்களை அடுக்கிக் கொடுத்தாலும் சிறந்த குடியில் பிறந்தவர்கள் அந்தச் சிறப்பு கெடுவதற்கான செயல்களுக்கு இடம் தரமாட்டார்கள்.

955. வழங்குவ துள்வீழ்ந்தக் கண்ணும் பழங்குடி
பண்பின் தலைப்பிரிதல் இன்று.

பழம் பெருமை வாய்ந்த குடியில் பிறந்தவர்கள் வறுமையால் தாக்குண்ட போதிலும், பிறருக்கு வழங்கும் பண்பை இழக்க மாட்டார்கள்.

956. சலம்பற்றிச் சால்பில செய்யார்மா சற்ற
 குலம்பற்றி வாழ்துமென் பார்.

மாசற்ற பண்புடன் வாழ்வதாகக் கருதிக் கொண்டிருப்பவர்கள், வஞ்சக நினைவுடன் தகாத காரியங்களில் ஈடுபடமாட்டார்கள்.

957. குடிப்பிறந்தார் கண்விளங்கும் குற்றம் விசும்பின்
 மதிக்கண் மறுப்போல் உயர்ந்து.

பிறந்த குடிக்குப் பெருமை சேர்ப்பவரிடமுள்ள சிறிய குறைகள், ஒளிவு மறைவு ஏதுமின்றி, வானத்து நிலவில் உள்ள குறைபோல வெளிப்படையாகத் தெரியக் கூடியதாகும்.

958. நலத்தின்கண் நாரின்மை தோன்றின் அவனைக்
 குலத்தின்கண் ஐயப் படும்.

என்னதான் அழகும் புகழும் உடையவனாக இருந்தாலும் அன்பு எனும் ஒரு பண்பு இல்லாதவனாக இருந்தால் அவன் பிறந்த குலத்தையே சந்தேகிக்க வேண்டிய நிலை ஏற்படும்.

959. நிலத்திற் கிடந்தமை கால்காட்டும் காட்டும்
 குலத்திற் பிறந்தார்வாய்ச் சொல்.

விளைந்த பயிரைப் பார்த்தாலே இது எந்த நிலத்தில் விளைந்தது என்று அறிந்து கொள்ளலாம். அதேபோல ஒருவரின் வாய்ச் சொல்லைக் கேட்டே அவர் எத்தகைய குடியில் பிறந்தவர் என்பதை உணர்ந்து கொள்ளலாம்.

960. நலம்வேண்டின் நாணுடைமை வேண்டும் குலம்வேண்டின்
 வேண்டுக யார்க்கும் பணிவு.

தகாத செயல் புரிந்திட அஞ்சி நாணுவதும், எல்லோரிடமும் ஆணவமின்றிப் பணிவுடன் நடந்து கொள்வதும் ஒருவரின் நலத்தையும் அவர் பிறந்த குலத்தையும் உயர்த்தக் கூடியவைகளாகும்.

97. மானம்

961. இன்றி அமையாச் சிறப்பின ஆயினும்
குன்ற வருப விடல்.

கட்டாயமாகச் செய்து தீர வேண்டிய செயல்கள் என்றாலும்கூட அவற்றால் தனது பெருமை குறையுமானால் அந்தச் செயல்களைத் தவிர்த்திடல் வேண்டும்.

962. சீரினும் சீரல்ல செய்யாரே சீரொடு
பேராண்மை வேண்டு பவர்.

புகழ்மிக்க வீர வாழ்க்கையை விரும்புகிறவர், தனக்கு எப்படியும் புகழ் வரவேண்டுமென்பதற்காக மான உணர்வுக்குப் புறம்பான காரியத்தில் ஈடுபடமாட்டார்.

963. பெருக்கத்து வேண்டும் பணிதல் சிறிய
சுருக்கத்து வேண்டும் உயர்வு.

உயர்ந்த நிலை வரும்போது அடக்க உணர்வும், அந்த நிலை மாறிவிட்ட சூழலில் யாருக்கும் அடிமையாக அடங்கி நடக்காத மான உணர்வும் வேண்டும்.

964. தலையின் இழிந்த மயிரனையர் மாந்தர்
நிலையின் இழிந்தக் கடை.

மக்களின் நெஞ்சத்தில் உயர்ந்த இடம் பெற்றிருந்த ஒருவர் மானமிழந்து தாழ்ந்திடும்போது, தலையிலிருந்து உதிர்ந்த மயிருக்குச் சமமாகக் கருதப்படுவார்.

965. குன்றின் அனையாரும் குன்றுவர் குன்றுவ
குன்றி அனைய செயின்.

குன்றினைப் போல் உயர்ந்து கம்பீரமாக நிற்பவர்களும் ஒரு குன்றிமணி அளவு இழிவான செயலில் ஈடுபட்டால் தாழ்ந்து குன்றிப் போய் விடுவார்கள்.

966. புகழின்றால் புத்தேணாட் டுய்யாதால் என்மற்
றிகழ்வார்பின் சென்று நிலை.

இகழ்வதையும் பொறுத்துக்கொண்டு, மானத்தை விட்டுவிட்டு ஒருவர் பின்னே பணிந்து செல்வதால் என்ன புகழ் கிடைக்கும்? இல்லாத சொர்க்கமா கிடைக்கும்?

967. ஒட்டார்பின் சென்றொருவன் வாழ்தலின் அந்நிலையே
கெட்டான் எனப்படுதல் நன்று.

தன்னை மதிக்காதவரின் பின்னால் சென்று உயிர் வாழ்வதைவிடச் செத்தொழிவது எவ்வளவோ மேல்.

968. மருந்தோமற் றூனோம்பும் வாழ்க்கை பெருந்தகைமை
பீடழிய வந்த இடத்து.

சாகாமலே இருக்க மருந்து கிடையாது. அப்படி இருக்கும்போது உயிரைவிட நிலையான மானத்தைப் போற்றாமல், வாழ்க்கை மேம்பாட்டுக்காக ஒருவர், தமது பெருமையைக் குறைத்துக் கொள்வது இழிவான செயலாகும்.

969. மயிர்நீப்பின் வாழாக் கவரிமா அன்னார்
உயிர்நீப்பர் மானம் வரின்.

உடலில் உள்ள உரோமம் நீக்கப்பட்டால் உயிர் வாழாது கவரிமான் என்பார்கள். அதுபோல் மானம் அழிய நேர்ந்தால் உயர்ந்த மனிதர்கள் உயிரையே விட்டு விடுவார்கள்.

970. இளிவரின் வாழாத மானம் உடையார்
ஒளிதொழு தேத்தும் உலகு.

மானம் அழியத்தக்க இழிவு வந்ததே என்று உயிரை மாய்த்துக் கொள்ளக் கூடியவர்களின் புகழை உலகம் எக்காலமும் போற்றி நிற்கும்.

98. பெருமை

971. ஒளியொருவற் குள்ள வெறுக்கை இளியொருவற்
கஃ்திறந்து வாழ்தும் எனல்.

ஒருவரின் வாழ்க்கைக்கு ஒளிதருவது ஊக்கமே யாகும். ஊக்கமின்றி உயிர்வாழ்வது இழிவு தருவதாகும்.

972. பிறப்பொக்கும் எல்லா உயிர்க்கும் சிறப்பொவ்வா
செய்தொழில் வேற்றுமை யான்.

பிறப்பினால் அனைவரும் சமம். செய்யும் தொழிலில் காட்டுகிற திறமையில் மட்டுமே வேறுபாடு காண முடியும்.

973. மேலிருந்தும் மேலல்லார் மேலல்லர் கீழிருந்தும்
கீழல்லார் கீழல் லவர்.

பண்பு இல்லாதவர்கள் உயர்ந்த பதவியில் இருந்தாலும் உயர்ந்தோர் அல்லர்; இழிவான காரியங்களில் ஈடுபடாதவர்கள் தாழ்ந்த நிலையில் இருந்தாலும் உயர்ந்தோரேயாவார்கள்.

974. ஒருமை மகளிரே போலப் பெருமையும்
தன்னைத்தான் கொண்டொழுகின் உண்டு.

தன்னிலை தவறாமல் ஒருவன் தன்னைத் தானே காத்துக்கொண்டு வாழ்வானேயானால், கற்புக்கரசிகளுக்குக் கிடைக்கும் புகழும் பெருமையும் அவனுக்குக் கிடைக்கும்.

975. பெருமை யுடையவர் ஆற்றுவார் ஆற்றின்
அருமை யுடைய செயல்.

அரிய செயல்களை அவற்றுக்கு உரிய முறையான வழியில் செய்து முடிக்கும் திறமையுடையவர்கள் பெருமைக்குரியவராவார்கள்.

976. **சிறியார் உணர்ச்சியுள் இல்லை பெரியாரைப்**
பேணிக்கொள் வேமென்னும் நோக்கு.

பெரியோரைப் போற்றி ஏற்றுக்கொள்ளும் நோக்கம், அறிவிற் சிறியோரின் உணர்ச்சியில் ஒன்றியிருப்பதில்லை.

977. **இறப்பே புரிந்த தொழிற்றாம் சிறப்புந்தான்**
சீரல் லவர்கண் படின்.

சிறப்பான நிலையுங்கூட அதற்குப் பொருந்தாத கீழ்மக்களுக்குக் கிட்டுமானால், அவர்கள் வரம்புமீறிச் செயல்படுவது இயற்கை.

பணியுமாம் என்றும் பெருமை சிறுமை
அணியுமாம் தன்னை வியந்து.

ண்புடைய பெரியோர் எல்லோரிடமும் எப்பொழுதும் பணிவுடன் பழகுவார்கள்; பண்பு இல்லாத சிறியோர், நம்மைத் தாமே புகழ்ந்து கொண்டு இறுமாந்து டப்பார்கள்.

97. **ருமை பெருமிதம் இன்மை சிறுமை**
ருமிதம் ஊர்ந்து விடல்.

னவமின்றி அடக்கமாக இருப்பது பெருமை ப்படும். ஆணவத்தின் எல்லைக்கே சென்றுவிடுவது சி மை எனப்படும்.

980. **அற்றம் மறைக்கும் பெருமை சிறுமைதான்**
குற்றமே கூறி விடும்.

பிறருடைய குறைகளை மறைப்பது பெருமைப் பண்பாகும். பிறருடைய குற்றங்களையே கூறிக் கொண்டிருப்பது சிறுமைக் குணமாகும்.

99. சான்றாண்மை

981. கடனென்ப நல்லவை யெல்லாம் கடனறிந்து
சான்றாண்மை மேற்கொள் பவர்க்கு.

ஆற்ற வேண்டிய கடமைகளை உணர்ந்து, அவற்றைப் பண்பார்ந்த முறையில் நிறைவேற்ற மேற்கொள்ளப்படும் முயற்சிகள் அனைத்தும் நல்ல கடமைகள் என்றே கொள்ளப்படும்.

982. குணநலஞ் சான்றோர் நலனே பிறநலம்
எந்நலத் துள்ளதூஉ மன்று.

நற்பண்பு ஒன்றே சான்றோர்க்கான அழகாகும். வேறு எந்த அழகும் அழகல்ல.

983. அன்புநாண் ஒப்புரவு கண்ணோட்டம் வாய்மையொ
டைந்துசால் பூன்றிய தூண்.

அன்பு கொள்ளுதல், பழிபுரிந்திட நாணுதல், உலக ஒழுக்கம் போற்றுதல், இரக்கச் செயலாற்றுதல், வாய்மை கடைப்பிடித்தல் ஆகிய ஐந்தும் சான்றாண்மையைத் தாங்கும் தூண்களாகும்.

984. கொல்லா நலத்தது நோன்மை பிறர்தீமை
சொல்லா நலத்தது சால்பு.

உயிரைக் கொல்லாத அறத்தை அடிப்படையாகக் கொண்டது நோன்பு. பிறர் செய்யும் தீமையைச் சுட்டிச் சொல்லாத பண்பைக் குறிப்பது சால்பு.

985. ஆற்றுவார் ஆற்றல் பணிதல் அதுசான்றோர்
மாற்றாரை மாற்றும் படை.

ஆணவமின்றிப் பணிவுடன் நடத்தலே, ஆற்றலாளரின் ஆற்றல் என்பதால் அதுவே பகைமையை மாற்றுகின்ற படையாகச் சான்றோர்க்கு அமைவதாகும்.

986. சால்பிற்குக் கட்டளை யாதெனின் தோல்வி
துலையல்லார் கண்ணும் கொளல்.

சமநிலையில் இல்லாதவர்களால் தனக்கு ஏற்படும் தோல்வியைக்கூட ஒப்புக் கொள்ளும் மனப்பக்குவம்தான் ஒருவரின் மேன்மைக்கு உரைகல்லாகும்.

987. இன்னாசெய் தார்க்கும் இனியவே செய்யாக்கால்
என்ன பயத்ததோ சால்பு.

தமக்குத் தீமை செய்தவருக்கும் திரும்ப நன்மை செய்யாமல் விட்டுவிட்டால் சான்றாண்மை எனும் நல்ல பண்பு இருந்தும் அதனால் என்ன பயன்?

988. இன்மை ஒருவற் கிளிவன்று சால்பென்னும்
திண்மையுண் டாகப் பெறின்.

சால்பு என்கிற உறுதியைச் செல்வமெனக் கொண்டவருக்கு வறுமை என்பது இழிவுதரக் கூடியதல்ல.

989. ஊழி பெயரினும் தாம்பெயரார் சான்றாண்மைக்
காழி யெனப்படு வார்.

தமக்குரிய கடமைகளைக் கண்ணியத்துடன் ஆற்றுகின்ற சான்றோர் எல்லாக் கடல்களும் தடம்புரண்டு மாறுகின்ற ஊழிக்காலம் ஏற்பட்டாலும்கூடத் தம்நிலை மாறாத கடலாகத் திகழ்வார்கள்.

990. சான்றவர் சான்றாண்மை குன்றின் இருநிலந்தான்
தாங்காது மன்னோ பொறை.

சான்றோரின் நற்பண்பே குறையத்தொடங்கினால் அதனை இந்த உலகம் பொறுமையுடன் தாங்கிக் கொள்ளாது.

100. பண்புடைமை

991. எண்பதத்தால் எய்தல் எளிதென்ப யார்மாட்டும்
பண்புடைமை என்னும் வழக்கு.

யாராயிருந்தாலும் அவர்களிடத்தில் எளிமையாகப் பழகினால், அதுவே பண்புடைமை என்கிற சிறந்த ஒழுக்கத்தைப் பெறுவதற்கு எளிதான வழியாக அமையும்.

992. அன்புடைமை ஆன்ற குடிப்பிறத்தல் இவ்விரண்டும்
பண்புடைமை என்னும் வழக்கு.

அன்புடையவராக இருப்பதும், உயர்ந்த குடியில் பிறந்த இலக்கணத்துக்கு உரியவராக இருப்பதும்தான் பண்புடைமை எனக் கூறப்படுகிற சிறந்த நெறியாகும்.

993. உறுப்பொத்தல் மக்களொப் பன்றால் வெறுத்தக்க
பண்பொத்தல் ஒப்பதாம் ஒப்பு.

நற்பண்பு இல்லாதவர்களை அவர்களின் உடல் உறுப்புகளை மட்டுமே ஒப்பிட்டுப் பார்த்து மக்கள் இனத்தில் சேர்த்துப் பேசுவது சரியல்ல; நற்பண்புகளால் ஒத்திருப்பவர்களே மக்கள் எனப்படுவர்.

994. நயனொடு நன்றி புரிந்த பயனுடையார்
பண்புபா ராட்டும் உலகு.

நீதி வழுவாமல் நன்மைகளைச் செய்து பிறருக்குப் பயன்படப் பணியாற்றுகிறவர்களின் நல்ல பண்பை உலகம் பாராட்டும்.

995. நகையுள்ளும் இன்னா திகழ்ச்சி பகையுள்ளும்
பண்புள பாடறிவார் மாட்டு.

விளையாட்டாகக்கூட ஒருவரை இகழ்ந்து பேசுவதால் கேடு உண்டாகும். அறிவு முதிர்ந்தவர்கள், பகைவரிடமும் பண்புகெடாமல் நடந்து கொள்வார்கள்.

996. பண்புடையார்ப் பட்டுண் டுலகம் அதுவின்றேல்
 மண்புக்கு மாய்வது மன்.

 உலக நடைமுறைகள், பண்பாளர்களைச் சார்ந்து இயங்க வேண்டும். இல்லையேல் அந்த நடைமுறைகள் நாசமாகிவிடும்.

997. அரம்போலும் கூர்மைய ரேனும் மரம்போல்வர்
 மக்கட்பண் பில்லா தவர்.

 அரம்போன்ற கூர்மையான அறிவுடைய மேதையாக இருந்தாலும், மக்களுக்குரிய பண்பு இல்லாதவர் மரத்துக்கு ஒப்பானவரேயாவார்.

998. நண்பாற்றார் ஆகி நயமில செய்வார்க்கும்
 பண்பாற்றார் ஆதல் கடை.

 நட்புக்கு ஏற்றவராக இல்லாமல் தீமைகளையே செய்து கொண்டிருப்பவரிடம், நாம் பொறுமை காட்டிப் பண்புடையவராக நடந்து கொள்ளாவிட்டால் அது இழிவான செயலாகக் கருதப்படும்.

999. நகல்வல்லர் அல்லார்க்கு மாயிரு ஞாலம்
 பகலும்பாற் பட்டன் றிருள்.

 நண்பர்களுடன் பழகி மகிழத் தெரியாதவர்களுக்கு உலகம் என்பது பகலில் கூட இருட்டாகத்தான் இருக்கும்.

1000. பண்பிலான் பெற்ற பெருஞ்செல்வம் நன்பால்
 கலந்தீமை யால்திரிந் தற்று.

 பாத்திரம் களிம்பு பிடித்திருந்தால், அதில் ஊற்றி வைக்கப்படும் பால் எப்படிக் கெட்டுவிடுமோ அதுபோலப் பண்பு இல்லாதவர்கள் பெற்ற செல்வமும் பயனற்றதாகி விடும்.

குடியியல்   கலைஞர் உரை

101. நன்றியில் செல்வம்

1001. வைத்தான்வாய் சான்ற பெரும்பொருள் அஃதுண்ணான்
செத்தான் செயக்கிடந்த தில்.

அடங்காத ஆசையினால் வீடு கொள்ளாத அளவுக்குச் செல்வத்தைச் சேர்த்து வைத்து அதனை அனுபவிக்காமல் செத்துப்போகிறவனுக்கு அப்படிச் சேர்க்கப்பட்ட செல்வத்தினால் என்ன பயன்?

1002. பொருளானாம் எல்லாமென் றீயா திவறும்
மருளானாம் மாணாப் பிறப்பு.

யாருக்கும் எதுவும் கொடுக்காமல், தன்னிடமுள்ள பொருளால் எல்லாம் ஆகுமென்று, அதனைவிடாமல் பற்றிக் கொண்டிருப்பவன் எந்தச் சிறப்புமில்லாத இழி பிறவியாவான்.

1003. ஈட்டம் இவறி இசைவேண்டா ஆடவர்
தோற்றம் நிலக்குப் பொறை.

புகழை விரும்பாமல் பொருள் சேர்ப்பது ஒன்றிலேயே குறியாக இருப்பவர்கள் பிறந்து வாழ்வதே இந்தப் பூமிக்குப் பெரும் சுமையாகும்.

1004. எச்சமென் றென்னெண்ணுங் கொல்லோ ஒருவரால்
நச்சப் படா தவன்.

யாராலும் விரும்பப்படாத ஒருவன், தன் மரணத்திற்குப் பிறகு எஞ்சி நிற்கப் போவது என்று எதனை நினைத்திட முடியும்?

1005. கொடுப்பதூஉம் துய்ப்பதூஉம் இல்லார்க் கடுக்கிய
கோடியுண் டாயினும் இல்.

கொடுத்து உதவும் பண்பினால் இன்பமுறும் இயல்பு இல்லாதவரிடம், கோடி கோடியாகச் செல்வம் குவிந்தாலும் அதனால் பயன் எதுவுமில்லை.

1006. ஏதம் பெருஞ்செல்வம் தான்துவ்வான் தக்கார்க்கொன்
றீத லியல்பிலா தான்.

தானும் அனுபவிக்காமல் தக்கவர்களுக்கு உதவிடும் இயல்பும் இல்லாமல் வாழ்கிறவன், தன்னிடமுள்ள பெருஞ்செல்வத்தைத் தொற்றிக்கொண்ட நோயாவான்.

1007. அற்றார்க்கொன் றாற்றாதான் செல்வம் மிகநலம்
பெற்றாள் தமியள்மூத் தற்று.

வறியவர்க்கு எதுவும் வழங்கி உதவாதவனுடைய செல்வம், மிகுந்த அழகியொருத்தி, தன்னந்தனியாகவே இருந்து முதுமையடைவதைப் போன்றது.

1008. நச்சப் படாதவன் செல்வம் நடுவூருள்
நச்சு மரம்பழுத் தற்று.

வெறுக்கப்படுகிறவரிடம் குவிந்துள்ள செல்வமும், ஊர் நடுவே நச்சு மரத்தில் காய்த்துக் குலுங்குகின்ற பழமும் வெவ்வேறானவையல்ல!

1009. அன்பொரீஇத் தற்செற் றறநோக்கா தீட்டிய
ஒண்பொருள் கொள்வார் பிறர்.

அன்பெனும் பண்பை அறவே நீக்கி, தன்னையும் வருத்திக் கொண்டு, அறவழிக்குப் புறம்பாகச் சேர்த்துக் குவித்திடும் செல்வத்தைப் பிறர் கொள்ளை கொண்டு போய்விடுவர்.

1010. சீருடைச் செல்வர் சிறுதுனி மாரி
வறங்கூர்ந் தனைய துடைத்து.

சிறந்த உள்ளம் கொண்ட செல்வர்களுக்கேற்படும் சிறிதளவு வறுமையின் நிழல்கூட, மழை பொய்த்து விட்டதற்கு ஒப்பானதாகும்.

102. நாணுடைமை

1011. கருமத்தால் நாணுதல் நாணுத் திருநுதல்
நல்லவர் நாணுப் பிற.

ஒருவர் தமது தகாத நடத்தையின் காரணமாக நாணுவதற்கும், நல்ல பெண்களுக்கு இயல்பாக ஏற்படும் நாணத்துக்கும் மிகுந்த வேறுபாடு உண்டு.

1012. ஊணுடை எச்சம் உயிர்க்கெல்லாம் வேறல்ல
நாணுடைமை மாந்தர் சிறப்பு.

உணவு, உடை போன்ற அனைத்தும் எல்லோருக்கும் பொதுவான தேவைகளாக அமைகின்றன; ஆனால் சிறப்புக்குரிய தேவையாக இருப்பது, பிறரால் பழிக்கப்படும் செயல்களைத் தவிர்த்து வாழும் நாணுடைமைதான்.

1013. ஊனைக் குறித்த உயிரெல்லாம் நாணென்னும்
நன்மை குறித்தது சால்பு.

உடலுடன் இணைந்தே உயிர் இருப்பதுபோல், மாண்பு என்பது நாண உணர்வுடன் இணைந்து இருப்பதேயாகும்.

1014. அணியன்றோ நாணுடைமை சான்றோர்க்கஃதின்றேற்
பிணியன்றோ பீடு நடை.

நடந்த தவறு காரணமாகத் தமக்குள் வருந்துகிற நாணம் எனும் உணர்வு, பெரியவர்களுக்கு அணிகலன் ஆக விளங்கும். அந்த அணிகலன் இல்லாமல் என்னதான் பெருமிதமாக நடைபோட்டாலும், அந்த நடையை ஒரு நோய்க்கு ஒப்பானதாகவே கருத முடியும்.

1015. பிறர்பழியும் தம்பழியும் நாணுவார் நாணுக்
குறைபதி என்னும் உலகு.

தமக்கு வரும் பழிக்காக மட்டுமின்றிப் பிறர்க்கு வரும் பழிக்காகவும் வருந்தி நாணுகின்றவர், நாணம் எனும் பண்பிற்கான உறைவிடமாவார்.

1016. நாண்வேலி கொள்ளாது மன்னோ வியன்ஞாலம்
பேணலர் மேலா யவர்.

பரந்த இந்த உலகில் எந்தப் பாதுகாப்பையும்விட, நாணம் எனும் வேலியைத்தான் உயர்ந்த மனிதர்கள், தங்களின் பாதுகாப்பாகக் கொள்வார்கள்.

1017. நாணால் உயிரைத் துறப்பர் உயிர்ப்பொருட்டால்
நாண்துறவார் நாணாள் பவர்.

நாண உணர்வுடையவர்கள் மானத்தைக் காப்பாற்றிக் கொள்ள உயிரையும் விடுவார்கள். உயிரைக் காப்பாற்றிக் கொள்வதற்காக மானத்தை விடமாட்டார்கள்.

1018. பிறர்நாணத் தக்கது தானாணா னாயின்
அறநாணத் தக்க துடைத்து.

வெட்கப்படவேண்டிய அளவுக்குப் பழிக்கு ஆளானவர்கள் அதற்காக வெட்கப்படாமல் இருந்தால் அவர்களை விட்டு அறநெறி வெட்கப்பட்டு அகன்று விட்டதாகக் கருத வேண்டும்.

1019. குலஞ்சுடும் கொள்கை பிழைப்பின் நலஞ்சுடும்
நாணின்மை நின்றக் கடை

கொண்ட கொள்கையில் தவறினால் குலத்துக்கு இழுக்கு நேரும். அதற்கு நாணாமல் பிறர் பழிக்கும் செயல் புரிந்தால் நலமனைத்தும் கெடும்.

1020. நாணகத் தில்லார் இயக்கம் மரப்பாவை
நாணால் உயிர்மருட்டி அற்று.

உயிர் இருப்பது போலக் கயிறுகொண்டு ஆட்டி வைக்கப்படும் மரப்பொம்மைக்கும், மனத்தில் நாணமெனும் ஓர் உணர்வு இல்லாமல் உலகில் நடமாடுபவருக்கும் வேறுபாடு இல்லை.

103. குடிசெயல் வகை

1021. கருமம் செயவொருவன் கைதூவேன் என்னும்
பெருமையிற் பீடுடைய தில்.

உரிய கடமையைச் செய்வதில் சோர்வு காணாமல் எவனொருவன் முயற்சிகளை விடாமல் மேற்கொள்கிறானோ அந்தப் பெருமைக்கு மேலாக வேறொரு பெருமை கிடையாது.

1022. ஆள்வினையும் ஆன்ற அறிவும் எனவிரண்டின்
நீள்வினையான் நீளும் குடி.

ஆழ்ந்த அறிவும் விடாமுயற்சியும் கொண்டு ஒருவன் அயராது பாடுபட்டால் அவனைச் சேர்ந்துள்ள குடிமக்களின் பெருமை உயரும்.

1023. குடிசெய்வல் என்னும் ஒருவற்குத் தெய்வம்
மடிதற்றுத் தான்முந் துறும்.

தன்னைச் சேர்ந்த குடிமக்களை உயர்வடையச் செய்திட ஓயாது உழைப்பவனுக்குத் தெய்வச் செயல் எனக்கூறப்படும் இயற்கையின் ஆற்றல்கூட வரிந்து கட்டிக்கொண்டு வந்து துணைபுரியும்.

1024. சூழாமல் தானே முடிவெய்தும் தங்குடியைத்
தாழா துஞற்று பவர்க்கு.

தம்மைச் சார்ந்த குடிகளை உயர்த்தும் செயல்களில் காலம் தாழ்த்தாமல் ஈடுபட்டு முயலுகிறவர்களுக்குத் தாமாகவே வெற்றிகள் வந்து குவிந்துவிடும்.

1025. குற்றம் இலனாய்க் குடிசெய்து வாழ்வானைச்
சுற்றமாச் சுற்றும் உலகு.

குற்றமற்றவனாகவும், குடிமக்களின் நலத்திற்குப் பாடுபடுபவனாகவும் இருப்பவனைத் தமது உறவினனாகக் கருதி, மக்கள் சூழ்ந்து கொள்வார்கள்.

1026. நல்லாண்மை என்ப தொருவற்குத் தான்பிறந்த
இல்லாண்மை ஆக்கிக் கொளல்.

நல்ல முறையில் ஆளும் திறமை பெற்றவர், தான் பிறந்த குடிக்கே பெருமை சேர்ப்பவராவார்.

1027. அமரகத்து வன்கண்ணர் போலத் தமரகத்தும்
ஆற்றுவார் மேற்றே பொறை.

போர்க்களத்தில் எதிர்ப்புகளைத் தாங்கிப் படை நடத்தும் பொறுப்பு அதற்கான ஆற்றல் படைத்தவர்களிடம் இருப்பது போலத்தான் குடிமக்களைக் காப்பாற்றி உயர்வடையச் செய்யும் பொறுப்பும் அவர்களைச் சேர்ந்த ஆற்றலாளர்களுக்கே உண்டு.

1028. குடிசெய்வார்க் கில்லை பருவம் மடிசெய்து
மானங் கருதக் கெடும்.

தன்மீது நடத்தப்படும் இழிவான தாக்குதலைக் கண்டு கலங்கினாலோ, பணியாற்றக் காலம் வரட்டும் என்று சோர்வுடன் தயக்கம் காட்டினாலோ குடிமக்களின் நலன் சீர்குலைந்துவிடும்.

1029. இடும்பைக்கே கொள்கலம் கொல்லோ குடும்பத்தைக்
குற்ற மறைப்பான் உடம்பு.

தன்னைச் சார்ந்துள்ள குடிகளுக்குத் துன்பம் வராமல் தடுத்துத் தொடர்ந்து அக்குடிகளைக் காப்பாற்ற முயலுகிற ஒருவன், துன்பத்தைத் தாங்கிக் கொள்ளவே பிறந்தவனாகப் போற்றப்படுவான்.

1030. இடுக்கண்கால் கொன்றிட வீழும் அடுத்தூன்றும்
நல்லாள் இலாத குடி.

வரும் துன்பத்தை எதிர்நின்று தாங்கக் கூடிய ஆற்றலுடையவர் இல்லாத குடியை அத்துன்பம் வென்று வீழ்த்திவிடும்.

104. உழவு

1031. சுழன்றும்ஏர்ப் பின்ன துலகம் அதனால்
உழந்தும் உழவே தலை.

பல தொழில்களைச் செய்து சுழன்று கொண்டிருக்கும் இந்த உலகம், ஏர்த்தொழிலின் பின்னேதான் சுற்ற வேண்டியிருக்கிறது. எனவே எவ்வளவுதான் துன்பம் இருப்பினும் உழவுத் தொழிலே சிறந்தது.

1032. உழுவார் உலகத்தார்க் காணியஃ தாற்றா
தெழுவாரை எல்லாம் பொறுத்து.

பல்வேறு தொழில் புரிகின்ற மக்களின் பசி போக்கிடும் தொழிலாக உழவுத்தொழில் இருப்பதால் அதுவே உலகத்தாரைத் தாங்கி நிற்கும் அச்சாணி எனப்படும்.

1033. உழதுண்டு வாழ்வாரே வாழ்வார்மற் றெல்லாம்
தொழுதுண்டு பின்செல் பவர்.

உழுதுண்டு வாழ்பவர்களே உயர்ந்த வாழ்வினர்; ஏனென்றால், மற்றவர்கள் அவர்களைத் தொழுதுண்டு வாழ வேண்டியிருக்கிறது.

1034. பலகுடை நீழலும் தங்குடைக்கீழ்க் காண்பர்
அலகுடை நீழ லவர்.

பல அரசுகளின் நிழல்களைத் தமது குடைநிழலின் கீழ் கொண்டு வரும் வலிமை பெற்றவர்கள் உழவர்கள்.

1035. இரவார் இரப்பார்க்கொன் றீவர் கரவாது
கைசெய்தூண் மாலை யவர்.

தாமே தொழில் செய்து ஊதியம் பெற்று உண்ணும் இயல்புடையவர், பிறரிடம் சென்று கையேந்த மாட்டார், தம்மிடம் வேண்டி நின்றவர்க்கும் ஒளிக்காமல் வழங்குவார்.

1036. உழவினார் கைம்மடங்கின் இல்லை விழைவதூஉம்
விட்டேமென் பார்க்கும் நிலை.

எல்லாப் பற்றையும் விட்டுவிட்டதாகக் கூறும் துறவிகள்கூட உழவரின் கையை எதிர்பார்த்துதான் வாழ வேண்டும்.

1037. தொடிப்புழுதி கஃசா உணக்கின் பிடித்தெருவும்
வேண்டாது சாலப் படும்.

ஒருபலம் புழுதி, காற்பலம் ஆகிற அளவுக்குப் பலமுறை உழுதாலே ஒரு பிடி எருவும் தேவையின்றிப் பயிர் செழித்து வளரும்.

1038. ஏரினும் நன்றால் எருவிடுதல் கட்டபின்
நீரினும் நன்றதன் காப்பு.

உழுவதைக் காட்டிலும் உரம் இடுதல் நல்லது; களை எடுப்பதும், நீர் பாய்ச்சுவதும் மிகவும் நல்லது; அதைவிட நல்லது, அந்தப் பயிரைப் பாதுகாப்பது.

1039. செல்லான் கிழவன் இருப்பின் நிலம்புலந்
தில்லாளின் ஊடி விடும்.

உழவன், தனது நிலத்தை நாள்தோறும் சென்று கவனிக்காமல் இருந்தால், அவனால் வெறுப்புற்று விலகியிருக்கும் மனைவிபோல அது விளைச்சலின்றிப் போய்விடும்.

1040. இலமென் றசைஇ இருப்பாரைக் காணின்
நிலமென்னும் நல்லாள் நகும்.

வாழ வழியில்லை என்று கூறிக்கொண்டு சோம்பலாய் இருப்பவரைப் பார்த்துப் பூமித்தாய் கேலி புரிவாள்.

105. நல்குரவு

1041. இன்மையின் இன்னாத தியாதெனின் இன்மையின்
இன்மையே இன்னா தது.

வறுமைத் துன்பத்துக்கு உவமையாகக் காட்டுவதற்கு வறுமைத் துன்பத்தைத் தவிர வேறு துன்பம் எதுவுமில்லை.

1042. இன்மை எனவொரு பாவி மறுமையும்
இம்மையும் இன்றி வரும்.

பாவி என இகழப்படுகின்ற வறுமைக் கொடுமை ஒருவருக்கு ஏற்பட்டுவிட்டால் அவருக்கு நிகழ்காலத்திலும், வருங்காலத்திலும் நிம்மதி என்பது கிடையாது.

1043. தொல்வரவும் தோலும் கெடுக்கும் தொகையாக
நல்குர வென்னும் நசை.

ஒருவனுக்கு வறுமையின் காரணமாகப் பேராசை ஏற்படுமேயானால், அது அவனுடைய பரம்பரைப் பெருமையையும், புகழையும் ஒரு சேரக் கெடுத்துவிடும்.

1044. இற்பிறந்தார் கண்ணேயும் இன்மை இளிவந்த
சொற்பிறக்கும் சோர்வு தரும்.

இல்லாமை எனும் கொடுமை, நல்ல குடியில் பிறந்தவர்களிடம் இழிந்த சொல் பிறப்பதற்கான சோர்வை உருவாக்கி விடும்.

1045. நல்குர வென்னும் இடும்பையுள் பல்குரைத்
துன்பங்கள் சென்று படும்.

வறுமையெனும் துன்பத்திற்குள்ளிருந்து பல்வேறு வகையான துன்பங்கள் கிளர்ந்தெழும்.

1046. நற்பொருள் நன்குணர்ந்து சொல்லினும் நல்கூர்ந்தார்
சொற்பொருள் சோர்வு படும்.

அரிய பல் நூல்களின் கருத்துகளையும் ஆய்ந்துணர்ந்து சொன்னாலும், அதனைச் சொல்பவர் வறியவராக இருப்பின் அக்கருத்து எடுபடாமற் போகும்.

1047. அறஞ்சாரா நல்குர வீன்றதா யானும்
பிறன்போல நோக்கப் படும்.

வறுமை வந்தது என்பதற்காக, அறநெறியிலிருந்து விலகி நிற்பவனை, அவன் தாய்கூட அயலானைப் போல்தான் கருதுவாள்.

1048. இன்றும் வருவது கொல்லோ நெருநலும்
கொன்றது போலும் நிரப்பு.

கொலை செய்வதுபோல நேற்று கொடுமைப் படுத்திய வறுமை, தொடர்ந்து இன்றைக்கும் வராமல் இருக்க வேண்டுமே என்று வறியவன் ஏங்குவான்.

1049. நெருப்பினுள் துஞ்சலும் ஆகும் நிரப்பினுள்
யாதொன்றும் கண்பா டரிது.

நெருப்புக்குள் படுத்துத் தூங்குவதுகூட ஒரு மனிதனால் முடியும்; ஆனால் வறுமை படுத்தும் பாட்டில் தூங்குவது என்பது இயலாத ஒன்றாகும்.

1050. துப்புர வில்லார் துவரத் துறவாமை
உப்பிற்கும் காடிக்கும் கூற்று.

ஒழுங்குமுறையற்றதால் வறுமையுற்றோர், முழுமையாகத் தம்மைத் துறக்காமல் உயிர்வாழ்வது, உப்புக்கும் கஞ்சிக்கும்தான் கேடு.

106. இரவு

1051. இரக்க இரத்தக்கார்க் காணின் கரப்பின்
அவர்பழி தம்பழி அன்று.

கொடுக்கக்கூடிய தகுதி படைத்தவரிடத்திலே ஒன்றைக் கேட்டு, அதை அவர் இருந்தும் இல்லையென்று சொன்னால், அப்படிச் சொன்னவருக்குத்தான் பழியே தவிர கேட்டவருக்கு அல்ல.

1052. இன்பம் ஒருவற் கிரத்தல் இரந்தவை
துன்பம் உறாஅ வரின்.

வழங்குபவர், வாங்குபவர் ஆகிய இருவர் மனத்திற்கும் துன்பம் எதுவுமின்றி ஒருபொருள் கிடைக்குமானால், அப்பொருள் இரந்து பெற்றதாக இருப்பினும் அதனால் இன்பமே உண்டாகும்.

1053. கரப்பிலா நெஞ்சிற் கடனறிவார் முன்னின்
றிரப்புமோர் ஏஎர் உடைத்து.

உள்ளதை ஒளிக்காத உள்ளமும், கடமையுணர்வும் கொண்டவரிடத்தில் தனது வறுமை காரணமாக இரந்து கேட்பதும் பெருமையுடையதேயாகும்.

1054. இரத்தலும் ஈதலே போலும் கரத்தல்
கனவிலும் தேற்றாதார் மாட்டு.

இருக்கும்போது இல்லையென்று கைவிரிப்பதைக் கனவிலும் நினைக்காதவரிடத்தில், இல்லாதார் இரந்து கேட்பது பிறருக்கு ஈவது போன்ற பெருமையுடையதாகும்.

1055. கரப்பிலார் வையகத் துண்மையாற் கண்ணின்
றிரப்பவர் மேற்கொள் வது.

உள்ளதை இல்லையென்று மறைக்காமல் வழங்கிடும் பண்புடையோர் உலகில் இருப்பதால்தான் இல்லாதவர்கள், அவர்களிடம் சென்று இரத்தலை மேற்கொண்டுள்ளனர்.

1056. கரப்பிடும்பை யில்லாரைக் காணின் நிரப்பிடும்பை
யெல்லா மொருங்கு கெடும்.

இருப்பதைக் கொடுக்க மனமின்றி மறைத்திடும் இழிநிலை இல்லாதவர்களைக் கண்டாலே, இரப்போரின் வறுமைத் துன்பம் அகன்று விடும்.

1057. இகழ்ந்தெள்ளா தீவாரைக் காணின் மகிழ்ந்துள்ளம்
உள்ளுள் உவப்ப துடைத்து.

இழித்துப் பேசாமலும், ஏளனம் புரியாமலும் வழங்கிடும் வள்ளல் தன்மை உடையவர்களைக் காணும்போது, இரப்போர் உள்ளம் மகிழ்ச்சியால் இன்பமுறும்.

1058. இரப்பாரை யில்லாயின் ஈர்ங்கண்மா ஞாலம்
மரப்பாவை சென்றுவந் தற்று.

வறுமையின் காரணமாக யாசிப்பவர்கள், தம்மை நெருங்கக் கூடாது என்கிற மனிதர்களுக்கும், மரத்தால் செய்யப்பட்டு இயக்கப்படும் பதுமைகளுக்கும் வேறுபாடே இல்லை.

1059. ஈவார்கண் என்னுண்டாம் தோற்றம் இரந்துகோள்
மேவார் இலாஅக் கடை.

இரந்து பொருள் பெறுபவர் இல்லாத நிலையில், பொருள் கொடுத்துப் புகழ் பெறுவதற்கான வாய்ப்பு இல்லாமற் போய்விடும்.

1060. இரப்பான் வெகுளாமை வேண்டும் நிரப்பிடும்பை
தானேயும் சாலும் கரி.

இல்லை என்பவரிடம், இரப்பவன் கோபம் கொள்ளக் கூடாது. தன்னைப் போலவே பிறர் நிலைமையும் இருக்கலாம் என்பதற்குத் தன் வறுமையே சான்றாக இருக்கிறதே.

107. இரவச்சம்

1061. கரவா துவந்தீயும் கண்ணன்னார் கண்ணும்
இரவாமை கோடி உறும்.

இருப்பதை ஒளிக்காமல் வழங்கிடும் இரக்கச் சிந்தையுடையவரிடம் கூட, இரவாமல் இருப்பது கோடி மடங்கு உயர்வுடையதாகும்.

1062. இரந்தும் உயிர்வாழ்தல் வேண்டின் பரந்து
கெடுக உலகியற்றி யான்.

பிச்சையெடுத்துதான் சிலர் உயிர்வாழ வேண்டும் என்ற நிலையிருந்தால் இந்த உலகத்தைப் படைத்தவனாகச் சொல்லப்படுபவனும் கெட்டொழிந்து திரியட்டும்.

1063. இன்மை இடும்பை இரந்துதீர் வாமென்னும்
வன்மையின் வன்பாட்ட தில்.

வறுமைக்கொடுமையைப் பிறரிடம் இரந்து போக்கிக் கொள்ளலாம் என்று கருதும் கொடுமையைப்போல் வேறொரு கொடுமை இல்லை.

1064. இடமெல்லாம் கொள்ளாத் தகைத்தே இடமில்லாக்
காலும் இரவொல்லாச் சால்பு.

வாழ்வதற்கு ஒரு வழியும் கிடைக்காத நிலையிலும் பிறரிடம் கையேந்திட நினைக்காத பண்புக்கு, இந்த வையகமே ஈடாகாது.

1065. தெண்ணீர் அடுபுற்கை ஆயினும் தாள்தந்த
துண்ணலின் ஊங்கினிய தில்.

கூழ்தான் குடிக்கவேண்டிய நிலை என்றாலும், அதையும் தானே உழைத்துச் சம்பாதித்துக் குடித்தால் அதைவிட இனிமையானது வேறொன்றும் இல்லை.

1066. ஆவிற்கு நீரென் றிரப்பினும் நாவிற்
கிரவின் இளிவந்த தில்.

தாகம் கொண்டு தவிக்கும் ஒரு பசுவுக்காகத் தண்ணீர் வேண்டுமென இரந்து கேட்டாலும்கூட, அப்படிக்கேட்கும் நாவுக்கு, அதைவிட இழிவானது வேறொன்றுமில்லை.

1067. இரப்பன் இரப்பாரை எல்லாம் இரப்பிற்
கரப்பார் இரவன்மின் என்று.

கையில் உள்ளதை மறைத்து ‘இல்லை’ என்போரிடம் கையேந்த வேண்டாமென்று கையேந்துபவர்களை யெல்லாம் கையேந்திக் கேட்டுக் கொள்கிறேன்.

1068. இரவென்னும் ஏமாப்பில் தோணி கரவென்னும்
பார்தாக்கப் பக்கு விடும்.

இருப்பதை மறைத்து இல்லையென்று கூறும் கல் நெஞ்சின் மீது, இரத்தல் எனப்படும் பாதுகாப்பற்ற தோணி மோதினால் பிளந்து நொறுங்கிவிடும்.

1069. இரவுள்ள உள்ளம் உருகும் கரவுள்ள
உள்ளதூஉம் இன்றிக் கெடும்.

இரந்து வாழ்வோர் நிலையை நினைக்கும்போது உள்ளம் உருகுகிறது. இருப்பதைக் கொடுக்க மனமின்றி மறைத்து வாழ்பவரை நினைத்தால் உருகிடவும் வழியின்றி உள்ளமே ஒழிந்து விடுகிறது.

1070. கரப்பவர்க் கியாங்கொளிக்கும் கொல்லோ இரப்பவர்
சொல்லாடப் போஒம் உயிர்.

இருப்பதை ஒளித்துக்கொண்டு ‘இல்லை’ என்பவர்களின் சொல்லைக் கேட்டவுடன், இரப்போரின் உயிரே போய் விடுகிறதே; அப்படிச் சொல்பவர்களின் உயிர் மட்டும் எங்கே ஒளிந்துகொண்டு இருக்குமோ?

108. கயமை

1071. மக்களே போல்வர் கயவர் அவரன்ன
ஒப்பாரி யாங்கண்ட தில்.

குணத்தில் ஒருவர் கயவராக இருப்பார். ஆனால், நல்லவரைப் போலக் காட்டிக் கொள்வார். மனிதர்களிடம் மட்டும்தான் இப்படி இருவகையான நிலைகளை ஒரே உருவத்தில் காண முடியும்.

1072. நன்றறி வாரிற் கயவர் திருவுடையர்
நெஞ்சத் தவலம் இலர்.

எப்போதும் நல்லவை பற்றியே சிந்தித்துக் கவலைப்பட்டுக் கொண்டிருப்பவர்களைவிட எதைப் பற்றியும் கவலைப்படாமலிருக்கும் கயவர்கள் ஒரு வகையில் பாக்கியசாலிகள்தான்!

1073. தேவ ரனையர் கயவர் அவருந்தாம்
மேவன செய்தொழுக லான்.

புராணங்களில் வரும் தேவர்களைப் போல் மனம் விரும்பியதையெல்லாம் செய்யக்கூடியவர்கள் கயவர்கள் என்பதால், இருவரையும் சமமாகக் கருதலாம்.

1074. அகப்பட்டி ஆவாரைக் காணின் அவரின்
மிகப்பட்டுச் செம்மாக்கும் கீழ்.

பண்பாடு இல்லாத கயவர்கள், தம்மைக் காட்டிலும் இழிவான குணமுடையோரைக் கண்டால், அவர்களை விடத் தாம் சிறந்தவர்கள் என்று கர்வம் கொள்வார்கள்.

1075. அச்சமே கீழ்கள தாசாரம் எச்சம்
அவாவுண்டேல் உண்டாம் சிறிது.

தாங்கள் விரும்புவது கிடைக்கும் என்ற நிலையேற்படும்போது கீழ்மக்கள், தங்களை ஒழுக்கமுடையவர்கள் போலக் காட்டிக் கொள்வார்கள். மற்ற சமயங்களில் அவர்கள் பயத்தின் காரணமாக மட்டுமே ஓரளவு ஒழுக்கமுள்ளவர்களாக நடந்து கொள்வார்கள்.

1076. அறைபறை அன்னர் கயவர்தாம் கேட்ட
மறைபிறர்க் குய்த்துரைக்க லான்.

மறைக்கப்பட வேண்டிய ரகசியம் ஒன்றைக் கேட்ட மாத்திரத்தில், ஓடிச் சென்று பிறருக்குச் சொல்லுகிற கயவர்களை, தமுக்கு என்னும் கருவிக்கு ஒப்பிடலாம்.

1077. ஈர்ங்கை விதிரார் கயவர் கொடிறுடைக்குங்
கூன்கையர் அல்லா தவர்க்கு.

கையை மடக்கிக் கன்னத்தில் ஒரு குத்துவிடுகின்ற முரடர்களுக்குக் கொடுப்பார்களேயல்லாமல், ஈகைக் குணமில்லாத கயவர்கள் ஏழை எளியோருக்காகத் தமது எச்சில் கையைக்கூட உதற மாட்டார்கள்.

1078. சொல்லப் பயன்படுவர் சான்றோர் கரும்புபோல்
கொல்லப் பயன்படும் கீழ்.

குறைகளைச் சொன்னவுடனே சான்றோரிடம் கோரிய பயனைப் பெற முடியும்; ஆனால் கயவரிடமோ கரும்பை நசுக்கிப் பிழிவதுபோல் போராடித்தான் கோரிய பயனைப் பெற முடியும்.

1079. உடுப்பதூஉம் உண்பதூஉம் காணின் பிறர்மேல்
வடுக்காண வற்றாகும் கீழ்.

ஒருவர் உடுப்பதையும் உண்பதையும் கண்டுகூட பொறாமைப்படுகிற கயவன், அவர்மீது வேண்டுமென்றே குற்றம் கூறுவதில் வல்லவனாக இருப்பான்.

1080. எற்றிற் குரியர் கயவரொன் றுற்றக்கால்
விற்றற் குரியர் விரைந்து.

ஒரு துன்பம் வரும்போது அதிலிருந்து தப்பித்துக் கொள்ள, தம்மையே பிறரிடம் விற்றுவிடுகிற தகுதிதான் கயவர்களுக்குரிய தகுதியாகும்.

இன்பம்

களவியல்

109. தகை அணங்குறுத்தல்

1081. அணங்குகொல் ஆய்மயில் கொல்லோ கனங்குழை
 மாதர்கொல் மாலுமென் நெஞ்சு.

 எனை வாட்டும் அழகோ! வண்ண மயிலோ! இந்த
 மங்கையைக் கண்டு மயங்குகிறதே நெஞ்சம்.

1082. நோக்கினாள் நோக்கெதிர் நோக்குதல் தாக்கணங்கு
 தானைக்கொண் டன்ன துடைத்து.

 அவள் வீசிடும் விழிவேலுக்கு எதிராக நான் அவளை
 நோக்க, அக்கணமே அவள் என்னைத் திரும்ப நோக்கியது,
 தானொருத்தி மட்டும் தாக்குவது போதாதென்று, ஒரு
 தானையுடன் வந்து என்னைத் தாக்குவது போன்று இருந்தது.

1083. பண்டறியேன் கூற்றென் பதனை இனியறிந்தேன்
 பெண்டகையால் பேரமர்க் கட்டு.

 கூற்றுவன் எனப்படும் பொல்லாத எமனை, எனக்கு
 முன்பெல்லாம் தெரியாது; இப்போது தெரிந்து
 கொண்டேன். அந்த எமன் என்பவன் பெண்ணுருவத்தில்
 வந்து போர் தொடுக்கக்கூடிய விழியம்புகளை
 உடையவன் என்ற உண்மையை.

1084. கண்டார் உயிருண்ணும் தோற்றத்தால் பெண்டகைப்
 பேதைக் கமர்த்தன கண்.

 பெண்மையின் வார்ப்படமாகத் திகழுகிற இந்தப்
 பேதையின் கண்கள் மட்டும் உயிரைப் பறிப்பதுபோல்
 தோன்றுகின்றனவே! ஏனிந்த மாறுபாடு?

1085. கூற்றமோ கண்ணோ பிணையோ மடவரல்
 நோக்கமிம் மூன்றும் உடைத்து.

 உயிர்பறிக்கும் கூற்றமோ? உறவாடும் விழியோ?
 மருட்சிகொள்ளும் பெண்மானோ? இளம் பெண்ணின்
 பார்வை இந்த மூன்று கேள்விகளையும் எழுப்புகிறதே.

1086. கொடும்புருவம் கோடா மறைப்பின் நடுங்கஞர்
செய்யல மன்னிவள் கண்.

புருவங்கள் வளைந்து கோணாமல் நேராக இருந்து மறைக்குமானால், இவள் கண்கள், நான் நடுங்கும்படியான துன்பத்தைச் செய்யமாட்டா.

1087. கடாஅக் களிற்றின்மேற் கட்படாம் மாதர்
படாஅ முலைமேல் துகில்.

மதங்கொண்ட யானையின் மத்தகத்தின் மேலிட்ட முகபடாம் கண்டேன்; அது மங்கையொருத்தியின் சாயாத கொங்கை மேல் அசைந்தாடும் ஆடைபோல் இருந்தது.

1088. ஒண்ணுதற் கோஒ உடைந்ததே ஞாட்பினுள்
நண்ணாரும் உட்குமென் பீடு.

களத்தில் பகைவரைக் கலங்கவைக்கும் என் வலிமை, இதோ இந்தக் காதலியின் ஒளி பொருந்திய நெற்றிக்கு வளைந்து கொடுத்துவிட்டதே!

1089. பிணையேர் மடநோக்கும் நாணும் உடையாட்
கணியெவனோ ஏதில தந்து.

பெண்மானைப் போன்ற இளமை துள்ளும் பார்வையையும், நாணத்தையும் இயற்கையாகவே அணிகலன்களாகக் கொண்ட இப்பேரழகிக்குச் செயற்கையான அணிகலன்கள் எதற்காக?

1090. உண்டார்க ணல்லது அடுநறாக் காமம்போல்
கண்டார் மகிழ்செய்தல் இன்று.

மதுவை உண்டால்தான் மயக்கம் வரும்; ஆனால் கண்டாலே மயக்கம் தருவது காதல்தான்.

110. குறிப்பறிதல்

1091. இருநோக் கிவளுண்கண் உள்ள தொருநோக்கு
  நோய்நோக்கொன் றந்நோய் மருந்து.

காதலியின் மைதீட்டிய கண்களில் இரண்டு வகையான பார்வைகள் இருக்கின்றன; ஒரு பார்வை காதல் நோயைத் தரும் பார்வை; மற்றொரு பார்வை அந்த நோய்க்கு மருந்தளிக்கும் பார்வை.

1092. கண்களவு கொள்ளும் சிறுநோக்கம் காமத்தில்
  செம்பாகம் அன்று பெரிது.

கள்ளத்தனமான அந்தக் கடைக்கண் பார்வை, காம இன்பத்தின் பாதியளவைக் காட்டிலும் பெரிது!

1093. நோக்கினாள் நோக்கி இறைஞ்சினாள் அஃதவள்
  யாப்பினுள் அட்டிய நீர்.

கடைக்கண்ணால் அவள் என்னைப் பார்த்த பார்வையில் நாணம் மிகுந்திருந்தது; அந்தச் செயல் அவள் என்மீது கொண்ட அன்புப் பயிருக்கு நீராக இருந்தது.

1094. யானோக்கும் காலை நிலனோக்கும் நோக்காக்கால்
  தானோக்கி மெல்ல நகும்.

நான் பார்க்கும்போது குனிந்து நிலத்தைப் பார்ப்பதும், நான் பார்க்காதபோது என்னைப் பார்த்துத் தனக்குள் மகிழ்ந்து புன்னகை புரிவதும் என்மீது கொண்டுள்ள காதலை அறிவிக்கும் குறிப்பல்லவா?

1095. குறிக்கொண்டு நோக்காமை அல்லால் ஒருகண்
  சிறக்கணித்தாள் போல நகும்.

அவள் என்னை நேராக உற்றுப் பார்க்கவில்லையே தவிர, ஒரு கண்ணைச் சுருக்கி வைத்துக் கொண்டதைப் போல என்னை நோக்கியவாறு தனக்குள் மகிழ்கிறாள்.

1096. உறாஅ தவர்போற் சொலினும் செறாஅர்சொல்
ஒல்லை உணரப் படும்.

காதலை மறைத்துக் கொண்டு, புறத்தில் அயலார் போலக் கடுமொழி கூறினாலும், அவள் அகத்தில் கோபமின்றி அன்பு கொண்டிருப்பது விரைவில் வெளிப்பட்டுவிடும்.

1097. செறாஅச் சிறுசொல்லும் செற்றார்போல் நோக்கும்
உறாஅர்போன் றுற்றார் குறிப்பு.

பகையுணர்வு இல்லாத கடுமொழியும், பகைவரை நோக்குவது போன்ற கடுவிழியும், வெளியில் அயலார் போல நடித்துக்கொண்டு உள்ளத்தால் அன்பு கொண்டிருப்பவரை அடையாளம் காட்டும் குறிப்புகளாகும்.

1098. அசையியற் குண்டாண்டோர் ஏர்யான் நோக்கப்
பசையினள் பைய நகும்.

நான் பார்க்கும்போது என் மீது பரிவு கொண்டவளாக மெல்லச் சிரிப்பாள்; அப்போது, துவளுகின்ற அந்தத் துடியிடையாள் ஒரு புதிய பொலிவுடன் தோன்றுகிறாள்.

1099. ஏதிலார் போலப் பொதுநோக்கு நோக்குதல்
காதலார் கண்ணே உள.

காதலர்களுக்கு ஓர் இயல்பு உண்டு; அதாவது, அவர்கள் பொது இடத்தில் ஒருவரையொருவர் அந்நியரைப் பார்ப்பதுபோலப் பார்த்துக்கொள்வர்.

1100. கண்ணோடு கண்இணை நோக்கொக்கின் வாய்ச்சொற்கள்
என்ன பயனும் இல.

ஒத்த அன்புடன் கண்களோடு கண்கள் கலந்து ஒன்றுபட்டு விடுமானால், வாய்ச்சொற்கள் தேவையற்றுப் போகின்றன.

111. புணர்ச்சி மகிழ்தல்

1101. கண்டுகேட் டுண்டுயிர்த் துற்றறியும் ஐம்புலனும்
ஒண்தொடி கண்ணே உள.

வளையல் அணிந்த இந்த வடிவழகியிடம் கண்டு மகிழவும், கேட்டு மகிழவும், தொட்டு மகிழவும், முகர்ந்துண்டு மகிழவுமான ஐம்புல இன்பங்களும் நிறைந்துள்ளன.

1102. பிணிக்கு மருந்து பிறமன் அணியிழை
தன்னோய்க்குத் தானே மருந்து.

நோய்களைத் தீர்க்கும் மருந்துகள் பல உள்ளன; ஆனால், காதல் நோயைத் தீர்க்கும் மருந்து அந்தக் காதலியே ஆவாள்.

1103. தாம்வீழ்வார் மென்றோள் துயிலின் இனிதுகொல்
தாமரைக் கண்ணான் உலகு.

தாமரைக் கண்ணான் உலகம் என்றெல்லாம் சொல்கிறார்களே, அது என்ன! அன்பு நிறைந்த காதலியின் தோளில் சாய்ந்து துயில்வது போல அவ்வளவு இனிமை வாய்ந்ததா?

1104. நீங்கின் தெறூஉம் குறுகுங்கால் தண்ணென்னும்
தீயாண்டுப் பெற்றாள் இவள்.

நீங்கினால் சுடக்கூடியதும் நெருங்கினால் குளிரக்கூடியதுமான புதுமையான நெருப்பை இந்த மங்கை எங்கிருந்து பெற்றாள்.

1105. வேட்ட பொழுதின் அவையவை போலுமே
தோட்டார் கதுப்பினாள் தோள்.

விருப்பமான பொருள் ஒன்று, விரும்பிய பொழுதெல்லாம் வந்து இன்பம் வழங்கினால் எப்படியிருக்குமோ அதைப் போலவே பூ முடித்த பூவையின் தோள்கள் இன்பம் வழங்குகின்றன.

1106. **உறுதோ றுயிர்தளிர்ப்பத் தீண்டலாற் பேதைக்**
கமிழ்தின் இயன்றன தோள்.

இந்த இளமங்கையைத் தழுவும் போதெல்லாம் நான் புத்துயிர் பெறுவதற்கு இவளின் அழகிய தோள்கள் அமிழ்தத்தினால் ஆனவை என்பதுதான் காரணம் போலும்.

1107. **தம்மில் இருந்து தமதுபாத் துண்டற்றால்**
அம்மா அரிவை முயக்கு.

தானே உழைத்துச் சேர்த்ததைப் பலருக்கும் பகுத்து வழங்கி உண்டு களிப்பதில் ஏற்படும் இன்பம், தனது அழகிய காதல் மனைவியைத் தழுவுகின்ற இன்பத்துக்கு ஒப்பானது.

1108. **வீழும் இருவர்க் கினிதே வளியிடை**
போழப் படாஅ முயக்கு.

காதலர்க்கு மிக இனிமை தருவது, காற்றுகூட இடையில் நுழைய முடியாத அளவுக்கு இருவரும் இறுகத் தழுவி மகிழ்வதாகும்.

1109. **ஊடல் உணர்தல் புணர்தல் இவைகாமம்**
கூடியார் பெற்ற பயன்.

ஊடல் கொள்வதும், அதனால் விளையும் இன்பம் போதுமென உணர்ந்து அதற்கும் மேலான இன்பம் காணப்புணர்ந்து மயங்குவதும் காதல் வாழ்வினர் பெற்றிடும் பயன்களாகும்.

1110. **அறிதோ றறியாமை கண்டற்றால் காமம்**
செறிதோறும் சேயிழை மாட்டு.

மாம்பழ மேனியில் அழகிய அணிகலன்கள் பூண்ட மங்கையிடம் இன்பம் நுகரும் போதெல்லாம் ஏற்படும் காதலானது, இதுவரை அறியாதவற்றைப் புதிதுபுதிதாக அறிவதுபோல் இருக்கிறது.

112. நலம் புனைந்து உரைத்தல்

1111. நன்னீரை வாழி அனிச்சமே நின்னினும்
மென்னீரள் யாம்வீழ் பவள்.

அனிச்ச மலரின் மென்மையைப் புகழ்ந்து பாராட்டுகிறேன்; ஆனால் அந்த மலரைவிட மென்மையானவள் என் காதலி.

1112. மலர்காணின் மையாத்தி நெஞ்சே இவள்கண்
பலர்காணும் பூவொக்கும் என்று.

மலரைக்கண்டு மயங்குகின்ற நெஞ்சமே! இவளுடைய கண்ணைப் பார்; பலரும் கண்டு வியக்கும் மலராகவே திகழ்கிறது.

1113. முறிமேனி முத்தம் முறுவல் வெறிநாற்றம்
வேலுண்கண் வேய்த்தோ ளவட்கு.

முத்துப்பல் வரிசை, மூங்கிலனைய தோள், மாந்தளிர் மேனி, மயக்கமூட்டும் நறுமணம், மையெழுதிய வேல்விழி; அவளே என் காதலி!

1114. காணின் குவளை கவிழ்ந்து நிலனோக்கும்
மாணிழை கண்ணொவ்வேம் என்று.

என் காதலியைக் குவளை மலர்கள் காண முடிந்தால், "இவள் கண்களுக்கு நாம் ஒப்பாக முடியவில்லையே!" எனத் தலைகுனிந்து நிலம் நோக்கும்.

1115. அனிச்சப்பூக் கால்களையாள் பெய்தாள் நுசுப்பிற்கு
நல்ல படாஅ பறை.

அவளுக்காக நல்லபறை ஒலிக்கவில்லை; ஏனெனில் அவள் இடை ஒடிந்து வீழ்ந்துவிட்டாள்; காரணம், அவள் அனிச்ச மலர்களைக் காம்பு நீக்காமல், தலையில் வைத்துக்கொண்டதுதான்.

1116. மதியும் மடந்தை முகனும் அறியா
 பதியின் கலங்கிய மீன்.

> மங்கையின் முகத்துக்கும், நிலவுக்கும் வேறுபாடு தெரியாமல் விண்மீன்கள் மயங்கித் தவிக்கின்றன.

1117. அறுவாய் நிறைந்த அவிர்மதிக்குப் போல
 மறுவுண்டோ மாதர் முகத்து.

> தேய்ந்தும், வளர்ந்தும் ஒளிபொழியும் நிலவில் உள்ள சிறுகளங்கம்கூட, இந்த மங்கை நல்லாள் முகத்தில் கிடையாதே!

1118. மாதர் முகம்போல் ஒளிவிட வல்லையேல்
 காதலை வாழி மதி.

> முழுமதியே! என் காதலுக்குரியவளாக நீயும் ஆக வேண்டுமெனில், என் காதலியின் முகம் போல ஒளிதவழ நீடு வாழ்வாயாக.

1119. மலரன்ன கண்ணாள் முகமொத்தி யாயின்
 பலர்காணத் தோன்றல் மதி.

> நிலவே! மலரனைய கண்களையுடைய என் காதல் மங்கையின் முகத்திற்கு ஒப்பாக நீயிருப்பதாய்ப் பெருமைப்பட்டுக் கொள்ள வேண்டுமேயானால் (அந்தப் போட்டியில் நீ தோல்வியுறாமல் இருந்திட) பலரும் காணும்படியாக நீ தோன்றாது இருப்பதே மேல்.

1120. அனிச்சமும் அன்னத்தின் தூவியு மாதர்
 அடிக்கு நெருஞ்சிப் பழம்.

> அனிச்ச மலராயினும், அன்னப்பறவை இறகாயினும் இரண்டுமே நெருஞ்சி முள் தைத்தது போல் துன்புறுத்தக் கூடிய அளவுக்கு, என் காதலியின் காலடிகள் அவ்வளவு மென்மையானவை.

113. காதற்சிறப்பு உரைத்தல்

1121. பாலொடு தேன்கலந் தற்றே பணிமொழி
வாலெயி றூறிய நீர்.

இனியமொழி பேசுகின்ற இவளுடைய வெண்முத்துப் பற்களிடையே சுரந்து வரும் உமிழ்நீர், பாலும் தேனும் கலந்தாற்போல் சுவை தருவதாகும்.

1122. உடம்பொ டுயிரிடை என்னமற் றன்ன
மடந்தையொ டெம்மிடை நட்பு.

உயிரும் உடலும் ஒன்றையொன்று பிரிந்து தனித்தனியாக இருப்பதில்லை; அத்தகையதுதான் எமது உறவு.

1123. கருமணியிற் பாவாய்நீ போதாயாம் வீழும்
திருநுதற் கில்லை யிடம்.

நான் விரும்புகின்ற அழகிக்கு என் கண்ணிலேயே இடம் கொடுப்பதற்காக - என் கண்ணின் கருமணியில் உள்ள பாவையே! அவளுக்கு இடமளித்து விட்டு நீ போய்விடு!

1124. வாழ்தல் உயிர்க்கன்னள் ஆயிழை சாதல்
அதற்கன்னள் நீங்கும் இடத்து.

ஆய்ந்து தேர்ந்த அரிய பண்புகளையே அணிகலனாய்ப் பூண்ட ஆயிழை என்னோடு கூடும்போது, உயிர் உடலோடு கூடுவது போலவும், அவள் என்னைவிட்டு நீங்கும்போது என்னுயிர் நீங்குவது போலவும் உணருகிறேன்.

1125. உள்ளுவன் மன்யான் மறப்பின் மறப்பறியேன்
ஒள்ளமர்க் கண்ணாள் குணம்.

ஒளி கொண்டிருக்கும் விழிகளையுடைய காதலியின் பண்புகளை நினைப்பதேயில்லை; காரணம் அவற்றை மறந்தால் அல்லவா நினைப்பதற்கு.

1126. கண்ணுள்ளிற் போகார் இமைப்பிற் பருவரார்
நுண்ணியர்எம் காத லவர்.

காதலர், கண்ணுக்குள்ளிருந்து எங்கும் போக மாட்டார்; கண்ணை மூடி இமைத்தாலும் வருந்த மாட்டார்; காரணம், அவர் அவ்வளவு நுட்பமானவர்.

1127. கண்ணுள்ளார் காத லவராகக் கண்ணும்
எழுதேம் கரப்பாக் கறிந்து.

காதலர் கண்ணுக்குள்ளேயே இருக்கிற காரணத்தினால், மைதீட்டினால் எங்கே மறைந்துவிடப் போகிறாரோ எனப் பயந்து மை தீட்டாமல் இருக்கிறேன்.

1128. நெஞ்சத்தார் காத லவராக வெய்துண்டல்
அஞ்சுதும் வேபாக் கறிந்து.

சூடான பண்டத்தைச் சாப்பிட்டால் நெஞ்சுக்குள் இருக்கின்ற காதலருக்குச் சுட்டுவிடும் என்று அஞ்சுகின்ற அளவுக்கு நெஞ்சோடு நெஞ்சாகக் கலந்திருப்பவர்களே காதலர்களாவார்கள்.

1129. இமைப்பிற் கரப்பாக் கறிவல் அனைத்திற்கே
ஏதிலர் என்னுமிவ் வூர்.

கண்ணுக்குள் இருக்கும் காதலர் மறைவார் என அறிந்து கண்ணை இமைக்காமல் இருக்கின்றேன்; அதற்கே இந்த ஊர் தூக்கமில்லாத துன்பத்தை எனக்குத் தந்த அன்பில்லாதவர் என்று அவரைக் கூறும்.

1130. உவந்துறைவர் உள்ளத்துள் என்றும் இகந்துறைவர்
ஏதிலர் என்னுமிவ் வூர்.

காதலர், எப்போதும் உள்ளத்தோடு உள்ளமாய் வாழ்ந்து கொண்டிருக்கும்போது, அதை உணராத ஊர்மக்கள் அவர்கள் ஒருவரையொருவர் பிரிந்து வாழ்வதாகப் பழித்துரைப்பது தவறு.

114. நாணுத் துறவுரைத்தல்

1131. காமம் உழந்து வருந்தினார்க் கேம
மடலல்ல தில்லை வலி.

காதலால் துன்புறும் காளையொருவனுக்குப் பாதுகாப்பு முறையாக, மடலூர்தலைத் தவிர, வலிமையான துணை வேறு எதுவுமில்லை.

1132. நோனா உடம்பும் உயிரும் மடலேறும்
நாணினை நீக்கி நிறுத்து.

எனது உயிரும், உடலும் காதலியின் பிரிவைத் தாங்க முடியாமல் தவிப்பதால், நாணத்தைப் புறந்தள்ளிவிட்டு மடலூர்வதற்குத் துணிந்து விட்டேன்.

1133. நாணொடு நல்லாண்மை பண்டுடையேன் இன்றுடையேன்
காமுற்றார் ஏறும் மடல்.

நல்ல ஆண்மையையும், நாண உணர்வையும் முன்பு கொண்டிருந்த நான், இன்று அவற்றை மறந்து, காதலுக்காக மடலூர்வதை மேற்கொண்டுள்ளேன்.

1134. காமக் கடும்புனல் உய்க்குமே நாணொடு
நல்லாண்மை என்னும் புணை.

காதல் பெருவெள்ளமானது நாணம், நல்ல ஆண்மை எனப்படும் தோணிகளை அடித்துக்கொண்டு போய்விடும் வலிமை வாய்ந்தது.

1135. தொடலைக் குறுந்தொடி தந்தாள் மடலொடு
மாலை உழக்கும் துயர்.

மேகலையையும் மெல்லிய வளையலையும் அணிந்த மங்கை மாலை மலரும் நோயான காதலையும், மடலூர்தல் எனும் வேலையையும் எனக்குத் தந்து விட்டாள்.

1136. மடலூர்தல் யாமத்தும் உள்ளுவேன் மன்ற
படலொல்லா பேதைக்கென் கண்.

காதலிக்காக என் கண்கள் உறங்காமல் தவிக்கின்றன; எனவே மடலூர்தலைப் பற்றி நள்ளிரவிலும் நான் உறுதியாக எண்ணிக் கொண்டிருக்கிறேன்.

1137. கடலன்ன காமம் உழந்தும் மடலேறாப்
பெண்ணிற் பெருந்தக்க தில்.

கொந்தளிக்கும் கடலாகக் காதல் நோய் துன்புறுத்தினாலும் கூடப் பொறுத்துக்கொண்டு, மடலேறாமல் இருக்கும் பெண்ணின் பெருமைக்கு நிகரில்லை.

1138. நிறையரியர் மன்னளியர் என்னாது காமம்
மறையிறந்து மன்று படும்.

பாவம் இவர், மனத்தில் உள்ளதை ஒளிக்கத் தெரியாதவர்; பரிதாபத்திற்குரியவர் என்றெல்லாம் பார்க்காமல், ஊர் அறிய வெளிப்பட்டு விடக்கூடியது காதல்.

1139. அறிகிலார் எல்லாரும் என்றேயென் காமம்
மறுகின் மறுகும் மருண்டு.

என்னைத் தவிர யாரும் அறியவில்லை என்பதற்காக என் காதல் தெருவில் பரவி மயங்கித் திரிகின்றது போலும்!

1140. யாம்கண்ணிற் காண நகுப அறிவில்லார்
யாம்பட்ட தாம்படா ஆறு.

காதல் நோயினால் வாடுவோரின் துன்பத்தை அனுபவித்தறியாதவர்கள்தான், அந்த நோயினால் வருந்துவோரைப் பார்த்து நகைப்பார்கள்.

115. அலர் அறிவுறுத்தல்

1141. அலரெழ ஆருயிர் நிற்கும் அதனைப்
பலரறியார் பாக்கியத் தால்.

எம் காதலைப் பற்றிப் பழிதூற்றிப் பேசுவதால் அதுவே எம் காதல் கைகூட வாய்ப்பாக அமையும் என்ற நம்பிக்கையில் எம் உயிர் போகாமல் இருக்கிறது என்பதை ஊரார் அறிய மாட்டார்கள்.

1142. மலரன்ன கண்ணாள் அருமை அறியா
தலரெமக் கீந்ததிவ் வூர்.

அந்த மலர்விழியாளின் மாண்பினை உணராமல் எம்மிடையே காதல் என்று இவ்வூரார் பழித்துரைத்தது மறைமுக உதவியாகவே எமக்கு அமைந்தது.

1143. உறாஅதோ ஊரறிந்த கௌவை அதனைப்
பெறாஅது பெற்றன்ன நீர்த்து.

எமது காதலைப்பற்றி ஊரறியப் பேச்சு எழாதா? அந்தப் பேச்சு, இன்னும் எமக்குக் கிட்டாத காதல் கிட்டியது போன்று இன்பத்தைத் தரக்கூடியதாயிற்றே!

1144. கவ்வையாற் கவ்விது காமம் அதுவின்றேல்
தவ்வென்னும் தன்மை இழந்து.

ஊரார் அலர் தூற்றுவதால் எம் காதல் வளர்கிறது; இல்லையேல் இக்காதல்கொடி வளமிழந்து வாடிப்போய்விடும்.

1145. களித்தொறும் கள்ளுண்டல் வேட்டற்றால் காமம்
வெளிப்படுந் தோறும் இனிது.

காதல் வெளிப்பட வெளிப்பட இனிமையாக இருப்பது கள்ளுண்டு மயங்க மயங்க அக்கள்ளையே விரும்புவது போன்றதாகும்.

1146. கண்டது மன்னும் ஒருநாள் அலர்மன்னும்
திங்களைப் பாம்புகொண் டற்று.

காதலர் சந்தித்துக் கொண்டது ஒருநாள்தான் என்றாலும், சந்திரனைப் பாம்பு விழுங்குவதாகக் கற்பனையாகக் கூறப்படும் "கிரகணம்" எனும் நிகழ்ச்சியைப் போல அந்தச் சந்திப்பு ஊர்முழுவதும் அலராகப் பரவியது.

1147. ஊரவர் கௌவை எருவாக அன்னைசொல்
நீராக நீளுமிந் நோய்.

ஒருவரையொருவர் விரும்பி மலர்ந்த காதலானது ஊர்மக்கள் பேசும் பழிச்சொற்களை எருவாகவும் அன்னையின் கடுஞ்சொற்களை நீராகவும் கொண்டு வளருமே தவிரக் கருகிப் போய்விடாது.

1148. நெய்யால் எரிநுதுப்பேம் என்றற்றால் கௌவையால்
காமம் நுதுப்பேம் எனல்.

ஊரார் பழிச்சொல்லுக்குப் பயந்து காதல் உணர்வு அடங்குவது என்பது, எரிகின்ற தீயை நெய்யை ஊற்றி அணைப்பதற்கு முயற்சி செய்வதைப் போன்றதாகும்.

1149. அலர்நாண ஒல்வதோ அஞ்சலோம் பென்றார்
பலர்நாண நீத்தக் கடை.

உன்னை விட்டுப் பிரியேன் அஞ்ச வேண்டாம் என்று உறுதியளித்தவர் பலரும் நாணும்படியாக என்னை விட்டுப் பிரிந்து சென்றிருக்கும்போது நான் மட்டும் ஊரார் தூற்றும் அலருக்காக நாண முடியுமா?.

1150. தாம்வேண்டின் நல்குவர் காதலர் யாம்வேண்டும்
கௌவை எடுக்குமிவ் வூர்.

யாம் விரும்புகின்றவாறு ஊரார் அலர் தூற்றுகின்றனர்; காதலரும் விரும்பினால் அதை ஒப்புக் கொள்வார்.

கற்பியல்

116. பிரிவு ஆற்றாமை

1151. செல்லாமை உண்டேல் எனக்குரை மற்றுநின்
    வல்வரவு வாழ்வார்க் குரை.

பிரிந்து செல்வதில்லையென்றால் அந்த மகிழ்ச்சியான செய்தியை என்னிடம் சொல். நீ போய்த்தான் தீர வேண்டுமென்றால் நீ திரும்பி வரும்போது யார் உயிரோடு இருப்பார்களோ அவர்களிடம் இப்போது விடைபெற்றுக் கொள்.

1152. இன்கண் உடைத்தவர் பார்வல் பிரிவஞ்சும்
    புன்கண் உடைத்தால் புணர்வு.

முன்பெல்லாம் அவரைக் கண்களால் தழுவிக் கொண்டதே இன்பமாக இருந்தது; ஆனால், இப்போது உடல்தழுவிக் களிக்கும்போதுகூடப் பிரிவை எண்ணும் அச்சத்தால் துன்பமல்லவா வருத்துகிறது!

1153. அரிதரோ தேற்றம் அறிவுடையார் கண்ணும்
    பிரிவோ ரிடத்துண்மை யான்.

பிரிவுத் துன்பத்தை அறிந்துள்ள காதலரும் நம்மைப் பிரிந்து செல்ல நேரிடுவதால் "பிரிந்திடேன்" என அவர் கூறுவதை உறுதி செய்திட இயலாது.

1154. அளித்தஞ்சல் என்றவர் நீப்பின் தெளித்தசொல்
    தேறியார்க் குண்டோ தவறு.

பிரிந்திடேன், அஞ்சாதே எனச் சொல்லியவர் எனைப் பிரிந்து செல்வாரானால், அவர் சொன்னதை நம்பியதில் என்ன குற்றமிருக்க முடியும்?

1155. ஓம்பின் அமைந்தார் பிரிவோம்பல் மற்றவர்
    நீங்கின் அரிதால் புணர்வு.

காதலர் பிரிந்து சென்றால் மீண்டும் கூடுதல் எளிதல்ல என்பதால், அவர் பிரிந்து செல்லாமல் முதலிலேயே காத்துக் கொள்ள வேண்டும்.

1156. பிரிவுரைக்கும் வன்கண்ணர் ஆயின் அரிதவர்
 நல்குவர் என்னும் நசை.

 போய் வருகிறேன் என்று கூறிப் பிரிகிற அளவுக்குக் கல்
 மனம் கொண்டவர் திரும்பி வந்து அன்பு காட்டுவார்
 என ஆவல் கொள்வது வீண்.

1157. துறைவன் துறந்தமை தூற்றாகொல் முன்கை
 இறைஇறவா நின்ற வளை.

 என்னை விட்டுத் தலைவன் பிரிந்து சென்றுள்ள
 செய்தியை என் முன்கை மூட்டிலிருந்து கழன்று விழும்
 வளையல் ஊரறியத் தூற்றித் தெரிவித்து விடுமே!

1158. இன்னா தினன்இல்லூர் வாழ்தல் அதனினும்
 இன்னா தினியார்ப் பிரிவு.

 நம்மை உணர்ந்து அன்பு காட்டுபவர் இல்லாத ஊரில்
 வாழ்வது துன்பமானது; அதைக் காட்டிலும் துன்பமானது
 இனிய காதலரைப் பிரிந்து வாழ்வது.

1159. தொடிற்சுடின் அல்லது காமநோய் போல
 விடிற்சுடல் ஆற்றுமோ தீ.

 ஒருவரையொருவர் காணாமல் தொடாமலும்
 பிரிந்திருக்கும்போது காதல் நோய் உடலையும்
 உள்ளத்தையும் சுடுவது போன்ற நிலை நெருப்புக்கு
 இல்லை; நெருப்பு தொட்டால் சுடும்; இது, பிரிவில்
 சுடுகிறதே!

1160. அரிதாற்றி அல்லல்நோய் நீக்கிப் பிரிவாற்றிப்
 பின்இருந்து வாழ்வார் பலர்.

 காதலர் பிரிந்து செல்வதற்கு ஒப்புதல் அளித்து, அதனால்
 ஏற்படும் துன்பத்தைப் போக்கிக் கொண்டு, பிரிந்த
 பின்னும் பொறுத்திருந்து உயிரோடு வாழ்பவர் பலர்
 இருக்கலாம்; ஆனால் நான்?

117. படர்மெலிந் திரங்கல்

1161. மறைப்பேன்மன் யானிஃதோ நோயை இறைப்பவர்க்
கூற்றுநீர் போல மிகும்.

இறைக்க இறைக்கப் பெருகும் ஊற்றுநீர் போல, பிறர் அறியாமல் மறைக்க மறைக்கக் காதல் நோயும் பெருகும்.

1162. கரத்தலும் ஆற்றேன்இந் நோயைநோய் செய்தார்க்
குரைத்தலும் நாணுத் தரும்.

காதல் நோயை என்னால் மறைக்கவும் முடியவில்லை; இதற்குக் காரணமான காதலரிடம் நாணத்தால் உரைக்கவும் முடியவில்லை.

1163. காமமும் நாணும் உயிர்காவாத் தூங்குமென்
நோனா உடம்பின் அகத்து.

பிரிவைத் தாங்கமுடியாது உயிர் துடிக்கும் என் உடலானது, ஒருபுறம் காதல் நோயும் மறுபுறம் அதனை வெளியிட முடியாத நாணமும் கொண்டு காவடி போல விளங்குகிறது.

1164. காமக் கடல்மன்னும் உண்டே அதுநீந்தும்
ஏமப் புணைமன்னும் இல்.

காதல் கடல்போலச் சூழ்ந்துகொண்டு வருத்துகிறது. ஆனால் அதை நீந்திக் கடந்து செல்லப் பாதுகாப்பான தோணிதான் இல்லை.

1165. துப்பின் எவனாவர் மன்கொல் துயர்வரவு
நட்பினுள் ஆற்று பவர்.

நட்பாக இருக்கும்போதே பிரிவுத்துயரை நமக்குத் தரக்கூடியவர், பகைமை தோன்றினால் எப்படிப்பட்டவராய் இருப்பாரோ?

1166. இன்பம் கடல்மற்றுக் காமம் அஃதடுங்கால்
    துன்பம் அதனிற் பெரிது.

    காதல் இன்பம் கடல் போன்றது. காதலர் பிரிவு
    ஏற்படுத்தும் துன்பமோ, கடலைவிடப் பெரியது.

1167. காமக் கடும்புனல் நீந்திக் கரைகாணேன்
    யாமத்தும் யானே உளேன்.

    நள்ளிரவிலும் என் துணையின்றி நான் மட்டுமே
    இருக்கிறேன்; அதனால், காதலின்பக் கடும் வெள்ளத்தில்
    நீந்தி, அதன் கரையைக் காண இயலாமல் கலங்குகிறேன்.

1168. மன்னுயிர் எல்லாம் துயிற்றி அளித்திரா
    என்னல்ல தில்லை துணை.

    'இரவே! உலகில் உள்ள எல்லா உயிர்களையும் நீ உறங்கச்
    செய்துவிட்டுப் பாவம் இப்போது என்னைத்தவிர வேறு
    துணையில்லாமல் இருக்கிறாய்.'

1169. கொடியார் கொடுமையின் தாம்கொடிய இந்நாள்
    நெடிய கழியும் இரா.

    இந்த இரவுகள் நீண்டுகொண்டே போவதுபோல்
    தோன்றும் கொடுமை இருக்கிறதே அது காதலரின்
    பிரிவால் ஏற்படும் கொடுமையைவிடப் பெரிதாக
    உள்ளது.

1170. உள்ளம்போன் றுள்வழிச் செல்கிற்பின் வெள்ளநீர்
    நீந்தல மன்னோவென் கண்.

    காதலர் இருக்குமிடத்துக்கு என் நெஞ்சத்தைப் போலச்
    செல்ல முடியுமானால், என் கருவிழிகள், அவரைக்
    காண்பதற்குக் கண்ணீர் வெள்ளத்தில் நீந்த வேண்டிய
    நிலை ஏற்பட்டிருக்காது.

118. கண் விதுப்பழிதல்

1171. கண்தாம் கலுழ்வ தெவன்கொலோ தண்டாநோய்
தாங்காட்ட யாங்கண் டது.

கண்கள் செய்த குற்றத்தால்தானே காதல் நோய் ஏற்பட்டது? அதே கண்கள் அந்தக் காதலரைக் காட்டுமாறு கேட்டு அழுவது ஏன்?

1172. தெரிந்துணரா நோக்கிய உண்கண் பரிந்துணராப்
பைதல் உழப்ப தெவன்.

விளைவுகளை உணராமல் மயங்கி நோக்கிய மைவிழிகள், இன்று காதலரைப் பிரிந்ததால் துன்பமுறுவது தம்மால்தான் என அறியாமல் தவிப்பது ஏன்?

1173. கதுமெனத் தாநோக்கித் தாமே கலுழும்
இதுநகத் தக்க துடைத்து.

தாமாகவே பாய்ந்து சென்று அவரைப் பார்த்து மகிழ்ந்த கண்கள், இன்று தாமாகவே அழுகின்றன. இது நகைக்கத்தக்க ஒன்றாகும்.

1174. பெயலாற்றா நீருலந்த உண்கண் உயலாற்றா
உய்வில்நோய் என்கண் நிறுத்து.

தப்பிப் பிழைக்க முடியாத தீராத காதல் நோயை எனக்குத் தருவதற்குக் காரணமான என் கண்கள், தாமும் அழ முடியாமல் வற்றிப் போய்விட்டன.

1175. படலாற்றா பைதல் உழக்கும் கடலாற்றாக்
காமநோய் செய்தவென் கண்.

கடல் கொள்ளாத அளவுக்குக் காதல் நோய் உருவாகக் காரணமாக இருந்த என் கண்கள், இப்போது தூங்க முடியாமல் துன்பத்தால் வாடுகின்றன.

1176. ஓஒ இனிதே எமக்கிந்நோய் செய்தகண்
தாஅம் இதற்பட் டது.

ஓ! என் காதல் நோய்க்குக் காரணமான கண்கள், என்னைப் போலவே வாடி வருந்துகின்றன. இது எனக்கு மகிழ்ச்சியே!

1177. உழந்துழந் துள்நீர் அறுக விழைந்திழைந்து
வேண்டி அவர்க்கண்ட கண்.

அன்று, இழைந்து குழைந்து ஆசையுடன் அவரைக் கண்ட கண்களே! இன்று பிரிந்து சென்றுள்ள அவரை நினைத்துத் தூங்காமலும், துளிக் கண்ணீரும் அற்றுப் போகும் நிலையிலும் துன்பப்படுங்கள்.

1178. பேணாது பெட்டார் உளர்மன்னோ மற்றவர்க்
காணா தமைவில கண்.

என்னை அரவணைக்கும் எண்ணமின்றிக் காதலித்த ஒருவர் இருக்கின்றார்; அவரைக் காணாமல் என் கண்களுக்கு அமைதியில்லையே!

1179. வாராக்கால் துஞ்சா வரின்துஞ்சா ஆயிடை
ஆரஞர் உற்றன கண்.

இன்னும் வரவில்லையே என்பதாலும் தூங்குவதில்லை; வந்து விட்டாலும் பிறகு தூங்குவதில்லை. இப்படியொரு துன்பத்தை அனுபவிப்பவை காதலர்களின் கண்களாகத் தானே இருக்க முடியும்.

1180. மறைபெறல் ஊரார்க் கரிதன்றால் எம்போல்
அறைபறை கண்ணார் அகத்து.

காதல் வேதனையைப் பறைசாற்றிக் காட்டிக் கொடுக்க எம் கண்களேயிருக்கும்போது, யாம் மறைப்பதை அறிந்து கொள்வது ஊரார்க்குக் கடினமல்ல.

119. பசப்புறு பருவரல்

1181. நயந்தவர்க்கு நல்காமை நேர்ந்தேன் பசந்தவென்
பண்பியார்க்கு குரைக்கோ பிற.

என்னைப் பிரிந்து செல்வதற்கு என் காதலர்க்கு ஒப்புதல் அளித்துவிட்டேன்; ஆனால், இப்போது பிரிவுத் துன்பத்தால் என்னுடலில் பசலை படர்வதை, யாரிடம் போய்ச் சொல்வேன்?

1182. அவர்தந்தார் என்னும் தகையால் இவர்தந்தென்
மேனிமேல் ஊரும் பசப்பு.

பிரிவு காரணமாகக் காதலர் உண்டாக்கினார் எனும் பெருமிதம் பொங்கிடப் பசலை நிறம் என் உடலில் ஏறி ஊர்ந்து பரவுகின்றது!

1183. சாயலும் நாணும் அவர்கொண்டார் கைம்மாறா
நோயும் பசலையும் தந்து.

காதல் நோயையும், பசலை நிறத்தையும் கைம்மாறாகக் கொடுத்து விட்டு அவர் என் அழகையும், நாணத்தையும் எடுத்துக் கொண்டு பிரிந்து சென்று விட்டார்.

1184. உள்ளுவன் மன்யான் உரைப்ப தவர்திறமால்
கள்ளம் பிறவோ பசப்பு.

யான் நினைப்பதும், உரைப்பதும் அவரது நேர்மைத் திறன் பற்றியதாகவே இருக்கும்போது, என்னை யறியாமலோ வேறு வழியிலோ இப்பசலை நிறம் வந்தது எப்படி?

1185. உவக்காணெம் காதலர் செல்வார் இவக்காணென்
மேனி பசப்பூர் வது.

என்னைப் பிரிந்து என் காதலர் சிறிது தொலைவுகூடச் செல்லவில்லை; அதற்குள்ளாக என் மேனியில் படர்ந்து விட்டதே பசலை நிறம்.

1186. விளக்கற்றம் பார்க்கும் இருளேபோல் கொண்கன்
முயக்கற்றம் பார்க்கும் பசப்பு.

விளக்கின் ஒளிகுறையும் சமயம் பார்த்துப் பரவிடும் இருளைப்போல, இறுகத் தழுவிய காதலன்பிடி, சற்றுத் தளரும்போது காதலியின் உடலில் பசலைநிறம் படர்ந்து விடுகிறது.

1187. புல்லிக் கிடந்தேன் புடைபெயர்ந்தேன் அவ்வளவில்
அள்ளிக்கொள் வற்றே பசப்பு.

தழுவிக் கிடந்தேன்; சற்றுத் தள்ளிப் படுத்தேன்; அவ்வளவுதான்; என்னை அள்ளிக் கொண்டு விட்டதே பசலை நிறம்!

1188. பசந்தாள் இவளென்ப தல்லால் இவளைத்
துறந்தார் அவரென்பார் இல்.

இவள் உடலில் பசலை நிறம் படர்ந்தது எனப் பழித்துப் கூறுகிறார்களே அல்லாமல், இதற்குக் காரணம், காதலன் பிரிந்து சென்றிருப்பதுதான் என்று சொல்பவர் இல்லையே.

1189. பசக்கமன் பட்டாங்கென் மேனி நயப்பித்தார்
நன்னிலையர் ஆவர் எனின்.

பிரிந்து சென்றிட என்னை ஒப்புக் கொள்ளுமாறு செய்த காதலர் நலமாக இருப்பார் என்றால் என்னுடல் பசலை படர்ந்தே விளங்கிடுமாக!

1190. பசப்பெனப் பேர்பெறுதல் நன்றே நயப்பித்தார்
நல்காமை தூற்றார் எனின்.

என்னைப் பிரிவுக்கு உடன்படுமாறு செய்த காதலரை அன்பில்லாதவர் என்று யாரும் தூற்றமாட்டார்கள் எனில், பசலை படர்ந்தவள் என நான் பெயரெடுப்பது நல்லது தான்!

120. தனிப்படர் மிகுதி

1191. தாம்வீழ்வார் தம்வீழப் பெற்றவர் பெற்றாரே
காமத்துக் காழில் கனி.

தம்மால் விரும்பப்படும் காதலர், தம்மை விரும்புகிற பேறு பெற்றவர் விதையில்லாத பழத்தைப் போன்ற காதல் வாழ்க்கையின் பயனைப் பெற்றவராவார்.

1192. வாழ்வார்க்கு வானம் பயந்தற்றால் வீழ்வார்க்கு
வீழ்வார் அளிக்கும் அளி.

காதலர்கள் ஒருவரையொருவர் உரிய நேரத்தில் சந்தித்து அன்பு பொழிவது, வாழ்வதற்குத் தேவையான பருவமழை பொழிவது போன்றதாகும்.

1193. வீழுநர் வீழப் படுவார்க் கமையுமே
வாழுநம் என்னும் செருக்கு.

காதலன்பில் கட்டுண்டு பிரியாமல் இணைந்திருப்பவர்களுக்கு தான் இன்புற்று வாழ்கிறோம் எனும் பெருமிதம் ஏற்படும்.

1194. வீழப் படுவார் கெழீஇயிலர் தாம்வீழ்வார்
வீழப் படாஅர் எனின்.

விரும்பப்படாத நிலை ஏற்படின், அந்தக் காதலர் நட்புணர்வு இல்லாதவராகவே கருதப்படுவார்.

1195. நாம்காதல் கொண்டார் நமக்கெவன் செய்பவோ
தாம்காதல் கொள்ளாக் கடை.

நான் விரும்பிக் காதல் கொள்வது போன்று அவர் என்னை விரும்பிக் காதல் கொள்ளாத நிலையில் அவரால் எனக்கு என்ன இன்பம் கிடைக்கப் போகிறது?

**1196. ஒருதலையான் இன்னாது காமங்காப் போல
இருதலை யானும் இனிது.**

காவடித் தண்டின் இரண்டு பக்கங்களும் ஒரே அளவு கனமாக இருப்பதுபோல், காதலும் ஆண், பெண் எனும் இருவரிடத்திலும் மலர வேண்டும்; ஒரு பக்கம் மட்டுமே ஏற்படும் காதலால் பயனுமில்லை; துயரம் உருவாகும்.

**1197. பருவரலும் பைதலும் காணான்கொல் காமன்
ஒருவர்கண் நின்றொழுகு வான்.**

காமன், ஒரு பக்கமாக மட்டும் இருப்பதால் என்னைக் காதல் நோய் வருத்துவதையும், என் மேனியில் பசலை படர்வதையும் கண்டுகொள்ளமாட்டான் போலும்!

**1198. வீழ்வாரின் இன்சொல் பெறாஅ துலகத்து
வாழ்வாரின் வன்கணார் இல்.**

பிரிந்து சென்ற காதலரிடமிருந்து ஓர் இனிய சொல்கூட வராத நிலையில், உலகில் வாழ்கின்றவரைப் போல் கல் நெஞ்சம் உடையவர் யாரும் இருக்க முடியாது.

**1199. நசைஇயார் நல்கார் எனினும் அவர்மாட்
டிசையும் இனிய செவிக்கு.**

என் அன்புக்குரியவர் என்னிடம் அன்பு காட்டாதவராகப் பிரிந்து இருப்பினும், அவரைப் பற்றிய புகழ் உரை என் செவிக்குச் செந்தேனாகும்.

**1200. உறாஅர்க் குறுநோய் உரைப்பாய் கடலைச்
செறாஅஅய் வாழிய நெஞ்சு.**

நெஞ்சமே! நீ வாழ்க! உன்னிடம் அன்பு இல்லாதவரிடம் உனது துன்பத்தைச் சொல்லி ஆறுதல் பெறுவதைக் காட்டிலும் கடலைத் தூர்ப்பது எளிதான வேலையாகும்.

121. நினைந்தவர் புலம்பல்

1201. உள்ளினும் தீராப் பெருமகிழ் செய்தலால்
கள்ளினும் காமம் இனிது.

உண்டபோது மட்டும் மகிழ்ச்சி தரும் கள்ளைவிட நினைத்தாலே நெஞ்சினிக்கச் செய்யும் காதல் இன்பமானதாகும்.

1202. எனைத்தொன் றினிதேகாண் காமந்தாம் வீழ்வார்
நினைப்ப வருவதொன் றில்.

விரும்பி இணைந்த காதலரை நினைத்தலால், பிரிவின் போது வரக்கூடிய துன்பம் வருவதில்லை. எனவே எந்த வகையிலும் காதல் இனிதேயாகும்.

1203. நினைப்பவர் போன்று நினையார்கொல் தும்மல்
சினைப்பது போன்று கெடும்.

வருவது போலிருந்து வராமல் நின்று விடுகிறதே தும்மல்; அதுபோலவே என் காதலரும் என்னை நினைப்பது போலிருந்து, நினைக்காது விடுகின்றாரோ?

1204. யாமும் உளேங்கொல் அவர்நெஞ்சத் தெந்நெஞ்சத்
தோஒ உளரே அவர்.

என் நெஞ்சைவிட்டு நீங்காமல் என் காதலர் இருப்பது போல, அவர் நெஞ்சை விட்டு நீங்காமல் நான் இருக்கின்றேனா?

1205. தம்நெஞ்சத் தெம்மைக் கடிகொண்டார் நாணார்கொல்
எம்நெஞ்சத் தோவா வரல்.

அவருடைய நெஞ்சில் எமக்கு இடம் தராமல் இருப்பவர்; எம் நெஞ்சில் மட்டும் இடைவிடாமல் வந்து புகுந்து கொள்வதற்காக வெட்கப்படமாட்டார் போலும்.

1206. மற்றியான் என்னுளேன் மன்னோ அவரொடுயான்
உற்றநாள் உள்ள உளேன்.

நான் அவரோடு சேர்ந்திருந்த நாட்களை நினைத்துத் தான் உயிரோடு இருக்கிறேன். வேறு எதை நினைத்து நான் உயிர் வாழ முடியும்?

1207. மறப்பின் எவனாவன் மற்கொல் மறப்பறியேன்
உள்ளினும் உள்ளம் சுடும்.

மறதி என்பதே இல்லாமல் நினைத்துக் கொண்டிருக்கும் பொழுதே பிரிவுத்துன்பம் சுட்டுப் பொசுக்குகிறதே! நினைக்காமல் மறந்துவிட்டால் என்ன ஆகுமோ?

1208. எனைத்து நினைப்பினும் காயார் அனைத்தன்றோ
காதலர் செய்யும் சிறப்பு.

எவ்வளவு அதிகமாக நினைத்தாலும், அதற்காகக் காதலர் என்மீது சினம் கொள்ளமாட்டார். அவர் எனக்குச் செய்யும் பெரும் உதவி அதுவல்லவா?

1209. விளியுமென் இன்னுயிர் வேறல்லம் என்பார்
அளியின்மை ஆற்ற நினைந்து.

"நாம் ஒருவரே; வேறு வேறு அல்லர்" எனக்கூறிய காதலர் இரக்கமில்லாதவராக என்னைப் பிரிந்து சென்றுள்ளதை நினைத்து வருந்துவதால் என்னுயிர் கொஞ்சம் கொஞ்சமாகப் போய்க் கொண்டிருக்கிறது.

1210. விடாஅது சென்றாரைக் கண்ணினால் காணப்
படாஅதி வாழி மதி.

நிலவே! நீ வாழ்க; இணைபிரியாமலிருந்து, பிரிந்து சென்றுள்ள காதலரை நான் என் கண்களால் தேடிக் கண்டுபிடித்திடத் துணையாக நீ மறையாமல் இருப்பாயாக.

122. கனவுநிலை உரைத்தல்

1211.காதலர் தூதொடு வந்த கனவினுக்
கியாதுசெய் வேன்கொல் விருந்து.

வந்த கனவு காதலர் அனுப்பிய தூதுடன் வந்ததே; அந்தக் கனவுக்குக் கைம்மாறாக என்ன விருந்து படைத்துப் பாராட்டுவது?

1212.கயலுண்கண் யானிரப்பத் துஞ்சின் கலந்தார்க்
குயலுண்மை சாற்றுவேன் மன்.

நான் வேண்டுவதற்கு இணங்கி என் மை எழுதிய கயல் விழிகள் உறங்கிடுமானால், அப்போது என் கனவில் வரும் காதலர்க்கு நான் இன்னமும் உயிரோடு இருப்பதைச் சொல்லுவேன்.

1213.நனவினான் நல்கா தவரைக் கனவினால்
காண்டலின் உண்டென் உயிர்.

நனவில் வந்து அன்பு காட்டாதவரைக் கனவிலாவது காண்பதால்தான் இன்னும் என்னுயிர் நிலைத்திருக்கிறது.

1214.கனவினான் உண்டாகும் காமம் நனவினான்
நல்காரை நாடித் தரற்கு.

நேரில் என்னிடம் வந்து அன்பு காட்டாத காதலரைத் தேடிக் கொண்டு வந்து காட்டுகிற கனவால் எனக்குக் காதல் இன்பம் கிடைக்கிறது.

1215.நனவினாற் கண்டதூஉம் ஆங்கே கனவுந்தான்
கண்ட பொழுதே இனிது.

காதலரை நேரில் கண்ட இன்பம் அப்போது இனிமை வழங்கியது போலவே, இப்போது அவரைக் கனவில் காணும் இன்பமும் இனிமை வழங்குகிறது!

1216. நனவென ஒன்றில்லை ஆயின் கனவினாற்
காதலர் நீங்கலர் மன்.

நனவு மட்டும் திடீரென வந்து கெடுக்காமல் இருந்தால், கனவில் சந்தித்த காதலர் பிரியாமலே இருக்க முடியுமே.

1217. நனவினான் நல்காக் கொடியார் கனவினான்
என்னெம்மைப் பீழிப் பது.

நேரில் வந்து அன்பு காட்டாத கொடிய நெஞ்சமுடையவர், கனவில் வந்து பிரிவுத் துயரைப் பெரிதாக்குவது என்ன காரணத்தால்?

1218. துஞ்சுங்கால் தோள்மேலர் ஆகி விழிக்குங்கால்
நெஞ்சத்தர் ஆவர் விரைந்து.

தூக்கத்தில் கனவில் வந்து என் தோள்மீது சாய்ந்து இன்பம் தந்தவர், விழித்தபோது எங்கும் போய் விடவில்லை; என் நெஞ்சில் தாவி அமர்ந்து கொண்டார்.

1219. நனவினான் நல்காரை நோவர் கனவினான்
காதலர்க் காணா தவர்.

கனவில் காதலரைக் காணாதவர்கள்தான் அவர் நேரில் வந்து காணவில்லையே என்று நொந்து கொள்வர்.

1220. நனவினான் நம்நீத்தார் என்பர் கனவினான்
காணார்கொல் இவ்வூ ரவர்.

என் காதலர் என்னைப் பிரிந்திருப்பதாக அவரைக் குற்றம் சாட்டுகிறார்களே இந்த ஊரார், பிரிந்து சென்ற நமது காதலனைக் கனவில் காண்பது கிடையாதோ?

123. பொழுதுகண்டு இரங்கல்

**1221. மாலையோ அல்லை மணந்தார் உயிருண்ணும்
வேலைநீ வாழி பொழுது.**

நீ மாலைப் பொழுதாக இல்லாமல் காதலரைப் பிரிந்திருக்கும் மகளிர் உயிரைக் குடிக்கும் வேலாக இருப்பதற்காக உனக்கோர் வாழ்த்து!

**1222. புன்கண்ணை வாழி மருள்மாலை எங்கேள்போல்
வன்கண்ண தோநின் துணை.**

மயங்கும் மாலைப் பொழுதே! நீயும் எம்மைப் போல் துன்பப்படுகின்றாயே! எம் காதலர் போல் உன் துணையும் இரக்கம் அற்றதோ?

**1223. பனியரும்பிப் பைதல்கொள் மாலை துனியரும்பித்
துன்பம் வளர வரும்.**

பக்கத்தில் என் காதலர் இருந்தபோது பயந்து, பசலை நிறத்துடன் வந்த மாலைப் பொழுது, இப்போது என் உயிரை வெறுக்குமளவுக்குத் துன்பத்தை மிகுதியாகக் கொண்டு வருகிறது.

**1224. காதலர் இல்வழி மாலை கொலைக்களத்
தேதிலர் போல வரும்.**

காதலர் பிரிந்திருக்கும்போது வருகிற மாலைப் பொழுது கொலைக் களத்தில் பகைவர் ஓங்கி வீசுகிற வாளைப்போல் வருகிறது.

**1225. காலைக்குச் செய்தநன் றென்கொல் எவன்கொல்யான்
மாலைக்குச் செய்த பகை.**

மாலைப் பொழுதாகிவிட்டால் காதல் துன்பம் அதிகமாக வருத்துகிறது. அதனால் பிரிந்திருக்கும் காதலர் உள்ளம் "காலை நேரத்துக்கு நான் செய்த நன்மை என்ன? மாலை நேரத்துக்குச் செய்த தீமைதான் என்ன?" என்று புலம்புகிறது.

1226. மாலைநோய் செய்தல் மணந்தார் அகலாத
காலை அறிந்த திலேன்.

மாலைக்காலம் இப்படியெல்லாம் இன்னல் விளைவிக்கக்
கூடியது என்பதைக் காதலர் என்னை விட்டுப் பிரியாமல்
இருந்த போது நான் அறிந்திருக்கவில்லை.

1227. காலை அரும்பிப் பகலெல்லாம் போதாகி
மாலை மலருமிந் நோய்.

காதல் என்பது காலையில் அரும்பாகி, பகல் முழுதும்
முதிர்ச்சியடைந்து, மாலையில் மலரும் ஒரு நோயாகும்.

1228. அழல்போலும் மாலைக்குத் தூதாகி ஆயன்
குழல்போலும் கொல்லும் படை.

காதலர் பிரிவால் என்னைத் தணலாகச் சுடுகின்ற
மாலைப்பொழுதை அறிவிக்கும் தூதாக வருவது
போல வரும் ஆயனின் புல்லாங்குழலோசை என்னைக்
கொல்லும் படைக்கருவியின் ஓசைபோல் அல்லவா
காதில் ஒலிக்கிறது.

1229. பதிமருண்டு பைதல் உழக்கும் மதிமருண்டு
மாலை படர்தரும் போழ்து.

என் அறிவை மயக்கும் மாலைப் பொழுது, இந்த
ஊரையே மயக்கித் துன்பத்தில் ஆழ்த்துவது போல்
எனக்குத் தோன்றுகிறது.

1230. பொருள்மாலை யாளரை உள்ளி மருள்மாலை
மாயுமென் மாயா உயிர்.

பொருள் ஈட்டுவதற்குச் சென்றுள்ள காதலரை எண்ணி
மாய்ந்து போகாத என்னுயிர், மயக்கும் இந்த மாலைப்
பொழுதில் மாய்ந்து போகின்றது.

124. உறுப்புநலன் அறிதல்

1231. சிறுமை நமக்கொழியச் சேட்சென்றார் உள்ளி
நறுமலர் நாணின கண்.

பிரிவுத் துன்பத்தை நமக்களித்துவிட்டு நெடுந்தொலைவு சென்று விட்டாரேயென்று வருந்திடும் காதலியின் கண்கள் அழகிழந்துபோய், மலர்களுக்கு முன்னால் நாணிக் கிடக்கின்றன.

1232. நயந்தவர் நல்காமை சொல்லுவ போலும்
பசந்து பனிவாரும் கண்.

பசலை நிறம் கொண்டு நீர் பொழியும் கண்கள், விரும்பிய காதலர் அன்பு காட்டவில்லையென்பதைச் சொல்லிக் காட்டுகின்றன.

1233. தணந்தமை சால அறிவிப்ப போலும்
மணந்தநாள் வீங்கிய தோள்.

தழுவிக் கிடந்தபோது பூரித்திருந்த தோள், இப்போது மெலிந்து காணப்படுவது; காதலன் பிரிவை அறிவிப்பதற்காகத்தான் போலும்.

1234. பணைநீங்கிப் பைந்தொடி சோரும் துணைநீங்கித்
தொல்கவின் வாடிய தோள்.

பருத்திருந்த பருவத் தோள்கள் பழைய எழில் குலைந்து, பசும்பொன் வளையல்களும் கழன்று விழுகின்றன, காதலனைப் பிரிந்து வாடுவதன் காரணமாக.

1235. கொடியார் கொடுமை உரைக்கும் தொடியொடு
தொல்கவின் வாடிய தோள்.

வளையல்களும் கழன்று விழ, இருந்த அழகையும் இழந்த தோள்கள் என்னைப் பிரிந்திருக்கும் காதலரின் கொடுமையை ஊருக்கு உரைக்கின்றன.

1236. **தொடியொடு தோள்நெகிழ நோவல் அவரைக்
கொடியார் எனக்கூறல் நொந்து.**

என் தோள்கள் மெலிவதையும், வளையல்கள் கழன்று விழுவதையும் காண்போர் என்னுடையவர் இரக்கமற்றவர் என இயம்புவது கேட்டு இதயம் நொந்து போகிறேன்.

1237. **பாடு பெறுதியோ நெஞ்சே கொடியார்க்கென்
வாடுதோட் பூசல் உரைத்து.**

நெஞ்சே! இரக்கமற்று என்னைப் பிரிந்திருக்கும் அவருக்கு வாடி வதங்கும் என் தோள்களின் துன்பத்தை உரைத்துப் பெருமை அடைய மாட்டாயோ?

1238. **முயங்கிய கைகளை ஊக்கப் பசந்தது
பைந்தொடிப் பேதை நுதல்.**

இறுகத் தழுவியிருந்த கைகளைக் கொஞ்சம் தளர்த்தவே அந்தச் சிறு இடைவெளியையும் பொறுத்துக் கொள்ள முடியாமல் காதலியின் நெற்றி, பசலைநிறம் கொண்டுவிட்டது.

1239. **முயங்கிடைத் தண்வளி போழப் பசப்புற்ற
பேதை பெருமழைக் கண்.**

இறுகத் தழுவியிருந்தபோது, இடையே குளிர்ந்த காற்று நுழைந்ததால் அதையே ஒரு பிரிவு எனக் கருதி காதலியின் அகன்று நீண்ட கண்கள் பசலை நிறம் கொண்டன.

1240. **கண்ணின் பசப்போ பருவரல் எய்தின்றே
ஒண்ணுதல் செய்தது கண்டு.**

பிரிவுத் துயரால் பிறைநுதல் பசலை நிறமடைந்ததைக் கண்டு அவளது கண்களின் பசலையும் பெருந்துன்பம் அடைந்து விட்டது.

125. நெஞ்சொடு கிளத்தல்

1241. நினைத்தொன்று சொல்லாயோ நெஞ்சே எனைத்தொன்றும்
எவ்வநோய் தீர்க்கு மருந்து.

எந்த மருந்தினாலும் தீராத என் காதல் நோய் தீர்ந்திட ஏதாவது ஒரு மருந்தை நினைத்துப் பார்த்து, நெஞ்சே! உன்னால் சொல்ல முடியுமா?

1242. காத லவரிலர் ஆகநீ நோவது
பேதமை வாழியென் நெஞ்சு.

அவர் நமது காதலை மதித்து நம்மிடம் வராதபோது, நெஞ்சே! நீ மட்டும் அவரை நினைத்து வருந்துவது அறியாமையாகும்; நீ வாழ்க.

1243. இருந்துள்ளி என்பரிதல் நெஞ்சே பரிந்துள்ளல்
பைதல்நோய் செய்தார்கண் இல்.

பிரிவுத் துன்பம் தந்த காதலருக்கு நம்மிடம் இரக்கமில்லாதபோது, நெஞ்சே! நீ மட்டும் இங்கிருந்து கொண்டு அவரை எண்ணிக் கலங்குவதால் என்ன பயன்?

1244. கண்ணும் கொளச்சேறி நெஞ்சே இவையென்னைத்
தின்னும் அவர்க்காணல் உற்று.

நெஞ்சே! நீ காதலரிடம் செல்லும்போது கண்களையும்கூட அழைத்துக்கொண்டு போ; இல்லையேல் அவரைக் காண வேண்டுமென்று என்னையே அவை தின்றுவிடுவது போல் இருக்கின்றன.

1245. செற்றார் எனக்கை விடலுண்டோ நெஞ்சேயாம்
உற்றால் உறாஅ தவர்.

நெஞ்சே! நாம் விரும்பினாலும் நம்மை விரும்பி வராத அவர், நம்மை வெறுத்து விட்டார் என நினைத்து அவர்மீது கொண்ட காதலைக் கை விட்டு விட முடியுமா?

1246. கலந்துணர்த்தும் காதலர்க் கண்டாற் புலந்துணராய்
பொய்க்காய்வு காய்தியென் நெஞ்சு.

நெஞ்சே! கூடிக் கலந்து ஊடலை நீக்கும் காதலரைக் கண்டால் ஒரு தடவைகூடப் பிணங்கியறியாத நீ இப்போது அவர்மீது கொள்கிற கோபம் பொய்யானதுதானே?

1247. காமம் விடுவொன்றோ நாண்விடு நன்னெஞ்சே
யானோ பொறேனிவ் விரண்டு.

நல்ல நெஞ்சமே! ஒன்று காதலால் துடிப்பதையாவது விட்டு விடு அல்லது அதனைத் துணிந்து சொல்ல முடியாமல் தடுக்கும் நாணத்தையாவது விட்டு விடு. இந்த இரண்டு செயல்களையும் ஒரே நேரத்தில் தாங்கிக் கொள்ள என்னால் முடியாது.

1248. பரிந்தவர் நல்காரென் றேங்கிப் பிரிந்தவர்
பின்செல்வாய் பேதையென் நெஞ்சு.

நம்மீது இரக்கமின்றிப் பிரிந்து விட்டாரேயென்று ஏங்கிடும் அதே வேளையில் பிரிந்தவர் பின்னாலேயே சென்று கொண்டிருக்கும் என் நெஞ்சம் ஓர் அறிவற்ற பேதை போன்றதாகும்.

1249. உள்ளத்தார் காத லவராக உள்ளிநீ
யாருழைச் சேறியென் நெஞ்சு.

உள்ளத்திலேயே காதலர் குடி கொண்டிருக்கும்போது, நெஞ்சமே! நீ அவரை நினைத்து வெளியே எவரிடம் தேடி அலைகிறாய்?

1250. துன்னாத் துறந்தாரை நெஞ்சத் துடையேமா
இன்னும் இழத்தும் கவின்.

சேராமல் பிரிந்து சென்ற காதலரைச் சிந்தையில் வைத்திருப்பதால் மேலும் மேனியெழில் இழந்து மெலிந்து அழிய வேண்டியுள்ளது.

126. நிறையழிதல்

1251. காமக் கணிச்சி உடைக்கும் நிறையென்னும்
நாணுத்தாழ் வீழ்த்த கதவு.

காதல் வேட்கை இருக்கிறதே, அது ஒரு கோடரியாக மாறி, நாணம் எனும் தாழ்ப்பாள் போடப்பட்ட மனஅடக்கம் என்கிற கதவையே உடைத்தெறிந்து விடுகின்றது.

1252. காமம் எனவொன்றோ கண்ணின்றென் நெஞ்சத்தை
யாமத்தும் ஆளும் தொழில்.

காதல் வேட்கை எனப்படும் ஒன்று இரக்கமே இல்லாதது; ஏனெனில் அது என் நெஞ்சில் நள்ளிரவிலும் ஆதிக்கம் செலுத்தி அலைக்கழிக்கிறது.

1253. மறைப்பேன்மன் காமத்தை யானோ குறிப்பின்றித்
தும்மல்போல் தோன்றி விடும்.

எவ்வளவுதான் அடக்க முயன்றாலும் கட்டுப்படாமல் தும்மல் நம்மையும் மீறி வெளிப்படுகிறதல்லவா; அதைப் போன்றதுதான் காதல் உணர்ச்சியும்; என்னதான் மறைத்தாலும் காட்டிக் கொடுத்துவிடும்.

1254. நிறையுடையேன் என்பேன்மன் யானோவென் காமம்
மறையிறந்து மன்று படும்.

மன உறுதிகொண்டவள் நான் என்பதே என் நம்பிக்கை; ஆனால் என் காதல், நான் மறைப்பதையும் மீறிக்கொண்டு மன்றத்திலேயே வெளிப்பட்டு விடுகிறதே.

1255. செற்றார்பின் செல்லாப் பெருந்தகைமை காமநோய்
உற்றார் அறிவதொன் றன்று.

தம்மைப் பிரிந்து சென்ற காதலரைப் பகையாகக் கருதி அவரைத் தொடர்ந்து செல்லாத மன அடக்கம், காதல் நோயுற்றவர்க்கு இருப்பதில்லை.

**1256. செற்றவர் பின்சேறல் வேண்டி அளித்தரோ
எற்றென்னை உற்ற துயர்.**

வெறுத்துப் பிரிந்ததையும் பொறுத்துக் கொண்டு அவர் பின்னே செல்லும் நிலையை என் நெஞ்சுக்கு ஏற்படுத்திய காதல் நோயின் தன்மைதான் என்னே.

**1257. நாணென ஒன்றோ அறியலம் காமத்தால்
பேணியார் பெட்ப செயின்.**

நமது அன்புக்குரியவர் நம்மீது கொண்ட காதலால் நமக்கு விருப்பமானவற்றைச் செய்யும்போது, நாணம் எனும் ஒரு பண்பு இருப்பதையே நாம் அறிவதில்லை.

**1258. பன்மாயக் கள்வன் பணிமொழி அன்றோநம்
பெண்மை உடைக்கும் படை.**

நம்முடைய பெண்மை எனும் உறுதியை உடைக்கும் படைக்கலனாக இருப்பது, பல மாயங்களில் வல்ல கள்வராம் காதலரின் பணிவான பாகுமொழியன்றோ?

**1259. புலப்பல் எனச்சென்றேன் புல்லினேன் நெஞ்சம்
கலத்தல் உறுவது கண்டு.**

ஊடல் கொண்டு பிணங்குவோம் என நினைத்துதான் சென்றேன்; ஆனால் என் நெஞ்சம் என்னை விடுத்து அவருடன் கூடுவதைக் கண்டு என் பிடிவாதத்தை மறந்து தழுவிக் கொண்டேன்.

**1260. நிணந்தீயில் இட்டன்ன நெஞ்சினார்க் குண்டோ
புணர்ந்தூடி நிற்பேம் எனல்.**

நெருப்பிலிட்ட கொழுப்பைப் போல் உருகிடும் நெஞ்சம் உடையவர்கள், கூடிக் களித்தபின் ஊடல் கொண்டு அதில் உறுதியாக இருக்க முடியுமா?

127. அவர்வயின் விதும்பல்

1261. வாளற்றுப் புற்கென்ற கண்ணும் அவர்சென்ற
நாளொற்றித் தேய்ந்த விரல்.

வருவார் வருவார் என வழி பார்த்துப் பார்த்து விழிகளும் ஒளியிழந்தன; பிரிந்து சென்றுள்ள நாட்களைச் சுவரில் குறியிட்டு அவற்றைத் தொட்டுத் தொட்டு எண்ணிப் பார்த்து விரல்களும் தேய்ந்தன.

1262. இலங்கிழாய் இன்று மறப்பினென் தோள்மேல்
கலங்கழியும் காரிகை நீத்து.

காதலரைப் பிரிந்திருக்கும் நான், பிரிவுத் துன்பம் வாராதிருக்க அவரை மறந்திருக்க முனைந்தால், என் தோள்கள் அழகு நீங்கி மெலிந்து போய் வளையல்களும் கழன்று விழுவது உறுதியடி என் தோழி.

1263. உரன்நசைஇ உள்ளம் துணையாகச் சென்றார்
வரல்நசைஇ இன்னும் உளேன்.

ஊக்கத்தையே உறுதுணையாகக் கொண்டு வெற்றியை விரும்பிச் சென்றுள்ள காதலன், திரும்பி வருவான் என்பதற்காகவே நான் உயிரோடு இருக்கிறேன்.

1264. கூடிய காமம் பிரிந்தார் வரவுள்ளிக்
கோடுகொ டேறுமென் நெஞ்சு.

காதல் வயப்பட்டுக் கூடியிருந்து பிரிந்து சென்றவர் எப்போது வருவார் என்று என் நெஞ்சம், மரத்தின் உச்சிக் கொம்பில் ஏறிப் பார்க்கின்றது.

1265. காண்கமன் கொண்கனைக் கண்ணாரக் கண்டபின்
நீங்குமென் மென்தோள் பசப்பு.

கண்ணார என் கணவனைக் காண்பேனாக; கண்டபிறகே என் மெல்லிய தோளில் படர்ந்துள்ள பசலை நிறம் நீங்கும்.

1266. வருகமன் கொண்கன் ஒருநாட் பருகுவன்
பைதல்நோய் எல்லாம் கெட.

என்னை வாடவிட்டுப் பிரிந்துள்ள காதலன், ஒருநாள் வந்துதான் ஆகவேண்டும். வந்தால் என் துன்பம் முழுவதும் தீர்ந்திட அவனிடம் இன்பம் துய்ப்பேன்.

1267. புலப்பேன்கொல் புல்லுவேன் கொல்லோ கலப்பேன்கொல்
கண்ணன்ன கேளிர் வரின்.

கண்ணின் மணியாம் என் காதலர் வந்தவுடன், பிரிந்திருந்த துயரின் காரணமாக அவருடன் ஊடல் கொள்வேனோ அல்லது கட்டித் தழுவிக் கொள்வேனோ அல்லது ஊடுதல் கூடுதல் ஆகிய இரண்டையும் இணைத்துச் செய்வேனோ? ஒன்றுமே புரியவில்லையே எனக்கு; அந்த இன்பத்தை நினைக்கும்போது.

1268. வினைகலந்து வென்றீக வேந்தன் மனைகலந்து
மாலை அயர்கம் விருந்து.

தலைவன், தான் மேற்கொண்டுள்ள செயலில் வெற்றி பெறுவானாக; அவன் வென்றால் எனக்கு மாலைப்பொழுதில் இன்ப விருந்துதான்.

1269. ஒருநாள் எழுநாள்போல் செல்லும்சேண் சென்றார்
வருநாள்வைத் தேங்கு பவர்க்கு.

நெடுந்தொலைவு சென்ற காதலர் திரும்பி வரும் நாளை எதிர்பார்த்து ஏங்குபவர்க்கு ஒவ்வொரு நாளும் ஒவ்வொரு யுகமாகத் தோன்றும்.

1270. பெறினென்னாம் பெற்றக்கால் என்னாம் உறினென்னாம்
உள்ளம் உடைந்துக்கக் கால்.

துன்பத்தைத் தாங்கிக் கொள்ள முடியாமல் மனம் நிலையிழந்து போய்விடுமானால், பிறகு ஒருவரையொருவர் திரும்பச் சந்திப்பதனாலோ, சந்தித்துக் கூடுவதினாலோ, என்ன பயன்?

128. குறிப்பறிவுறுத்தல்

1271. கரப்பினுங் கையிகந் தொல்லாநின் உண்கண்
உரைக்கல் உறுவதொன் றுண்டு.

வெளியில் சொல்லாமல் மறைக்கப் பார்த்தாலும், நிற்காமல் தடைகடந்து விழிகள் சொல்லக்கூடிய செய்தி ஒன்று உண்டு; அதுதான் பிரிவை விரும்பாத காதல்.

1272. கண்ணிறைந்த காரிகைக் காம்பேர்தோட் பேதைக்குப்
பெண்நிறைந்த நீர்மை பெரிது.

கண்நிறைந்த அழகும் மூங்கில் போன்ற தோளும் கொண்ட என் காதலிக்குப் பெண்மைப் பண்பு நிறைந்திருப்பதே பேரழகாகும்.

1273. மணியில் திகழ்தரு நூல்போல் மடந்தை
அணியில் திகழ்வதொன் றுண்டு.

மணியாரத்திற்குள் மறைந்திருக்கும் நூலைப்போல இந்த மடந்தையின் அழகுக்குள்ளே என்னை மயக்கும் குறிப்பு ஒன்று உளது.

1274. முகைமொக்குள் உள்ளது நாற்றம்போல் பேதை
நகைமொக்குள் உள்ளதொன் றுண்டு.

மலராத அரும்புக்குள் நறுமணம் அடங்கியிருப்பது போலத்தான் ஒரு பெண்ணின் புன்னகையென்ற அரும்புக்குள் அவளது காதலனைப்பற்றிய நினைவும் நிரம்பியிருக்கிறது.

1275. செறிதொடி செய்திறந்த கள்ளம் உறுதுயர்
தீர்க்கும் மருந்தொன் றுடைத்து.

வண்ணமிகு வளையல்கள் அணிந்த என் வடிவழகியின் குறும்புத்தனமான பார்வையில், என்னைத் துளைத்தெடுக்கும் துன்பத்தைத் தீர்க்கும் மருந்தும் இருக்கிறது.

1276. பெரிதாற்றிப் பெட்பக் கலத்தல் அரிதாற்றி
அன்பின்மை சூழ்வ துடைத்து.

ஆரத் தழுவி அளவற்ற அன்பு காட்டி அவர் என்னைக் கூடுவதானது மீண்டும் அவர் என்னைப் பிரிந்து செல்லப் போகிற குறிப்பை உணர்த்துவது போல் இருக்கிறதே.

1277. தண்ணந் துறைவன் தணந்தமை நம்மினும்
முன்னம் உணர்ந்த வளை.

குளிர்ந்த நீர்த் துறைக்கு உரிய காதலன் உடலால் கூடியிருக்கும்போது, உள்ளத்தால் பிரியும் நினைவு கொண்டதை என் வளையல்கள் எனக்கு முன்னரே உணர்ந்து கழன்றன போலும்!

1278. நெருநற்றுச் சென்றாரெங் காதலர் யாமும்
எழுநாளேம் மேனி பசந்து.

நேற்றுத்தான் எம் காதலர் பிரிந்து சென்றார்; எனினும், பல நாட்கள் கழிந்தன என்பது போல் பசலை நிறம் எம்மைப் பற்றிக் கொண்டதே.

1279. தொடிநோக்கி மென்தோளும் நோக்கி அடிநோக்கி
அஃதாண் டவள்செய் தது.

பிரிவு காரணமாகக் கழலக் கூடிய வளையலையும், மெலிந்து போகக் கூடிய மென்மையான தோளையும் நோக்கியவள் காதலனைத் தொடர்ந்து செல்வதென்ற முடிவைத் தன் அடிகளை நோக்கும் குறிப்பால் உணர்த்தினாள்.

1280. பெண்ணினாற் பெண்மை உடைத்தென்ப கண்ணினால்
காமநோய் சொல்லி இரவு.

காதல் வேட்கையைக் கண்களால் உணர்த்திக் காதலனுடன் போவதற்கு இரந்து நிற்கும்போது பெண்மைக்குப் பெண்மை சேர்த்தாற் போன்று இருக்கின்றது.

129. புணர்ச்சி விதும்பல்

1281. உள்ளக் களித்தலும் காண மகிழ்தலும்
கள்ளுக்கில் காமத்திற் குண்டு.

மதுவை அருந்தினால்தான் இன்பம், ஆனால், காதல் அப்படியல்ல; நினைத்தாலே இன்பம்; காதலர்கள் ஒருவரையொருவர் கண்டாலே இன்பம்.

1282. தினைத்துணையும் ஊடாமை வேண்டும் பனைத்துணையும்
காமம் நிறைய வரின்.

பனையளவாகக் காதல் பெருகிடும்போது தினையளவு ஊடலும் கொள்ளாமல் இருக்க வேண்டும்.

1283. பேணாது பெட்பவே செய்யினும் கொண்கனைக்
காணா தமையல கண்.

என்னை அரவணைக்காமல் தமக்கு விருப்பமானவற்றையே செய்து கொண்டிருந்தாலும், என் கண்கள் அவரைக் காணாமல் அமைதி அடைவதில்லை.

1284. ஊடற்கண் சென்றேன்மன் தோழி அதுமறந்து
கூடற்கண் சென்றதென் னெஞ்சு.

ஊடுவதற்காகச் சென்றாலும்கூட அதை நெஞ்சம் மறந்து விட்டுக் கூடுவதற்கு இணங்கி விடுவதே காதலின் சிறப்பு.

1285. எழுதுங்கால் கோல்காணாக் கண்ணேபோல் கொண்கன்
பழிகாணேன் கண்ட இடத்து.

கண்ணில் மை தீட்டிக் கொள்ளும்பொழுது அந்த மை தீட்டும் கோலைக் காணாதது போலவே, காதலனைக் காணும்பொழுது அவன் என்னைப் பிரிந்து சென்ற குற்றத்தை மறந்து விடுகிறேன்.

1286. காணுங்கால் காணேன் தவறாய காணாக்கால்
காணேன் தவறல் லவை.

அவரைக் காணும்பொழுது அவர் குற்றங்களை நான் காண்பதில்லை; அவரைக் காணாதபொழுது அவர் குற்றங்களைத் தவிர வேறொன்றையும் நான் காண்பதில்லை.

1287. உய்த்தல் அறிந்து புனல்பாய் பவரேபோல்
பொய்த்தல் அறிந்தென் புலந்து.

வெள்ளம் அடித்துக் கொண்டு போய் விடுமெனத் தெரிந்திருந்தும் நீரில் குதிப்பவரைப் போல, வெற்றி கிடைக்காது எனப் புரிந்திருந்தும் ஊடல் கொள்வதால் பயன் என்ன?

1288. இளித்தக்க இன்னா செயினும் களித்தார்க்குக்
கள்ளற்றே கள்வநின் மார்பு.

என்னுள்ளம் கவர்ந்த கள்வனே! இழிவு தரக்கூடிய துன்பத்தை நீ எனக்கு அளித்தாலும் கூட, கள்ளை உண்டு களித்தவர்க்கு மேலும் மேலும் அந்தக் கள்ளின்மீது விருப்பம் ஏற்படுவது போலவே என்னையும் மயங்கச் செய்கிறது உன் மார்பு.

1289. மலரினும் மெல்லிது காமம் சிலரதன்
செவ்வி தலைப்படு வார்.

காதல் இன்பம், மலரைவிட மென்மையானது. அதனை அதே மென்மையுடன் நுகருபவர்கள் சிலரே ஆவார்கள்.

1290. கண்ணின் துனித்தே கலங்கினாள் புல்லுதல்
என்னினும் தான்விதுப் புற்று.

விழிகளால் ஊடலை வெளியிட்டவள், கூடித் தழுவுவதில் என்னைக் காட்டிலும் விரைந்து செயல்பட்டு என்னோடு கலந்து விட்டாள்.

130. நெஞ்சொடு புலத்தல்

1291. அவர்நெஞ் சவர்க்காதல் கண்டும் எவன்நெஞ்சே
நீயெமக் காகா தது.

நெஞ்சே! நம்மை நினைக்காமல் இருப்பதற்கு அவருடைய நெஞ்சு அவருக்குத் துணையாக இருக்கும் போது நீ எமக்குத் துணையாக இல்லாமல் அவரை நினைத்து உருகுவது ஏன்?

1292. உறாஅ தவர்க்கண்ட கண்ணும் அவரைச்
செறாஅரெனச் சேறியென் நெஞ்சு.

நெஞ்சே! நம்மிடம் அன்பு காட்டாதவர் அவர் எனக் கண்ட பிறகும், நம்மை வெறுக்க மாட்டார் என நம்பி அவரிடம் செல்கின்றாயே.

1293. கெட்டார்க்கு நட்டாரில் என்பதோ நெஞ்சேநீ
பெட்டாங் கவர்பின் செலல்.

நெஞ்சே! நீ எனை விடுத்து அவரை விரும்பிப் பின் தொடர்ந்து செல்வது, துன்பத்தால் அழிந்தோர்க்கு நண்பர்கள் துணையிருக்க மாட்டார்கள் என்று சொல்வது போலவோ?

1294. இனியன்ன நின்னொடு சூழ்வார்யார் நெஞ்சே
துனிசெய்து துவ்வாய்காண் மற்று.

நெஞ்சே! முதலில் ஊடல் செய்து பிறகு அதன் பயனைக் கூடலில் நுகர்வோம் என நினைக்க மாட்டாய்; எனவே அதைப்பற்றி உன்னிடம் யார் பேசப் போகிறார்கள்? நான் பேசுவதாக இல்லை.

1295. பெறாஅமை அஞ்சும் பெறின்பிரி வஞ்சும்
அறாஅ இடும்பைத்தென் நெஞ்சு.

என் நெஞ்சத்துக்குத் துன்பம் தொடர் கதையாகவே இருக்கிறது. காதலரைக் காணவில்லையே என்று அஞ்சும்; அவர் வந்து விட்டாலோ பிரிந்து செல்வாரே என நினைத்து அஞ்சும்.

1296. தனியே இருந்து நினைத்தக்கால் என்னைத்
   தினிய இருந்ததென் நெஞ்சு.

   காதலர் பிரிவைத் தனியே இருந்து நினைத்தபோது என் நெஞ்சம் என்னைத் தின்பது போலக் கொடுமையாக இருந்தது.

1297. நாணும் மறந்தேன் அவர்மறக் கல்லாவென்
   மாணா மடநெஞ்சிற் பட்டு.

   அவரை மறக்க முடியாமல் வாடும் என்னுடைய சிறப்பில்லாத மட நெஞ்சத்துடன் சேர்ந்து மறக்கக் கூடாத நாணத்தையும் மறந்து விட்டேன்.

1298. எள்ளின் இளிவாமென் றெண்ணி அவர்திறம்
   உள்ளும் உயிர்க்காதல் நெஞ்சு.

   பிரிந்து சென்ற காதலரை இகழ்வது தனக்கே இழிவாகும் என்பதால், அவருடைய பெருமையைப் பற்றியே என்னுயிர்க் காதல் நெஞ்சம் எண்ணிக் கொண்டிருக்கும்.

1299. துன்பத்திற் கியாரே துணையாவார் தாமுடைய
   நெஞ்சந் துணையல் வழி.

   துன்பம் வரும்போது அதனைத் தாங்குவதற்கு நெஞ்சமே துணையாக இல்லாவிட்டால் பிறகு யார் துணையாக இருப்பார்?

1300. தஞ்சம் தமரல்லர் ஏதிலார் தாமுடைய
   நெஞ்சம் தமரல் வழி.

   நமக்குரிய நெஞ்சமே நம்முடன் உறவாக இல்லாத போது, மற்றவர் உறவில்லாதவராக இருத்தல் என்பது எளிதேயாகும்.

131. புலவி

1301. புல்லா திராஅப் புலத்தை அவருறும்
அல்லல்நோய் காண்கம் சிறிது.

ஊடல் கொள்வதால் அவர் துன்ப நோயினால் துடிப்பதைச் சிறிது நேரம் காண்பதற்கு அவரைத் தழுவிடத் தயங்கிப் பிணங்குவாயாக.

1302. உப்பமைந் தற்றால் புலவி அதுசிறிது
மிக்கற்றால் நீள விடல்.

ஊடலுக்கும் கூடலுக்கும் இடையில் உள்ள காலம் உணவில் இடும் உப்பு போல் ஓரளவுடன் இருக்க வேண்டும். அந்தக் கால அளவு நீடித்தால் உணவில் உப்பு மிகுதியானதற்கு ஒப்பாக ஆகிவிடும்.

1303. அலந்தாரை அல்லல்நோய் செய்தற்றால் தம்மைப்
புலந்தாரைப் புல்லா விடல்.

ஊடல் கொண்டவரின் ஊடல் நீக்கித் தழுவாமல் விடுதல் என்பது, ஏற்கனவே துன்பத்தால் வருந்துவோரை மேலும் துன்பநோய்க்கு ஆளாக்கி வருத்துவதாகும்.

1304. ஊடி யவரை உணராமை வாடிய
வள்ளி முதலரிந் தற்று.

ஊடல்புரிந்து பிணங்கியிருப்பவரிடம் அன்பு செலுத்திடாமல் விலகியே இருப்பின், அது ஏற்கனவே வாடியுள்ள கொடியை அதன் அடிப்பாகத்தில் அறுப்பது போன்றதாகும்.

1305. நலத்தகை நல்லவர்க் கேளர் புலத்தகை
பூவன்ன கண்ணார் அகத்து.

மலர் விழி மகளிர் நெஞ்சில் விளையும் ஊடலே பண்பார்ந்த நல்ல காதலர்க்கு அழகு சேர்க்கும்.

1306. **துனியும் புலவியும் இல்லாயின் காமம்**
கனியும் கருக்காயும் அற்று.

பெரும்பிணக்கும், சிறுபிணக்கும் ஏற்பட்டு இன்பம் தரும் காதல் வாழ்க்கை அமையாவிட்டால் அது முற்றிப் பழுத்து அழுகிய பழம் போலவும், முற்றாத இளம் பிஞ்சைப் போலவும் பயனற்றதாகவே இருக்கும்.

1307. **ஊடலின் உண்டாங்கோர் துன்பம் புணர்வது**
நீடுவ தன்றுகொல் என்று.

கூடி முயங்கிக் களித்திருக்கும் இன்பமான காலத்தின் அளவு குறைந்து விடுமோ என எண்ணுவதால் ஊடலிலும் ஒருவகைத் துன்பம் காதலர்க்கு உண்டு.

1308. **நோதல் எவன்மற்று நொந்தாரென் றஃதறியும்**
காதலர் இல்லா வழி.

நம்மை நினைத்தல்லவோ வருந்துகிறார் என்பதை உணர்ந்திடும் காதலர் இல்லாதபோது வருந்துவதால் என்ன பயன்?

1309. **நீரும் நிழல தினிதே புலவியும்**
வீழுநர் கண்ணே இனிது.

நிழலுக்கு அருகில் உள்ள நீர்தான் குளிர்ந்து இனிமையாக இருக்கும்; அதுபோல அன்புள்ளவர்களிடம் கொள்ளும் ஊடல்தான் இன்பமானதாக இருக்கும்.

1310. **ஊடல் உணங்க விடுவாரோ டென்னெஞ்சம்**
கூடுவேம் என்ப தவா.

ஊடலைத் தணிக்காமல் வாடவிட்டு வேடிக்கை பார்ப்பவருடன் கூடியிருப்போம் என்று என் நெஞ்சம் துடிப்பதற்கு அதன் அடங்காத ஆசையே காரணம்.

132. புலவி நுணுக்கம்

1311. பெண்ணியலார் எல்லாரும் கண்ணிற் பொதுவுண்பர்
நண்ணேன் பரத்தநின் மார்பு.

பெண்ணாக இருப்போர் எல்லோருமே, பொதுவாக நினைத்துக் கண்களால் உண்பதால் கற்பு நெறிகெட்ட உன் பரந்த மார்பைப் பாவை நான் தழுவ மாட்டேன்.

1312. ஊடி இருந்தேமாத் தும்மினார் யாம்தம்மை
நீடுவாழ் கென்பாக் கறிந்து.

ஊடல் கொண்டிருந்தபோது அவர் தும்மினார்; ஊடலை விடுத்து அவரை "நீடுவாழ்க" என வாழ்த்துவேன் என்று நினைத்து.

1313. கோட்டுப்பூச் சூடினும் காயும் ஒருத்தியைக்
காட்டிய சூடினீர் என்று.

கிளையில் மலர்ந்த பூக்களைக் கட்டி நான் அணிந்து கொண்டிருந்தாலும், வேறொருத்திக்குக் காட்டுவதற்காகவே அணிந்திருக்கிறீர் எனக்கூறி சினம் கொள்வாள்.

1314. யாரினுங் காதலம் என்றேனா ஊடினாள்
யாரினும் யாரினும் என்று.

"யாரைக் காட்டிலும் உன்னிடம் நான் காதல் மிகுதியாகக் கொண்டுள்ளேன்" என்று இயல்பாகச் சொன்னதைக் கூடக் காதலி தவறாக எடுத்துக்கொண்டு "யாரைக்காட்டிலும் யாரைக் காட்டிலும்" எனக்கேட்டு ஊடல் புரியத் தொடங்கி விட்டாள்.

1315. இம்மைப் பிறப்பில் பிரியலம் என்றேனாக்
கண்நிறை நீர்கொண் டனள்.

"இப்பிறப்பில் யாம் பிரியமாட்டோம்" என்று நான் சொன்னவுடன் "அப்படியானால் மறு பிறப்பு என ஒன்று உண்டோ? அப்போது நம்மிடையே பிரிவு ஏற்படுமெனக் கூறுகிறாயா?" எனக் கேட்டுக் கண்கலங்கினாள் காதலி.

1316. உள்ளினேன் என்றேன்மற் றென்மறந்தீர் என்றென்னைப்
புல்லாள் புலத்தக் கனள்.

"உன்னை நினைத்தேன் என்று காதலியிடம் சொன்னதுதான் தாமதம்", "அப்படியானால் நீர் என்னை மறந்திருந்தால்தானே நினைத்திருக்க முடியும்?" எனக்கேட்டு "ஏன் மறந்தீர்?" என்று அவள் ஊடல் கொண்டாள்.

1317. வழுத்தினாள் தும்மினேன் ஆக அழித்தழுதாள்
யாருள்ளித் தும்மினீர் என்று.

தும்மினேன்; வழக்கப்படி அவள் என்னை வாழ்த்தினாள். உடனே என்ன சந்தேகமோ, "யார் உம்மை நினைத்ததால் தும்மினீர்" என்று கேட்டு, முதலில் அளித்த வாழ்த்துக்கு மாறாக அழத் தொடங்கிவிட்டாள்.

1318. தும்முச் செறுப்ப அழுதாள் நுமருள்ளல்
எம்மை மறைத்திரோ என்று.

ஊடல் கொள்வாளோ எனப் பயந்து நான் தும்மலை அடக்கிக் கொள்வதைப் பார்த்த அவள் "ஓ, உமக்கு நெருங்கியவர் உம்மை நினைப்பதை நான் அறியாதபடி மறைக்கிறீரோ?" எனக் கேட்டு அழுதாள்.

1319. தன்னை உணர்த்தினும் காயும் பிறர்க்கும்நீர்
இந்நீரர் ஆகுதிர் என்று.

நான் பணிந்து போய் அவள் ஊடலை நீக்கி மகிழ்வித்தாலும், உடனே அவள் "ஓ! நீர் இப்படித்தான் மற்ற பெண்களிடமும் நடந்து கொள்வீரோ?" என்று சினந்தெழுவாள்.

1320. நினைத்திருந்து நோக்கினும் காயும் அனைத்துநீர்
யாருள்ளி நோக்கினீர் என்று.

ஒப்பற்ற அவளுடைய அழகை நினைத்து அவளையே இமை கொட்டாமல் பார்த்துக் கொண்டிருந்தாலும், "யாருடன் என்னை ஒப்பிட்டு உற்றுப் பார்க்கிறீர்?" என்று கோபம் கொள்வாள்.

133. ஊடலுவகை

1321. இல்லை தவறவர்க் காயினும் ஊடுதல்
வல்ல தவரளிக்கும் ஆறு.

எந்தத் தவறும் இல்லாத நிலையிலும்கூட காதலர்க்கிடையே தோன்றும் ஊடல், அவர்களின் அன்பை மிகுதியாக வளர்க்கக் கூடியது.

1322. ஊடலின் தோன்றும் சிறுதுனி நல்லளி
வாடினும் பாடு பெறும்.

காதலரிடையே மலர்ந்துள்ள நல்லன்பு சற்று வாடுவதற்கு, ஊடுதல் காரணமாக இருந்தாலும் அதனால் விளைகிற சிறிய துன்பம் பெருமையுடையதேயாகும்.

1323. புலத்தலிற் புத்தேள்நா டுண்டோ நிலத்தொடு
நீரியைந் தன்னார் அகத்து.

நிலத்தோடு நீர் கலந்தது போல அன்புடன் கூடியிருக்கும் காதலரிடத்தில் ஊடல் கொள்வதைவிடப் புதிய உலகம் வேறொன்று இருக்க முடியுமா?

1324. புல்லி விடாஅப் புலவியுள் தோன்றுமென்
உள்ளம் உடைக்கும் படை.

இறுகத் தழுவி இணை பிரியாமல் இருப்பதற்குக் காரணமாக ஊடல் அமைகிறது. அந்த ஊடலில்தான் என் உள்ளத்து உறுதியைக் குலைக்கும் படைக்கலனும் இருக்கிறது.

1325. தவறிலர் ஆயினும் தாம்வீழ்வார் மென்றோள்
அகறலின் ஆங்கொன் றுடைத்து.

தவறே செய்யாத நிலையிலும்கூட, தன்னுள்ளம் கொள்ளை கொண்டவளின் ஊடலுக்கு ஆளாகி அவளது மெல்லிய தோள்களைப் பிரிந்திருப்பதில் ஓர் இன்பம் இருக்கிறது.

1326. உணலினும் உண்ட தறலினிது காமம்
புணர்தலின் ஊடல் இனிது.

உணவு அருந்துவதைவிட, அருந்திய உணவு செரிப்பதிலே ஒரு சுகம். அதைப்போல் உடலுறவைவிட ஊடல் கொள்வதிலேயே காதலர்க்கு ஒரு சுகம்.

1327. ஊடலின் தோற்றவர் வென்றார் அதுமன்னும்
கூடலிற் காணப் படும்.

ஊடல் என்கிற இனிய போரில் தோற்றவர்தான் வெற்றி பெற்றவராவார். இந்த உண்மை ஊடல் முடிந்து கூடி மகிழும்போது உணரப்படும்.

1328. ஊடிப் பெறுகுவம் கொல்லோ நுதல்வெயர்ப்பக்
கூடலில் தோன்றிய உப்பு.

நெற்றியில் வியர்வை அரும்பிடக் கூடுவதால் ஏற்படும் இன்பத்தை, மீண்டும் ஒருமுறை ஊடல் தோன்றினால், அதன் வாயிலாகப் பெறமுடியுமல்லவா?

1329. ஊடுக மன்னோ ஒளியிழை யாமிரப்ப
நீடுக மன்னோ இரா.

ஒளி முகத்தழகி ஊடல் புரிவாளாக; அந்த ஊடலைத் தீர்க்கும் பொருட்டு நான் அவளிடம் இரந்து நிற்கும் இன்பத்தைப் பெறுவதற்கு இராப்பொழுது இன்னும் நீடிப்பதாக.

1330. ஊடுதல் காமத்திற் கின்பம் அதற்கின்பம்
கூடி முயங்கப் பெறின்.

ஒருவருக்கொருவர் செல்லமாகச் சினங்கொண்டு பிரிந்திருப்பது எனப்படும் ஊடல், இருவரும் சேர்ந்த பிறகு காதல் இன்பத்தை அதிகமாகப் பருகிட உதவும். எனவே ஊடல் கொள்வதே ஒரு இன்பமான செயல்தான்.

குறள் முதற்குறிப்பு அகர வரிசை

அ

அஃகாமை செல்வத்திற் 178
அஃகி யகன்ற..........................175
அகடாரார் அல்லல்..................936
அகப்பட்டி ஆவாரைக்............1074
அகர முதல..................................1
அகலா தணுகாது....................691
அகழ்வாரைத் தாங்கும் 151
அகனமர்ந்து செய்யாள்............. 84
அகன்அமர்ந் தீதலின் 92
அங்கணத்துள் உக்க 720
அசையியற் குண்டாண்டோர் .. 1098
அச்ச முடையார்க் 534
அச்சமே கீழ்கள.....................1075
அஞ்சாமை ஈகை.....................382
அஞ்சாமை யல்லால்................497
அஞ்சும் அறியான்....................863
அஞ்சுவ தஞ்சாமை..................428
அஞ்சுவ தோரும்......................366
அடக்கம் அமரருள்..................121
அடல்தகையும் ஆற்றலும்.........768
அடல்வேண்டும் ஐந்தன் 343
அடுக்கி வரினும் 625
அடுக்கிய கோடி.......................954
அடுத்தது காட்டும் 706
அணங்குகொல் ஆய்மயில் 1081
அணியன்றோ நாணுடைமை . 1014
அந்தணர் என்போர் 30
அந்தணர் நூற்கும் 543
அமரகத் தாற்றறுக்கும் 814
அமரகத்து வன்கண்ணர்........ 1027
அமிழ்தினும் ஆற்ற 64
அமைந்தாங் கொழுகான் 474
அரங்கின்றி வட்டாடி.................401
அரம்பொருத பொன்போலத்....888
அரம்போலும் கூர்மைய............997
அரிதரோ தேற்றம்..................1153
அரிதாற்றி அல்லல்நோய் 1160
அரியகற் றாசற்றார் 503
அரியவற்று ளெல்லாம் 443
அரியவென் றாகாத..................537
அருங்கேடன் என்ப..................210
அருஞ்செவ்வி இன்னா.............565
அருட்செல்வஞ் செல்வத்துள் 241
அருமறை சோரும் 847
அருமை உடைத்தென் 611
அரும்பய னாயும் 198
அருவினை யென்ப..................483
அருளல்ல தியாதெனிற் 254
அருளில்லார்க் கவ்வுலகம் 247
அருளென்னும் அன்பீன் 757
அருளொடும் அன்பொடும்........755
அருள்கருதி அன்புடைய..........285
அருள்சேர்ந்த நெஞ்சினார்க்.....243
அருள்வெஃகி யாற்றின்கண்.....176
அலந்தாரை அல்லல்நோய்.... 1303
அலரெழ ஆருயிர் 1141
அலர்நாண ஒல்வதோ............ 1149
அல்லல் அருளாள்வார்க்..........245
அல்லவை தேய........................ 96
அல்லற்பட் டாற்றா 555
அவர்தந்தார் என்னும் 1182
அவர்நெஞ் சவர்க்காதல்......... 1291
அவாவில்லார்க் கில்லாகுந்......368
அவாவினை ஆற்ற..................367
அவாவென்ப எல்லா 361
அவிசொரிந் தாயிரம் 259
அவையறிந் தாராய்ந்து 711
அவையறியார் சொல்லல்மேற்..713
அவ்வித் தழுக்கா.....................167
அவ்விய நெஞ்சத்தான்.............169
அழக்கொண்ட எல்லாம் 659
அழச்சொல்லி அல்ல 795
அழல்போலும் மாலைக்குத் ... 1228
அழிவதூஉம் ஆவதூஉம்..........461
அழிவந்த செய்யினும் 807
அழிவி னவைநீக்கி 787
அழிவின் றறைபோகா.............764
அழுக்கற் றகன்றாரும்.............170
அழுக்கா றவாவெகுளி 35
அழுக்கா றுடையார்க் 165
அழுக்கா றுடையான்கண் 135
அழுக்கா றெனவொரு..............168
அழுக்காற்றின் அல்லவை........164
அளவல்ல செய்தாங்கே 289
அளவளா வில்லாதான் 523
அளவறிந்தார் நெஞ்சத் 288
அளவறிந்து வாழாதான்...........479
அளவின்கண் நின்றொழுக 286
அளித்தஞ்சல் என்றவர் 1154
அறங்கூறா னல்ல 181
அறஞ்சாரா நல்குர 1047
அறஞ்சொல்லும் நெஞ்சத்தான் 185
அறத்தா றிதுவென 37
அறத்தாற்றின் இல்வாழ்க்கை.... 46
அறத்தான் வருவதே 39
அறத்திற்கே அன்புசார் 76
அறத்தினூஉங் காக்கமும்......... 32
அறம்பொருள் இன்பம்.............501
அறவாழி அந்தணன்....................8
அறவினை யாதெனின்.............321
அறவினையும் ஆன்ற 909
அறனழீஇ யல்லவை 182
அறனறிந் தான்றமைந்த 635
அறனறிந்து மூத்த...................441
அறனறிந்து வெஃகா 179
அறனாக்கம் வேண்டாதான்......163
அறனியலான் இல்வாழ்வா.......147
அறனிழுக்கா தல்லவை...........384
அறனீனும் இன்பமும் 754
அறனோக்கி யாற்றுங்கொல்.....189
அறன்எனப் பட்டதே................. 49
அறன்கடை நின்றாரு...............142
அறன்வரையா னல்ல 150
அறிகிலார் எல்லாரும் 1139
அறிகொன் றறியான்...............638
அறிதோ றறியாமை 1110
அறிந்தாற்றிச் செய்கிற்பாற் 515
அறிவற்றங் காக்குங் 421
அறிவிலார் தாந்தம்மைப்..........843

அறிவிலான் நெஞ்சுவஞ்..........842	ஆக்கம் அதர்வினாய்ச்.....594	இமைப்பிற் கரப்பாக்............1129
அறிவினான் ஆகுவ...........315	ஆக்கம் இழந்தேமென்.......593	இமையாரின் வாழினும்.........906
அறிவினு எல்லாஞ்...........203	ஆங்கமை வெய்தியய்......740	இம்மைப் பிறப்பில்............1315
அறிவின்மை இன்மையுள்....841	ஆபயன் குன்றும்..............560	இயல்பாகும் நோன்பிற்கொன்..344
அறிவுடையார் ஆவ...........427	ஆயும் அறிவினர்.............918	இயல்பினான் இல்வாழ்க்கை....47
அறிவுடையார் எல்லா........430	ஆய்ந்தாய்ந்து கொள்ளாதான்..792	இயல்புளி கோலோச்சு........545
அறிவரு வாராய்ந்த.........684	ஆரா இயற்கை.................370	இயற்றலும் ஈட்டலுங்........385
அறவாய் நிறைந்த.........1117	ஆவிற்கு நீரென்..............1066	இரக்க இரத்தக்கார்க்.........1051
அறைபறை அன்னர்......1076	ஆள்வினையும் ஆன்ற......1022	இரத்தலின் இன்னாது.........229
அர்கா இயல்பிற்றுச்.........333	ஆற்றரும் ஆற்றி..............493	இரத்தலும் ஈதலே...........1054
அற்ற தரிந்து................944	ஆற்றின் அளவறிந்..........477	இரந்தும் உயிர்வாழ்தல்......1062
அற்ற மறைத்தலோ........846	ஆற்றின் அளவறிந்து........725	இரப்பன் இரப்பாரை..........1067
அற்றம் மறைக்கும்..........980	ஆற்றின் ஒழுக்கி...............48	இரப்பாரை யில்லாாயின்....1058
அற்றவ ரென்பார்...........365	ஆற்றின் நிலைஉளாந்........716	இரப்பான் வெகுளாமை.....1060
அற்றாரைத் தேறுதல்........506	ஆற்றின் அளவறிந்............468	இரவார் இரப்பார்க்கொன்...1035
அற்றார் அழிபசி............226	ஆற்று பஎர்க்கும்..............741	இரவுள்ள உள்ளம்............1069
அற்றார்க்கொன் றாற்றாதான்.1007	ஆற்றவா ராற்றல்............225	இரவென்னும் ஏமாப்பில்.....1068
அற்றால் அளவறிந்.........943	ஆற்றுவார் ஆற்றல்..........891	இருநோக் கிவளுண்கண்....1091
அற்றேமென் நல்லற்.........626	ஆற்றுவார் ஆற்றல்..........985	இருந்துள்ளி என்பதிதல்....1243
அனிச்சப்பூக் கால்களையாள்.1115	**இ**	இருந்தோம்பி இல்வாழ்வ.....81
அனிச்சமும் அன்னத்தின்.....1120	இகலானாம் இன்னாத.......860	இருபுலனும் வாய்ந்த..........737
அன்புகத் தில்லா..............78	இகலிற் கெதிர்சாய்தல்......858	இருமனப் பெண்டிரும்.......920
அன்பறி வாராய்ந்த.........682	இகலின் மிகலினி............856	இருமை வகைதெரிந்..........23
அன்பறிவு தேற்றம்...........513	இகலெதிர் சாய்ந்தொழுக.....855	இருவே ருலகத்.................374
அன்பிலன் ஆன்ற............862	இகலென்ப எல்லா............851	இருள்சேர் இருவினையும்......5
அன்பிலார் எல்லாம்..........72	இகலென்னும் எவ்வநோய்...853	இருள்நீங்கி இன்பம்...........352
அன்பிற்கும் உண்டோ........71	இகல்காணான் ஆக்கம்......859	இலக்கம் உடம்பிடுபைக்.....627
அன்பின் வழிய..............80	இகழ்ச்சியிற் கெட்டாரை.....539	இலங்கிழாய் இன்று........1262
அன்பின் விழையார்........911	இகழ்ந்தெள்ளா தீவாரைக்...1057	இலமென் றசைஇ..........1040
அன்பீனும் ஆர்வம்............74	இடமெல்லாம் கொள்ளாத்...1064	இலமென்று வெஃகுதல்......174
அன்புடைமை ஆன்ற.......681	இடஸில் பருவத்தும்..........218	இலர்பல ராகிய.............270
அன்புடைமை ஆன்ற.......992	இடிகுந் துணையாரை.......447	இலனென்று தீயவை.........205
அன்புநாண் ஒப்புரவு........983	இடியரின் தெள்ளுஞ்சொற்...607	இலனென்னும் எவ்வம்......223
அன்புற் றமர்ந்த..............45	இடிப்பாரை இல்லாத.......448	இலனல்தென் இல்லவள்......53
அன்புற் றமர்ந்த..............75	இடுக்கண் படினும்..........654	இல்லாரை எல்லாரும்......752
அன்பொரீஇத் தற்செற்.....1009	இடுக்கண் வருங்கால்........621	இல்லாளை யஞ்சுவா........905
அன்டோ டியைந்த............73	இடுக்கண்கால் கொன்றிட...1030	இல்லாள்கண் தாழ்ந்த.......903
அன்றிவாம் என்னா..........36	இடும்பைக் கிடும்பை........623	இல்லை தவறவர்க்.........1321
ஆ	இடும்பைக்கே கொள்கலம்..1029	இல்வாழ்வான் என்பான்......41
ஆகா ரளவிட்டி............478	இடைதெரிந்து நன்குணர்ந்து..712	இவறலும் மாண்பிறந்த......432
ஆசூழால் தோன்றும்........371	இணரூழ்த்தும் நாறா.........650	இழத்தொருடால் காதலிக்கும்..940
ஆக்கங் கருதி..............463	இணரெரி தோய்வன்ன.....308	இழிவறிந் துண்பான்கண்.....946
ஆக்கமுஞ் கேடும்...........642	இதனை இதனால்...........517	இழுக்கு ஓடையுழி..........415

திருக்குறள் 295 கலைஞர் உரை

இழுக்காமை யார்மாட்டும்.........536
இழைத்த திகவாமைச் 779
இளித்தக்க இன்னா...............1288
இளிவரின் வாழாத....................970
இளைதாக முள்மரம்.................879
இளையர் இனமுறையர்...........698
இறந்த வெகுளியின் 531
இறந்தமைந்த சார்புடையர் 900
இறந்தார் இறந்தா 310
இறப்பே புரிந்த.........................977
இறலீனும் எண்ணாது 180
இறுதி பயப்பினும்....................690
இறைகடியன் என்றுரைக்கும் ...564
இறைகாக்கும் வையகம் 547
இற்பிறந்தார் கண்ணல்ல 951
இற்பிறந்தார் கண்ணேயும்..... 1044
இனத்தாற்றி எண்ணாத............568
இனம்போன் றினமல்லார்.........822
இனிய உளவாக 100
இனியன்ன நின்னொடு.......... 1294
இனைத்துணைத் தென்பதொன்87
இனையர் இவரெமக் 790
இன்கண் உடைத்தவர் 1152
இன்சொலால் ஈத்தளிக்க..........387
இன்சொலால் ஈரம் 91
இன்சொல் இனிதீன்றல்............. 99
இன்பத்துள் இன்பம்..................629
இன்பத்துள் இன்பம்..................854
இன்பம் இடையறா 369
இன்பம் ஒருவற்...................... 1052
இன்பம் கடல்மற்றுக்............... 1166
இன்பம் விழையான்..................615
இன்பம் விழையான்..................628
இன்மை இடும்பை 1063
இன்மை எனவொரு................ 1042
இன்மை ஒருவற்.......................988
இன்மையின் இன்னா................558
இன்மையின் இன்னாத 1041
இன்மையு ளின்மை..................153
இன்றி அமையாச்.....................961
இன்றும் வருவது..................... 1048
இன்னா எனத்தா 316
இன்னா திரக்கப் 224
இன்னா தினன்இல்லூர்......... 1158
இன்னாசெய் தாரை...................314
இன்னாசெய் தார்க்கும் 987
இன்னாமை இன்பம்..................630

ஈ

ஈட்டம் இவறி.......................... 1003
ஈத லிசைபட...............................231
ஈத்துவக்கும் இன்பம் 228
ஈர்ங்கை விதிரார் 1077
ஈவார்கண் என்னுண்டாம்....... 1059
ஈன்ற பொழுதின் 69
ஈன்றாள் பசிகாண்பான் 656
ஈன்றாள் முகத்தேயும்................923

உ

உடம்பா டிலாதவர்.....................890
உடம்பொ டுயிரிடை................ 1122
உடுக்கை இழந்தவன்.................788
உடுப்பதூஉம் உண்பதூஉம் ... 1079
உடைசெல்வம் ஊணொளி.......939
உடைத்தம் வலியறியார் 473
உடைமையுள் இன்மை 89
உடையர் எனப்படுவ 591
உடையார்முன் இல்லார்போல்..395
உட்கப் படாஅர் 921
உட்பகை அஞ்சித்தற் 883
உணர்வ துடையார்முன் 718
உணலினும் உண்ட 1326
உண்டார்க ணல்லது............. 1090
உண்ணற்க கள்ளை 922
உண்ணாது நோற்பார்..............160
உண்ணாமை யுள்ள 255
உண்ணாமை வேண்டும் 257
உதவி வரைத்தன் 105
உப்பமைந் தற்றால்................ 1302
உயர்வகலந் திண்மை..............743
உயிருடம்பின் நீக்கியா 330
உயிர்ப்ப உளரல்லர்..................880
உய்த்தல் அறிந்து 1287
உரமொருவற் குள்ள 600
உரனென்னுந் தோட்டியான்....... 24
உரன்நசைஇ உள்ளம் 1263
உருவுகண் டெள்ளாமை...........667
உருளாயம் ஓவாது 933
உரைப்பா ருரைப்பவை 232
உலகத்தார் உண்டென்ப 850
உலகத்தோ டொட்ட.................140
உலகந் தழீஇய..........................425
உலைவிடத் தூறஞ்சா 762
உவக்காணெம் காதலர்.......... 1185
உவந்துறைவர் உள்ளத்துள் 1130
உவப்பத் தலைக்கூடி.................394
உழதுண்டு வாழ்வாரே 1033
உழந்துழந் துள்நீர்.................. 1177
உழவினார் கைம்மடங்கின் 1036
உழுவார் உலகத்தார்க் 1032
உழைப்பிரிந்து காரணத்தின்....530
உளபோல் முகத்தெவன் 574
உளரெனினும் இல்லாரொ 730
உளரென்னும் மாத்திரைய 406
உளவரை தூக்காத 480
உள்ள முடைமை 592
உள்ளக் களித்தலும்............... 1281
உள்ளத்தார் காத 1249
உள்ளத்தால் உள்ளலுந் 282
உள்ளத்தாற் பொய்யா.............294
உள்ளம் இலாதவர்...................598
உள்ளம்போன் றுள்வழிச் 1170
உள்ளற்க உள்ளஞ்...................798
உள்ளிய தெய்தல் 540
உள்ளிய தெல்லாம்..................309
உள்ளினும் தீராப்.................. 1201
உள்ளினேன் என்றேன்மற்...... 1316
உள்ளுவ தெல்லாம் 596
உள்ளுவன் மன்யான் 1125
உள்ளுவன் மன்யான் 1184
உள்ளொற்றி உள்ளூர் 927
உறங்குவது போலுஞ்...............339
உறல்முறையான் உட்பகை 885
உறாஅ தவர்க்கண்ட 1292
உறாஅ தவர்போற் 1096
உறாஅதோ ஊரறிந்த............ 1143
உறாஅர்க் குறுநோய்............. 1200
உறினட் டறினொரூஉம் 812
உறினுயிர் அஞ்சா.....................778
உறுதோ றுயிர்தளிர்ப்பத்........ 1106
உறுபசியும் ஓவாப்....................734

உறுபொருளும் உல்கு............756	எந்நன்றி கொன்றார்க்கும்........110	**ஐ**
உறுப்பமைந் தூரஞ்சா............761	எப்பொரு ளெத்தன்மைத்........355	ஐந்தவித்தான் ஆற்றல்........25
உறுப்பொத்தல் மக்களொப்.....993	எப்பொருளும் ஓரார்............695	ஐயத்தின் நீங்கிந்............353
உறுவது சீர்தூக்கும்............813	எப்பொருள் யார்யார்வாய்க்....423	ஐயப் படாஅ............702
உறைசிறியார் உண்ணெடுங்கல் .680	எய்தற் கரிய............489	ஐயுணர் வெய்தியக்............354
உற்றநோய் நீக்கி............442	எரியாற் சுடப்படிலும்............896	**ஒ**
உற்றநோய் நோன்றல்............261	எல்லா விளக்கும்............299	ஒட்டார்பின் சென்றொருவன்....967
உற்றவன் தீர்ப்பான்............950	எல்லாப் பொருளும்............746	ஒண்ணுதற் கோஒ............1088
உற்றான் அளவும்............949	எல்லார்க்கும் எல்லாம்............582	ஒண்பொருள் காழ்ப்ப............760
ஊ	எல்லார்க்கும் நன்றாம்............125	ஒத்த தறிவான்............214
ஊக்க முடையான்............486	எல்லைக்கண் நின்றார்............806	ஒப்புரவி னால்வருங்............220
ஊடலின் உண்டாங்கோர்............1307	எவ்வ துறைவ............426	ஒருதலையான் இன்னாது............1196
ஊடலின் தோற்றவர்............1327	எழுதுங்கால் கோல்காணாக்............1285	ஒருநாள் எழுநாள்போல்............1269
ஊடலின் தோன்றும்............1322	எழுபிறப்பும் தீயவை............62	ஒருபொழுதும் வாழ்வ............337
ஊடல் உணங்க............1310	எழுமை எழுபிறப்பும்............107	ஒருமை மகளிரே............974
ஊடல் உணர்தல்............1109	எளிதென இல்லிறப்பா............145	ஒருமைக்கண் தான்கற்ற............398
ஊடற்கண் சென்றேன்மன்............1284	எள்ளாத எண்ணிச்............470	ஒருமைச் செயலாற்றும்............835
ஊடி இருந்தேமாத்............1312	எள்ளாமை வேண்டுவா............281	ஒருமையுள் ஆமைபோல்............126
ஊடி யவரை............1304	எள்ளின் இனிவாமென்............1298	ஒலித்தக்கால் என்னாம்............763
ஊடிப் பெறுகுவம்............1328	எற்றிற் குரியர்............1080	ஒல்லும் கருமம்............818
ஊடுக மன்னோ............1329	எற்றென் றிரங்குவ............655	ஒல்லும் வகையான்............33
ஊடுதல் காமத்திற்............1330	எனைத்தானும் எஞ்ஞான்றும்...317	ஒல்லும்வா யெல்லாம்............673
ஊணுடை எச்சம்............1012	எனைத்தானும் நல்லவை............416	ஒல்வ தறிவ............472
ஊதியம் என்ப............797	எனைத்திட்ப மெய்தியக்............670	ஒழுக்க முடைமை............133
ஊரவர் கௌவை............1147	எனைத்து நினைப்பினும்............1208	ஒழுக்க முடையவர்க்............139
ஊருணி நீர்நிறைந்............215	எனைத்துங் குறுகுதல்............820	ஒழுக்கத்தி னொய்துவர்............137
ஊழி பெயரினும்............989	எனைத்துணைய ராயினும்............144	ஒழுக்கத்தி னொல்கார்............136
ஊழிற் பெருவலி............380	எனைத்தொன் றினிதேகாண்.1202	ஒழுக்கத்து நீத்தார்............21
ஊழையும் உப்பக்கங்............620	எனைப்பகை யுற்றாரும்............207	ஒழுக்கமும் வாய்மையும்............952
ஊறொரால் உற்றபின்............662	எனைமாட்சித் தாகியக்............750	ஒழுக்கம் விழுப்பந்............131
ஊனைக் குறித்த............1013	எனைவகையான் தேறியக்............514	ஒழுக்காரா கொள்க............161
எ	என்னுமுன் நில்லன்மின்............771	ஒளியார்முன் ஒள்ளிய............714
எச்சமென் றென்னெண்ணுங்.1004	என்பி லதனை............77	ஒளியொருவற் குள்ள............971
எட்பக வன்ன............889	என்றும் ஒருவுதல்............652	ஒழுதரை பொன்னாக............155
எண்சேர்ந்த நெஞ்சத்............910	**ஏ**	ஒறுத்தார்க் கொருநாளை............156
எண்ணிய துணிக............467	ஏதம் பெருஞ்செல்வம்............1006	ஒறுத்தற்றாள் பண்பினார்............579
எண்ணிய எண்ணியாங்............666	ஏதிலார் ஆர............837	ஒற்றினான் ஒற்றிப்............583
எண்ணியார் எண்ணம்............494	ஏதிலார் குற்றம்போல்............190	ஒற்றும் உரைசான்ற............581
எண்ணென்ப ஏனை............392	ஏதிலார் போலப்............1099	ஒற்றொற் றுணராமை............589
எண்பதத்தால் எய்தல்............991	ஏந்திய கொள்கையார்............899	ஒற்றொற்றித் தந்த............588
எண்பதத்தான் ஓரா............548	ஏமுற் றவினும்............873	ஒன்றா உலகத்............233
எண்பொருள வாகச்............424	ஏரினும் நன்றால்............1038	ஒன்றாக நல்லது............323
எதிர்தாக் காக்கும்............429	ஏரின் உழாஅர்............14	ஒன்றாமை ஒன்றியார்............886
	ஏவவுஞ் செய்கலான்............848	

ஒன்றானுந் தீச்சொல்............128	கயலுண்கண் யானிரப்பத்.....1212	கனிவினான் உண்டாகும்........1214
ஒன்றெய்தி நூறிழக்கும்.........932	கரத்தலும் ஆற்றேன்இந்.....1162	கனிவினும் இன்னாது.........819
ஒன்னார்த் தெறலும்..............264	கரப்பவர்க் கியாங்கொளிக்கும்1070	**கா**
ஓ	கரப்பிடும்பை யில்லாரைக்....1056	காக்க பொருளா.....................122
ஓஓ இனிதே.....................1176	கரப்பிலா நெஞ்சிற்...............1053	காக்கை கரவா....................527
ஓஒதல் வேண்டும்..............653	கரப்பிலார் வையகத்.............1055	காட்சி கெளியன்..................386
ஓதி உணர்ந்தும்...................834	கரப்பினுங் கையிகந்..............1271	காணாச் சினத்தான்...............866
ஓம்பின் அமைந்தார்..........1155	கரவா துவந்தீயும்................1061	காணாதான் காட்டுவான்........849
ஓர்த்துள்ளம் உள்ள...............357	கருமுந் சிதையாமற்..............578	காணின் குவளை................1114
ஓர்ந்துகண் ணோடா..............541	கருமணியிற் பாவாய்நீ.........1123	காணுங்கால் காணேன்........1286
க	கருமத்தால் நாணுதல்..........1011	காண்கமன் கொண்கனைக்...1265
கடலன்ன காமம்................1137	கருமம் செய்வொருவன்.......1021	காத லவரிலர்.....................1242
கடலோடா கால்வல்..............496	கருவியும் காலமும்................631	காதல காதல்......................440
கடனறிந்து காலங்.................687	கலங்காது கண்ட..................668	காதலர் இழவுழி..................1224
கடனென்ப நல்லவை..............981	கலந்துணர்த்தும் காதலர்க்...1246	காதலர் தூதொடு................1211
கடாஅ உருவொடு................585	கல்லா ஒருவன்....................405	காதன்மை கந்தா...................507
கடாஅக் களிற்றின்மேற்......1087	கல்லா தவரிற்.....................729	காமக் கடல்மன்னும்............1164
கடிதோச்சி மெல்ல................562	கல்லா தவரும்.....................403	காமக் கடும்புனல்...............1167
கடிந்த கடிந்தொரார்............658	கல்லாத மேற்கொண்.............845	காமக் கடும்புனால்..............1134
கடுஞ்சொல்லன் கண்ணிலன்..566	கல்லாதான் ஒட்பங்..............404	காமக் கணிச்சி...................1251
கடுமொழியுங் கையிகந்த......567	கல்லாதான் சொற்கா............402	காமமும் நாணும்................1163
கடைக்கோட்கச் செய்தக்க......663	கல்லார்ப் பிணிக்குங்..............570	காமம் உழந்து..................1131
கணைகொடிது யாழ்கோடு.....279	கல்லான் வெகுளும்..............870	காமம் எனவொன்றோ.........1252
கண்காவு கொள்ளும்..........1092	கவரும் கழகமும்...................935	காமம் விடுமொன்றோ.........1247
கண்டது மன்னும்...............1146	கவ்வையார் கவ்விது..........1144	காமம் வெகுளி....................360
கண்டார் உயிருண்ணும்......1084	கழாஅக்கால் பள்ளியுள்........840	காலங் கருதி......................485
கண்டுகேட் டுண்டுயிர்த்......1101	களவினா லாகிய..................283	காலத்தி னாற்செய்த............102
கண்ணினைந்த காரிகைக்....1272	களவின்கண் கன்றிய.............284	காலாழ் களரின்..................500
கண்ணிற் கணிகலங்.............575	காள்வென்னுங் காரறி...........287	காலை அரும்பிப்................1227
கண்ணின் துனித்தே............1290	களித்தறிவேன் என்பது..........928	காலைக்குச் செய்தநன்........1225
கண்ணின் பசப்போ.............1240	களித்தானைக் காரணம்........929	கான முயலெய்த..................772
கண்ணினொடு கண்ணரைச்..184	களித்தொறும் கள்ளுண்டல்..1145	**கு**
கண்ணுடைய ரென்பவர்........393	கள்வார்க்குத் தள்ளும்............290	குடம்பை தனித்தொழியப்......338
கண்ணும் கொளச்சேறி........1244	கள்ளுண்ணாப் போழ்திற்......930	குடிசெய்வல் என்னும்........1023
கண்ணுள்ளார் காத..............1127	கறுத்தின்னா செய்தவக்........312	குடிசெய்வார்க் கில்லை......1028
கண்ணுள்ளிற் போகார்.......1126	கற்க கசடற.........................391	குடிதழீஇக் கோலோச்ச........544
கண்ணோடு கண்இணை......1100	கற்றனால் ஆய........................2	குடிபுறங் காத்தோம்பிக்........549
கண்ணோட்டத் துள்ள...........572	கற்றறிந்தார் கல்வி................717	குடிப்பிறந்தார் கண்விளங்கும்..957
கண்ணோட்டம் இல்லவர்......577	கற்றாருள் கற்றார்..................722	குடிப்பிறந்து குற்றத்தின்........502
கண்ணோட்டம் என்னுங்......571	கற்றார்முன் கற்ற...................724	குடிப்பிறந்து தன்கண்...........794
கண்தாம் கலுழ்வ...............1171	கற்றில னாயினும்.................414	குடிமகன்து குற்றம்..............604
கதங்காத்துக் கற்றடங்கல்.....130	கற்றீண்டு மெய்ப்பொருள்......356	குடியாண்மை புல்வந்த..........609
கதுமெனத் தானோக்கித்....1173	கற்றுக்கண் அஞ்சான்............686	குடியென்னுங் குன்றா..........601
		குணநலஞ் சான்றோர்............982

குணநாடிக் குற்றமு 504	கையறி யாமை 925	சிறுமை நமக்கொழியச் 1231
குணமென்னுங் குன்றேறி......... 29	கைவேல் களிற்றொடு 774	சிறுமை பலசெய்யு 934
குணனிலனாய்க் குற்றம் 868	**கொ**	சிறுமையும் செல்லாத் 769
குணனும் குடிமையும் 793	கொக்கொக்க சூம்பும் 490	சிறுமையுள் நீங்கிய 98
குலுங்கும் கொள்கை 1019	கொடியார் கொடுமை 1235	சிறைகாக்கும் காப்பெவன் 57
குழலினி தியாழினி 66	கொடியார் கொடுமையின் 1169	சிறைநலனுஞ் சீரும் 499
குறிக்கொண்டு நோக்காமை ..1095	கொடுத்தலும் இன்சொல்லும்....525	சிற்றினம் அஞ்சும் 451
குறித்து சுறாமை 704	கொடுத்துங் கொளல்வேண்டும் 867	சிற்றின்பம் வெஃகி 173
குறிப்பறிந்து காலங் 696	கொடுப்ப தழக்கறுப்பான் 166	சினத்தைப் பொருளென்று 307
குறிப்பிற் குறிப்புணரா 705	கொடுப்பதூஉம் துய்ப்பதூஉம்1005	சினமென்னுஞ் சேர்ந்தாரைக்...306
குறிப்பிற் குறிப்புணர் 703	கொடும்புருவம் கோடா 1086	**சீ**
குற்றமே காக்க 434	கொடையளி செங்கோல் 390	சீரிடங் காணின் 821
குற்றம் இலனாய்க் 1025	கொலைமேற்கொண்டாரிற் 551	சீரினும் சீரல்ல 962
குன்றன்னார் குன்ற 898	கொலையிற் கொடியாரை 550	சீருடைச் செல்வர் 1010
குன்றின் அனையாரும் 965	கொலைவினைய ராகிய 329	சீர்மை சிறப்பொடு 195
குன்றேறி யானைப்போர் 758	கொல்லா நலத்தது 984	**சு**
கூ	கொல்லாமை மேற்கொண் 326	சுடச்சுடரும் பொன்போல்........267
கூடிய காமம் 1264	கொல்லான் புலாலை 260	சுவைபொளி ஊறோசை 27
கூந்தாட் டவைக்குழாத் 332	கொளப்பட்டேம் என்றெண்ணிக்699	சுழலும் இசைவேண்டி............777
கூழுங் குடியும் 554	கொளற்கரிதாய்க் கொண்டசூழ்ச்சி	சுழன்றும்ஏர்ப் பின்ன 1031
சூறமை நோக்கிக் 701	கொன்றன்ன இன்னா 109	சுற்றத்தார் சுற்றப் 524
சூற்றங் குதித்தலுங் 269	**கோ**	**சூ**
சூற்றத்தைக் கையால் 894	கோட்டுப்பூச் சூடினும் 1313	சூழாமல் தானே 1024
சூற்றமோ கண்ணோ 1085	கோளில் பொறியின் 9	சூழ்ச்சி முடிவு 671
சூற்றுடன்று மேல்வரினும்........765	**ச**	சூழ்வார்கண் ணாக 445
கெ	சமன்செய்து சீர்தூக்குங் 118	**செ**
கெடல்வேண்டிற் கேளாது 893	சலத்தார் பொருள்செய்தே 660	செப்பம் உடையவன் 112
கெடாரா வழிவந்த 809	சலம்பற்றிச் சால்பில 956	செப்பின் புணர்ச்சிபோற்.........887
கெடுங்காலைக் கைவிடுவார்..799	**சா**	செயற்கரிய செய்வார் 26
கெடுப்பதூஉம் கெடார்க்குச் 15	சாதலின் இன்னாத 230	செயற்கரிய யாவுள 781
கெடுவல்யான் என்ப 116	சாயலும் நாணும் 1183	செயற்கை அறிந்தக் 637
கெடுவாக வையா 117	சார்புணர்ந்து சார்பு 359	செயற்பால செய்யா 437
கெட்டார்க்கு நட்டாரில் 1293	சால்பிற்குக் கட்டளை 986	செயற்பால தோரும் 40
கே	சான்றவர் சான்றாண்மை 990	செயிரின் தலைப்பிரிந்த 258
கேடறியாக் கெட்ட 736	**சி**	செய்க பொருளைச் 759
கேடில் விழுச்செல்வங் 400	சிதைவிடத் தொல்கார் 597	செய்தக்க அல்ல 466
கேடும் பெருக்கழும் 115	சிறப்பறிய ஒற்றின்கண் 590	செய்தேமஞ் சாராச் 815
கேட்டார்ப் பிணிக்கும் 643	சிறப்பீனுஞ் செல்வம் 311	செய்யாமல் செய்த 101
கேட்டனும் உண்டோர் 796	சிறப்பீனுஞ் செல்வமும் 31	செய்யாமற் செற்றார்க்கும் 313
கேட்பினுங் கேளாத் 418	சிறப்பொடு பூசனை 18	செய்வானை நாடி 516
கேளிழுக்கங் கேளாக் 808	சிரியார் உணர்ச்சியுள் 976	செய்வினை செய்வான் 677
கை	சிறுகாப்பிற் பேரிடத்த 744	செருக்குஞ் சினமுஞ் 431
கைம்மாறு வேண்டா 211	சிறுபடையான் செல்லிடுக் 498	செருவந்த போழ்தில் 569

திருக்குறள் — 299 — கலைஞர் உரை

செல்லா இடத்துச்....................302
செல்லாமை உண்டேல்..........1151
செல்லான் கிழவன்................1039
செல்லிடத்துக் காப்பான்..........301
செல்வத்துட் செல்வஞ்..............411
செல்விருந் தோம்பி 86
செவிகைப்பச் சொற்பொறுக்கும்389
செவிக்குண வில்லாத..............412
செவிச்சொல்லுஞ் சேர்ந்த 694
செவியிற் சுவையுணரா 420
செவியுணவிற் கேள்வி 413
செறாஅச் சிறுசொல்லும் 1097
செறிதொடி செய்திறந்த..........1275
செறிவறிந்து சீர்மை 123
செறுநரைக் காணிற் 488
செறுவார்க்குச் சேணிகவா 869
செற்றவர் பின்சேறல்..............1256
செற்றார் எனக்கை.................1245
செற்றார்பின் செல்லாப்..........1255
சென்ற இடத்தாற்.....................422

சொ

சொலல்வல்லன் சோர்விலன்...647
சொல்லப் பயன்படுவர்...........1078
சொல்லுக சொல்லிற்................200
சொல்லுக சொல்லைப்..............645
சொல்லுதல் யார்க்கும்.............664
சொல்வணக்கம் ஒன்னார்கண்.827
சொற்கோட்டம் இல்லது 119

ஞா

ஞாலங் கருதினுங்...................484

த

தகுதி யெனவொன்று...............111
தக்கா ரினத்தனாய்த் 446
தக்காங்கு நாடித்......................561
தக்கார் தகவிலர்......................114
தஞ்சம் தமரல்லர்....................1300
தணந்தமை சால...................1233
தண்ணந் துறைவன் 1277
தந்தை மகற்காற்றும்................ 67
தந்நலம் பாரிப்பார் 916
தமராகித் தற்றுறந்தார் 529
தம்நெஞ்சத் தெம்மைக்..........1205
தம்பொருள் என்பதம்................ 63
தம்மில் இருந்து.....................1107
தம்மிற் பெரியார்......................444
தம்மின்தம் மக்கள்.................... 68
தலைப்பட்டார் தீரத் 348
தலையின் இழிந்த....................964
தவஞ்செய்வார் தங்கருமஞ்.......266
தவமறைந் தல்லவை...............274
தவமுந் தவமுடையார்க்............262
தவறிலர் ஆயினும்.................1325
தள்ளா விளையுளும்.................731
தற்காத்துத் தற்கொண்டாற் 56
தனக்குவமை இல்லாதான் 7
தனியே இருந்து.....................1296
தன்குற்ற நீக்கிப்......................436
தன்நெஞ் சறிவது.....................293
தன்றுணை இன்றால் 875
தன்னுயிர் தானறப்...................268
தன்னுயிர் நீப்பினுஞ்................327
தன்னுயிர்க் கின்னாமை 318
தன்னூன் பெருக்கற்குத்...........251
தன்னை உணர்த்தினும்.........1319
தன்னைத்தான் காக்கின் 305
தன்னைத்தான் காதல..............209

தா

தாமின் புறுவ...........................399
தாம்வீழ்வார் தம்வீழப்.............1191
தாம்வீழ்வார் மென்றோள் 1103
தாம்வேண்டின் நல்குவர் 1150
தார்தாங்கிச் செல்வது..............767
தாளாண்மை இல்லாதான்.......614
தாளாண்மை என்னுந் 613
தாளாற்றித் தந்த......................212
தானம் தவமிரண்டும்................ 19

தி

திறனல்ல தற்பிறர்...................157
திறனறிந்து சொல்லுக 644
தினற்பொருட்டால் கொல்லா....256
தினைத்துணை நன்றி 104
தினைத்துணையாங் குற்றம் 433
தினைத்துணையும் ஊடாமை 1282

தீ

தீப்பால தான்பிறர்கண்............206
தீயவை செய்தார்.....................208
தீயவை தீய 202
தீயள வன்றித்..........................947
தீயினாற் சுட்டபுண்....................129
தீவினையார் அஞ்சார் 201

து

துஞ்சினார் செத்தாரின் 926
துஞ்சுங்கால் தோள்மேலர்...... 1218
துணைநலம் ஆக்கந் 651
துப்பார்க்குத் துப்பாய 12
துப்பின் எவனாவர்................. 1165
துப்புர வில்லார் 1050
தும்முச் செறுப்ப 1318
துளியின்மை ஞாலத்திற் 557
துறந்தாரின் தூய்மை 159
துறந்தார் படிவத்த 586
துறந்தார் பெருமை 22
துறந்தார்க்குத் துப்புரவு 263
துறந்தார்க்கும் துவ்வா............... 42
துறப்பார்மன் துப்புர 378
துறைவன் துறந்தமை 1157
துனியும் புலவியும்..................1306
துன்பத்திற் கியாரே................1299
துன்பம் உறவரினும்.................669
துன்புறூஉம் துவ்வாமை............ 94
துன்னாத் துறந்தாரை 1250
துன்னியார் குற்றமுந்................188

தூ

தூஉய்மை யென்ப...................364
தூங்காமை கல்வி....................383
தூங்குக தூங்கிச் 672
தூய்மை துணைமை................688

தெ

தெண்ணீர் அடுபுற்கை...........1065
தெய்வத்தான் ஆகா.................619
தெய்வம் தொழாஅள் 55
தெரிதலுந் தேர்ந்து 634
தெரிந்த இனத்தொடு...............462
தெரிந்துணரா நோக்கிய 1172
தெருளாதான் மெய்ப்பொருள்..249
தெளிவி லதனைத்...................464
தென்புலத்தார் தெய்வம் 43

தே

தேறான் தெளிவுந் 510

தேரான் பிறனைத் 508	நலத்தகை நல்லவர்க் 1305	நாநல மென்னும் 641
தேவ ரனையர் 1073	நலத்தின்கண் நாரின்மை 958	நாம்காதல் கொண்டார் 1195
தேறற்க யாரையுந் 509	நலம்வேண்டின் நாணுடைமை .960	நாளென ஒன்றுபோற் 334

தொ
| தொகச்சொல்லித் தூவாத ....685 |
| தொடங்கற்க எவ்வினையும் ......491 |
| தொடலைக் குறுந்தொடி ....1135 |
| தொடிநோக்கி மென்தோளும் ...1279 |
| தொடிப்புழுதி கஃசா ....1037 |
| தொடியொடு தோள்நெகிழ .....1236 |
| தொடிற்சுடின் அல்லது ....1159 |
| தொட்டனைத் தூறும் ....396 |
| தொல்வரவும் தோலும் ....1043 |
| தொழுதகை யுள்ளும் ....828 |

தோ
தோன்றின் புகழொடு 236

ந
| நகல்வல்லர் அல்லார்க்கு ....999 |
| நகுதற் பொருட்டன்று ....784 |
| நகைஈகை இன்சொல் ....953 |
| நகையும் உவகையுங் ....304 |
| நகையுள்ளும் இன்னா ....995 |
| நகைவகைய ராகிய ....817 |
| நசைஇயார் நல்கார் ....1199 |
| நச்சப் படாதவன் ....1008 |
| நடுவின்றி நன்பொருள் ....171 |
| நட்டார் குறைமுடியார் ....908 |
| நட்டார்க்கு நல்ல ....679 |
| நட்டார்போல் நல்லவை ....826 |
| நட்பிற் குறுப்புக் ....802 |
| நட்பிற்கு வீற்றிருக்கை ....789 |
| நண்பாற்றார் ஆகி ....998 |
| நத்தம்போல் கேடும் ....235 |
| நயந்தவர் நல்காமை ....1232 |
| நயந்தவர்க்கு நல்காமை ....1181 |
| நயநில சொல்லினுஞ் ....197 |
| நயநில னென்பது ....193 |
| நயனுடையான் நல்சூர்ந்தா .....219 |
| நயனொடு நன்றி ....994 |
| நயன்சான்று நன்றி ....97 |
| நயன்சாரா நன்மையின் ....194 |
| நலக்குரியார் யாரெனின் ....149 |

| நல்குர வென்னும் ....1045 |
| நல்லவை யெல்லாஅந் ....375 |
| நல்லா றெனப்படுவ ....324 |
| நல்லா றெனினுங் ....222 |
| நல்லாண்மை என்ப ....1026 |
| நல்லார்கண் பட்ட ....408 |
| நல்லாற்றான் நாடி ....242 |
| நல்லினத்தி னூங்குந் ....460 |
| நவில்தொறும் நூனயம் ....783 |
| நற்பொருள் நன்குணர்ந்து .....1046 |
| நனவினாற் கண்டதூஉம் ....1215 |
| நனவினான் நம்நீத்தார் ....1220 |
| நனவினான் நல்கா ....1213 |
| நனவினான் நல்காக் ....1217 |
| நனவினான் நல்காரை ....1219 |
| நனவென ஒன்றில்லை ....1216 |
| நன்மையும் தீமையும் ....511 |
| நன்றி வாரிந் ....1072 |
| நன்றாகும் ஆக்கம் ....328 |
| நன்றாங்கால் நல்லவாக் ....379 |
| நன்றாற்ற ளுள்ளுந் ....469 |
| நன்றி மறப்பது ....108 |
| நன்றிக்கு வித்தாகும் ....138 |
| நன்றென் றவற்றுள்ளும் ....715 |
| நன்றே தரினும் ....113 |
| நன்னீரை வாழி ....1111 |

நா
| நாச்செற்று விக்குள்மேல் ....335 |
| நாடாது நட்டலிற் ....791 |
| நாடென்ப நாடா ....739 |
| நாடொறும் நாடி ....553 |
| நாடோறும் நாடுக ....520 |
| நாணகத் தில்லார் ....1020 |
| நாணாமை நாடாமை ....833 |
| நாணால் உயிரைத் ....1017 |
| நாணும் மறந்தேன் ....1297 |
| நாணென ஒன்றோ ....1257 |
| நாணென்னும் நல்லாள் ....924 |
| நாணெடு நல்லாண்மை ....1133 |
| நாண்வேலி கொள்ளாது ....1016 |

நி
| நிணந்தீயில் இட்டன்ன ....1260 |
| நிலத்தியல்பான் நீர்திரிந் ....452 |
| நிலத்திற் கிடந்தமை ....959 |
| நிலவரை நீள்புகழ் ....234 |
| நிலைமைகள் சால ....770 |
| நிலையஞ்சி நீத்தாரு ....325 |
| நிலையிடன் திரியா ....124 |
| நில்லாத வற்றை ....331 |
| நிழல்நீரும் இன்னாத ....881 |
| நிறைநீர நீரவர் ....782 |
| நிறைநெஞ்சம் இல்லவர் ....917 |
| நிறைமொழி மாந்தர் ....28 |
| நிறையரியர் மன்னளியர் ......1138 |
| நிறையுடைமை நீங்காமை ......154 |
| நிறையுடையேன் என்பேன்மன்1254 |
| நினைத்திருந்து நோக்கினும் .1320 |
| நினைத்தொன்று சொல்லாயோ1241 |
| நினைப்பவர் போன்று ....1203 |

நீ
| நீங்கான் வெகுளி ....864 |
| நீங்கின் தெறாஉம் ....1104 |
| நீரின் றமையா ....20 |
| நீரும் நிழல ....1309 |

நு
| நுணங்கிய கேள்விய ....419 |
| நுண்ணிய நூல்பல ....373 |
| நுண்ணியம் என்பார் ....710 |
| நுண்மாண் நுழைபுல ....407 |
| நுனிக்கொம்பர் ஏறினார் ....476 |

நூ
நூலாருள் நூல்வல்லன் 683

நெ
| நெஞ்சத்தார் காத ....1128 |
| நெஞ்சின் துறவார் ....276 |
| நெடுங்கடலும் தன்நீர்மை ....17 |
| நெடுநீர் மறவி ....605 |
| நெடும்புனலுள் வெல்லும் ....495 |
| நெய்யால் எரிநுதுப்பேம் ....1148 |
| நெருந உளனொருவன் ....336 |

| நெருநற்றுச் சென்றாரெங் | 1278 |
| நெருப்பினுள் துஞ்சலும் | 1049 |

நோ
நோக்கினாள் நோக்கி	1093
நோக்கினாள் நோக்கெதிர்	1082
நோதல் எவன்மற்று	1308
நோயெல்லா நோய்செய்தார்	320
நோய்நாடி நோய்முதல்	948
நோவற்க நொந்த	877
நோனா உடம்பும்	1132

ப
பகச்சொல்லிக் கேளிர்ப்	187
பகல்கருதிப் பற்றா	852
பகல்வெல்லும் கூகையைக்	481
பகுத்துண்டு பல்லுயி	322
பகைநட்பாக் கொண்டொழுகும்	874
பகைநட்பாங் காலம்	830
பகைபாவம் அச்சம்	146
பகைமையும் கேண்மையும்	709
பகையகத்துச் சாவார்	723
பகையகத்துப் பேடிகை	727
பகையென்னும் பண்பி	871
பசக்கமன் பட்டாங்கென்	1189
பசந்தாள் இவளென்ப	1188
பசப்பெனப் பேர்பெறுதல்	1190
படலாற்றா பைதல்	1175
படியுடையார் பற்றமைந்தக்	606
படுபயன் வெஃகிப்	172
படைகுடி கூழமைச்சு	381
படைகொண்டார் நெஞ்சம்போல்	253
பணியுமாம் என்றும்	978
பணிவுடையன் இன்சொலன்	95
பணைநீங்கிப் பைந்தொடி	1234
பண்டறியேன் கூற்றென்	1083
பண்ணென்னாம் பாடற்	573
பண்பிலான் பெற்ற	1000
பண்புடையார்ப் பட்டுண்	996
பதிமருண்டு பைதல்	1229
பயனில பல்லார்முன்	192
பயனிலசொல் பாராட்டு	196
பயன்தூக்கார் செய்த	103
பயன்தூக்கிப் பண்புரைக்கும்	912
பயன்மரம் உள்ளூர்ப்	216

பிரிந்தவர் நல்காரென்	1248
பரிந்தோம்பிக் காக்க	132
பரிந்தோம்பிப் பற்றற்றேம்	88
பரியது கூர்ங்கோட்ட	599
பரியினும் ஆகாவாம்	376
பருகுவார் போலினும்	811
பருவத்தோ டொட்ட	482
பருவரலும் பைதலும்	1197
பலகுடை நீழலும்	1034
பலசொல்லக் காமுறுவர்	649
பலநல்ல கற்றக்	823
பல்குழுவும் பாழ்செய்யும்	735
பல்லவை கற்றும்	728
பல்லார் பகைகொளலிற்	450
பல்லார் முனியப்	191
பழகிய செல்வமும்	937
பழகிய நட்டெவன்	803
பழமழலைன் தெய்தியா	657
பழியஞ்சிப் பாத்தூண்	44
பழுதெண்ணும் மந்திரியிற்	639
பழையம் எனப்படுவ	801
பழையம் எனக்கருதிப்	700
பற்றற்ற கண்ணும்	521
பற்றற்ற கண்ணே	349
பற்றற்றேம் என்பார்	275
பற்றி விடாஅ	347
பற்றுக பற்றற்றான்	350
பற்றுள்ள மென்னும்	438
பனியரும்பிப் பைதல்கொள்	1223
பன்மாயக் கள்வன்	1258

பா
பாடு பெறுதியோ	1237
பாத்தூண் மறீஇ	227
பாலொடு தேன்கலந்	1121

பி
பிணிக்கு மருந்து	1102
பிணியின்மை செல்வம்	738
பிணையேர் மடநோக்கும்	1089
பிரிதலும் பேணிக்	633
பிரிவுரைக்கும் வன்கண்ணர்	1156
பிழைத்துணர்ந்தும் பேதைமை	417
பிறப்பென்னும் பேதைமை	358
பிறப்பொக்கும் எல்லா	972

பிறர்க்கின்னா முற்பகல்	319
பிறர்நாணத் தக்கது	1018
பிறர்பழியும் தம்பழியும்	1015
பிறவிப் பெருங்கடல்	10
பிறன்பழி கூறுவான்	186
பிறன்பொருளாள் பெட்டொழுகும்	141
பிறன்மனை நோக்காத	148

பீ
| பீலிபெய் சாகாடும் | 475 |

பு
புகழின்றால் புத்தேணாட்	966
புகழ்ந்தவை போற்றிச்	538
புகட்பட வாழாதார்	237
புகழ்புரிந் தில்லிலோர்க்	59
புக்கி லமைந்தின்று	340
புணர்ச்சி பழகுதல்	785
புத்தே ளுலகத்தும்	213
புரந்தார்கண் நீர்மல்கச்	780
புலத்தலிற் புத்தேள்நா	1323
புலப்பல் எனச்சென்றேன்	1259
புலப்பேன்கொல் புல்லுவேன்	1267
புல்லவையுள் பொச்சாந்தும்	719
புல்லா திராஅப்	1301
புல்லி விடாஅப்	1324
புல்லிக் கிடந்தேன்	1187
புறங்குன்றி கண்டனைய	277
புறங்கூறிப் பொய்த்துயிர்	183
புறத்துறுப் பெல்லாம்	79
புறந்தூய்மை நீரா	298
புன்கண்மை வாழி	1222

பெ
பெண்ணியலார் எல்லாரும்	1311
பெண்ணினார் பெண்மை	1280
பெண்ணின் பெருந்தக்க	54
பெண்ணேவல் செய்தொழுகும்	907
பெயக்கண்டு நஞ்சுண்	580
பெயலாற்றா நீருலந்த	1174
பெரிதற்றிப் பெட்பக்	1276
பெரிதினிது பேதையார்	839
பெரியாரைப் பேணா	892
பெருக்கத்து வேண்டும்	963
பெருங்கொடையான் பேணான்	526
பெருமை பெருமிதம்	979

பெருமை யுடையவர் 975
பெருமைக்கும் ஏனைச் 505
பெரும்பொருளார் பெட்டக்க 732
பெறாஅமை அஞ்சும் 1295
பெறினென்னாம் பெற்றக்கால்1270
பெறுமவற்றுள் யாமறிவ 61
பெற்றார் பெறின்பெறுவர் 58

பே
பேணாது பெட்டார் 1178
பேணாது பெட்பவே 1283
பேணது பெண்விழைவான் 902
பேதை பெருங்கெழீஇ 816
பேதைப் படுக்கும் 372
பேதைமை என்பதொன் 831
பேதைமை ஒன்றோ 805
பேதைமையுள் எல்லாம் 832
பேராண்மை என்ப 773

பொ
பொச்சாப்பார்க் கில்லை 533
பொச்சாப்புக் கொல்லும் 532
பொதுநலத்தார் புன்னலஞ் 915
பொதுநோக்கான் வேந்தன் 528
பொப்படும் ஒன்றோ 836
பொய்ம்மையும் வாய்மை 292
பொய்யாமை பொய்யாமை 297
பொய்யாமை யன்ன 296
பொருட்பெண்டிர் பொய்ம்மை ..913
பொருட்பொருளார் புன்னலஞ்..914
பொருளல் லவரைப் 751
பொருளல்ல வற்றைப் 351
பொருளற்றாற் பூப்ப 248
பொருளாட்சி போற்றாதார்க் 252
பொருளானாம் எல்லாமென் ..1002
பொருளென்னும் பொய்யா 753
பொருள்கருவி காலம் 675
பொருள்கெடுத்துப் பொய்மேற்.938
பொருள்தீர்ந்த பொச்சாந்துஞ் ..199
பொருள்நீங்கிப் பொச்சாந்தா ...246
பொருள்மாலை யாளரை 1230
பொளென ஆங்கே 487
பொறிமின்என மார்க்கும் 618
பொறிவாயில் ஐந்தவித்தான் 6
பொறுத்த றிற்பினை 152
பொறையொருங்கு மேல்வருங்கால் .733

போ
போற்றின் அரியவை 693

ம
மகன் தந்தைக்காற்றும் 70
மக்களே போல்வர் 1071
மக்கள்மெய் தீண்டல் 65
மங்கலம் என்ப 60
மடலூர்த்கும் யாமத்தும் 1136
மடிமைக் கொண்டொழுகும் 603
மடிமை குடிமைக்கண் 608
மடிஇலா மன்னவன் 610
மடியுளாள் மாமுகடி 617
மடியை மடியா 602
மடுத்தவா யெல்லாம் 624
மணிநீரும் மண்ணும் 742
மணியில் திகழ்தரு 1273
மண்ணோ டியைந்த 576
மதிநுட்ப நூலோ 636
மதியும் மந்தை 1116
மயிர்நீப்பின் வாழாக் 969
மருந்தாகித் தப்பா 217
மருந்தென வேண்டாவாம் 942
மருந்தோமற் றூனோம்பும் 968
மருஉக மசற்றார் 800
மலரன்ன கண்ணாள் 1119
மலரன்ன கண்ணாள் 1142
மலரினும் மெல்லிது 1289
மலர்காணின் மையாத்தி 1112
மலர்மிசை ஏகினான் 3
மழிதலும் நீட்டலும் 280
மறத்தல் வெகுளியை 303
மறந்தும் பிறன்கேடு 204
மறப்பினும் ஒத்துக் 134
மறப்பின் எவனாவன் 1207
மறமானம் மாண்ட 766
மறவந்க மாசற்றார் 106
மறைந்தவை கேட்கவற் 587
மறைபொருள் ஊரார்க் 1180
மறைப்பேன்மன் காமத்தை... 1253
மறைப்பேன்மன் யானிஃதோ . 1161
மற்றியான் என்னுளேன் 1206
மற்றுந் தொடர்ப்பா 345
மனத்து மாசாக 278
மனத்தானாம் மாந்தர்க் 453
மனத்தின் அமைமா 825
மனத்து எதுபோலக் 454
மனத்துக்கண் மாசிலன் 34
மனத்தொடு வாய்மை 295
மனநலத்தி னாகும் 459
மனநலம் நன்குடைய 458
மனநலம் மன்னுயிர்க் 457
மனந்தூயார்க் கெச்சநன் 456
மனந்தூய்மை செய்வினை 455
மனமாணா உட்பகை 884
மனைதக்க மாண்புடையள் 51
மனையாட்சி இல்லாள்கண் 52
மனையாளை யஞ்சும் 904
மனைவிழைவார் மாண்பயன் ...901
மன்னர் விழைப 692
மன்னர்க்கு மன்னுதல் 556
மன்னுபி ரோம்பி 244
மன்னுயிர் எல்லாம் 1168

மா
மாதர் முகம்போல் 1118
மாலைநோய் செய்தல் 1226
மாலையோ அல்லை 1221
மாறுபா டில்லாத 945

மி
மிகச்செய்து தம்மெள்ளு 829
மிகல்மேவல் மெய்ப்பொருள்....857
மிகினும் குறையினும் 941
மிகுதியான் மிக்கவை 158

மு
முகத்தான் அமர்ந்தினிது 93
முகத்தின் இனிய 824
முகத்தின் முதுகுறைந்த 707
முகநக நட்பது 786
முகநோக்கி நிற்க 708
முகைமொக்குள் உள்ளது 1274
முடிவும் இடையூறும் 676
முதலிலார்க் கூதிய 449
முயங்கிடைத் தண்வளி 1239
முயங்கிய மகளிர் 1238
முயற்சி திருவினை 616
முரண்சேர்ந்த மொய்ம்பி 492
முறிமேனி முத்தம் 1113

முறைகோடி மன்னவன்..........559	வலியார்க்கு மாறேற்றல்..........861	விளியுமென் இன்னுயிர்..........1209
முறைசெய்து காப்பாற்றும்..........388	வலியார்முன் தன்னை..........250	வினைகலந்து வென்றீக..........1268
முறைப்படச் சூழ்ந்து..........640	வலியில் நிலைமையான்..........273	வினைக்கண் வினைகெடல்..........612
முற்றாற்றி முற்றி..........748	வழங்குவ துள்வீழ்ந்தக்..........955	வினைக்கண் வினையுடையான்519
முற்றியும் முற்றா..........747	வழிநோக்கான் வாய்ப்பன..........865	வினைக்குறிமை நாடிய..........518
முனைமுகத்து மாற்றலர்..........749	வழுத்தினாள் தும்மினேன்..........1317	வினைசெய்வார் தங்குற்றம்..........584
முன்னுறக் காவா..........535	வறியார்க்கொன் றீவதே..........221	வினைத்திட்டம் என்ப..........661
மே	வன்கண் குடிகாத்தல்..........632	வினைபகை பென்றிரண்டின்...674
மேலிருந்தும் மேலல்லார்..........973	**வா**	வினையான் வினையாக்கிக்..........678
மேற்பிறந்தா ராயினும்..........409	வாணிகம் செய்வார்க்கு..........120	வினைவலியுந் தன்வலியும்..........471
மை	வாய்மை எனப்படுவ..........291	**வீ**
மையல் ஒருவன்..........838	வாராக்கால் துஞ்சா..........1179	வீழப் படுவார்..........1194
மோ	வாரி பெருக்கி..........512	வீழுநர் வீழப்..........1193
மோப்பக் குழையும்..........90	வாழ்தல் உயிர்க்கன்னள்..........1124	வீழும் இருவர்க்..........1108
யா	வாழ்வார்க்கு வானம்..........1192	வீழ்நாள் படாஅமை..........38
யாகாவா ராயினும்..........127	வான்றுப் புற்கென்ற..........1261	வீழ்வாரின் இன்சொல்..........1198
யாண்டுச்சென் றுயாண்டும்..........895	வாளொடன் வன்கண்ண..........726	விறைய்தி மாண்டார்..........665
யாதனின் யாதனின்..........341	வாள்போல் பகைவரை..........882	**வெ**
யாதானும் நாடாமால்..........397	வானின் றுலகம்..........11	வெண்மை எனப்படுவ..........844
யாமும் உளேங்கொல்..........1204	வானுயர் தோற்றம்..........272	வெருவந்த செய்தொழுகும்..........563
யாமெய்யாக் கண்டவற்று..........300	வானோக்கி வாழும்..........542	வெள்ளத் தனைய..........595
யாம்கண்ணிற் காண..........1140	**வி**	வெள்ளத் தனைய..........622
யாரினும் காதலம்..........1314	விசும்பின் துளிவீழின்..........16	**வே**
யானென தென்னுஞ்..........346	விடாஅது சென்றாரைக்..........1210	வேட்ட பொழுதின்..........1105
யானோகும் காலை..........1094	விடுமாற்றம் வேந்தர்க்..........689	வேட்பத்தாஞ் சொல்லிப்..........646
வ	விண்இன்று பொய்ப்பின்..........13	வேட்பன சொல்லி..........697
வகுத்தான் வகுத்த..........377	வித்தும் இடல்வேண்டும்..........85	வேண்டற்க வெஃகியாம்..........177
வகைமாண்ட வாழ்க்கையும்..........897	வியவற்க எஞ்ஞான்றுந்..........439	வேண்டற்க வென்றிடினும்..........931
வகையறச் சூழா..........465	விருந்து புறத்ததாத்..........82	வேண்டாமை யன்ன..........363
வகையறிந்து தற்செய்து..........878	விருப்பராச் சுற்றம்..........522	வேண்டிய வேண்டியாங்..........265
வகையறிந்து வல்லவை..........721	விரைந்து தொழில்கேட்கும்..........648	வேண்டினுண் டாகத்..........342
வசைமிலா வண்பயன்..........239	விலங்கொடு மக்க..........410	வேண்டுங்கால் வேண்டும்..........362
வசையென்ப வையத்தார்க்..........238	வில்லேர் உழவர்..........872	வேண்டுதல்வேண் டாமை..........4
வசையொழிய வாழ்வாரே..........240	விழித்தகன வேல்கொண்..........775	வேலன்று வென்றி..........546
வஞ்ச மனத்தான்..........271	விழுப்புண் படாதநாள்..........776	வேலோடு நின்றான்..........552
வருமுன்னர் கொண்கன்..........1266	விழுப்பேற்றின் அஃதொப்ப..........162	வைத்தான்வாய் சான்ற..........1001
வருமுனர்க் காவாதான்..........435	விழைதகையான் வேண்டி..........804	வையத்துள் வாழ்வாங்கு..........50
வருவிருந்து வைகலும்..........83	விழையார் விழையப்..........810	
வரைவிலா மாணிழையார்..........919	விளக்கற்றம் பார்க்கும்..........1186	
	விளிந்தாரின் வேறல்லர்..........143	